സംഗീതം
ഒരു ഉപവേദം

വിജയൻ കോട്ടയ്ക്കൽ

വാക്കയിൽ പുത്തൻവീട്ടിൽ കുട്ടിക്കൃഷ്ണൻ നായരുടേയും മംഗലശ്ശേരി മാധവിക്കുട്ടിയമ്മയുടേയും മകനായി കോട്ടയ്ക്കലിൽ ജനനം. കോട്ടയ്ക്കൽ രാജാസ് ഹൈസ്ക്കൂൾ, ആറ്റിങ്ങൾ ഗവൺ മെന്റ് ബോയിസ് ഹൈസ്ക്കൂൾ, തരംഗനിസരി സ്ക്കൂൾ ഓഫ് മ്യൂസിക് എന്നിവിടങ്ങളിൽ പഠനം. പൊറ്റേക്കാട്ട് ഉണ്ണികൃഷ്ണമേനോൻ ഭാഗവതരുടെ കീഴിലാണ് ഗുരുകുല സമ്പ്രദായത്തിൽ ശാസ്ത്രീയസംഗീത പഠനം ആരംഭിച്ചത്. ചേർത്തല ശിവശങ്കരപ്പണിക്കർ, അന്നപൂർണി ഭാഗ്യനാഥ് എന്നിവരുടെ കീഴിലും സംഗീതത്തിൽ തുടർപഠനം നടത്തി. ആകാശവാണിയുടെ വിവിധനിലയങ്ങളിൽ ഗായകനായും സംഗീത സംവിധായകനായും പ്രവർത്തിച്ചിട്ടുണ്ട്. 1978 ൽ ഏറ്റവും നല്ല ഗായകനുള്ള വയലാർ മെമ്മോറിയൽ ട്രസ്റ്റ് അവാർഡും വിവിധ കലാസംഘടനകളുടെ പുരസ്കാരങ്ങളും നേടിയിട്ടുണ്ട്. പ്രൊഫഷണൽ നാടകരംഗത്ത് വിവിധസമിതികൾക്കു വേണ്ടി സംഗീത സംവിധാനം നിർവഹിച്ചിട്ടുണ്ട്. നിരവധി പരസ്യചിത്രങ്ങൾക്കും, സംഗീതആൽബങ്ങൾക്കും സംഗീതം പകർന്നിട്ടുണ്ട്.

ഉഷാദേവി മാമ്പറ്റയാണ് ഭാര്യ. ഏകമകൾ, വിദ്യാർത്ഥിനിയായ അനശ്വര വിജയൻ.

വിലാസം:

ശ്രീരാഗം, മാമ്പറ്റ, മങ്കട 679324

മലപ്പുറം ജില്ല

94473 82639

വിജയൻ കോട്ടയ്ക്കൽ

സംഗീതം: ഒരു ഉപവേദം

(സംഗീതപഠനം)

മാക്സ് ബുക്സ്
2023

Sangeetham: Oru Upavedam
By Vijayan Kottakkal
Malayalam

Published by:-
MAX BOOKS
Maxlive Media Solutions Pvt Ltd.
Muppathiyil Building, Muttambalom Post,
Kanjikuzhy, Kottayam 686 004
maxlivemediasolutions@gmail.com
maxbookskerala@gmail.com
Ph: 90740 98776

Printed in India
at Max, Kottayam

Edition:
First Editon November 2023
Copies: 1000

ISBN: 978-93-91085-65-0

പ്രസാധകക്കുറിപ്പ്

ഒരു സംഗീതസംവിധായകന്റെ നിരീക്ഷണങ്ങളും, അദ്ദേഹം നടന്നുതീർത്ത വഴിയിൽ കണ്ടെടുത്തതും ഗുരുക്കന്മാർ കനിഞ്ഞനുഗ്രഹിച്ചു നൽകിയതുമായ അറിവുകളും സമന്വയിപ്പിച്ചതാണ് ഈ പുസ്തകം. ഭാരതീയകർണാടകസംഗീതത്തെക്കുറിച്ച് ഏതൊരു സാധാരണ സംഗീതപ്രേമിക്കും മനസ്സിലാകും വിധം അടിസ്ഥാന കാര്യങ്ങൾ വ്യക്തമാക്കുകയാണ് സംഗീതം ഒരു ഉപവേദം എന്ന പുസ്തകത്തിലൂടെ വിജയൻ കോട്ടയ്ക്കൽ. സംഗീതപ്രേമികൾക്കു മാത്രമല്ല, സംഗീത വിദ്യാർത്ഥികൾക്കും അവരുടെ മാതാപിതാക്കൾക്കും സംഗീതത്തെ അടുത്തറിയാൻ ഒരു സഹായകഗ്രന്ഥമാകും ഈ പുസ്തകമെന്നു നിസ്സംശയം പറയാം.

അജീഷ് ചന്ദ്രൻ
മാക്സ് ബുക്സ്, കോട്ടയം.

സമർപ്പണം

സംഗീതത്തിലെ ആദ്യ ഗുരുവായ അച്ഛന്

ആമുഖം

മനുഷ്യസംസ്കൃതിയെ പരിപാവനപ്പെടുത്തി പല ധാരകളായി ഒഴുകിയെത്തി പ്രപഞ്ചത്തെ വിമലീകരിച്ച ഭാരതീയസംഗീത ത്തിനു മുന്നിൽ ഹൃദയപൂർവം കൈകൂപ്പി നിൽക്കാനായിരുന്നു ഈ ജന്മത്തിൽ എന്റെ നിയോഗം.

സംഗീതത്തെ അറിഞ്ഞെന്നോ, ഒരു മനുഷ്യായുസ്സ് കൊണ്ട് അളന്നെടുക്കാനാകുമെന്നോ കരുതുന്നത് അബദ്ധം. ഇതിഹാസ ങ്ങൾ സഞ്ചരിച്ച വഴിയേ നടക്കുമ്പോൾ തോന്നിയ കൗതുകം, എന്നെങ്കിലുമൊരു പുസ്തകത്തിലേക്ക് പകർത്തപ്പെടുമെന്നത് വിദൂരസ്വപ്നത്തിൽ പോലും ഉണ്ടായിരുന്നില്ല.

ഇതുമൊരു ദൈവനിശ്ചയമാകാം, ജന്മനിയോഗമാകാം.

അനുഷ്ഠാനമുഹൂർത്തങ്ങളിലെ ആത്മീയചൈതന്യമാർന്ന മാർ ഗിസംഗീതത്തേയും ഭൗതികാനുഭൂതിയുടെ താളം പകർന്നൊഴു കിയ ദേശിസംഗീതത്തേയും ദൂരെനിന്നൊന്നു കാണാനായി എന്ന തു നേര്.

പേർഷ്യൻ- അഫ്ഗാൻ സംഗീതശൈലികളുടെ അടരുകൾ സമ ന്വയിച്ചെത്തിയ ഹിന്ദുസ്ഥാനി സംഗീതം ബാല്യത്തിൽത്തന്നെ മനസ്സിനെ താരാട്ടിയിരുന്നു. പിൽക്കാലത്ത് കർണാടകസംഗീതത്തി ന്റെ മഹാസദസ്സുകളിൽ സന്നിഹിതനാവാൻ കഴിഞ്ഞതും പിന്നിട്ട പാതയിൽ പുണ്യമായി. പ്രായത്തിന്റെ അസ്വസ്ഥതകൾ ശരീരത്തെ തളർത്തിയപ്പോഴും, 'നീ ഉണ്ട്' എന്നു നിരന്തരം എന്നെ പ്രത്യാശ യിലേക്കു വിളിച്ചുണർത്തിയതും, ധൈര്യപ്പെടുത്തിയതും ഉള്ളിൽ കെടാതെ ഈശ്വരൻ കാത്തുവെച്ച സംഗീതത്തിന്റെ പ്രകാശധാര തന്നെ. സംഗീതലോകത്ത് അധികമൊന്നും അവകാശപ്പെടാനില്ലാ ത്ത ഒരാൾ വലിയൊരാഗ്രഹം ചെറിയ സമർപ്പണത്തിലൂടെ നിർവ്വ ഹിക്കുകയാണ് എന്നുമാത്രം കരുതുക.

പോരായ്മകൾ പൊറുക്കുക.

▸ സംഗീതം: ഒരു ഉപവേദം

എന്റെ പ്രജ്ഞയിലേക്ക്, സംഗീതത്തോട്, ആദരം വർഷിച്ച മഹാദേവസാന്നിദ്ധ്യങ്ങളേയും, ഇതിലേക്കു വഴി നടത്തിയ ഗുരുപരമ്പരകളേയും ആദരവോടെ, കൃതജ്ഞതയോടെ സ്മരിക്കുന്നു.

രണ്ടു ഭാഗങ്ങളായിട്ടാണ് ഈ പുസ്തകം ഒരുക്കിയിരിക്കുന്നത്. ആദ്യ ഭാഗം, സ്വരങ്ങളിൽ നിന്നാരംഭിച്ച് നാടൻ പാട്ടുകളും, താളങ്ങളും വരെയുള്ള കർണാടിക് സംഗീത സംബന്ധിയായ കാര്യങ്ങൾ പ്രതിപാദിച്ചിരിക്കുന്നു. രണ്ടാം ഭാഗത്തിൽ നമുക്കു പരിചിതമായ അമ്പത്തിരണ്ട് രാഗങ്ങളെക്കുറിച്ച് വിശദീകരിച്ചിരിക്കുന്നു. ഓരോ രാഗത്തിലേയും കൃതികൾ, പ്രധാന സിനിമാ ഗാനങ്ങൾ എന്നിവയും ആ രാഗത്തിന്റെ സ്വരസ്ഥാനമുൾപ്പെടെയുള്ള പ്രത്യേകതകളും പരമാവധി ഇതിൽ ഉൾക്കൊള്ളിച്ചിട്ടുണ്ട്.

ഇങ്ങനെയൊന്ന് എഴുതി പൂർത്തിയാക്കാൻ സദാ നിർബ്ബന്ധിക്കുകയും പ്രചോദനം നൽകുകയും കൂടെ നിൽക്കുകയും ചെയ്ത എന്റെ മരുമകൾ ദുർഗ മനോജിനും, ഈ പുസ്തകം പ്രസിദ്ധീകരിക്കാൻ മുന്നോട്ടു വന്ന മാക്സ് ബുക്സ്, കോട്ടയത്തിനും ഒപ്പം നിന്ന എല്ലാ സുമനസ്സുകൾക്കും ഹൃദയപൂർവം നന്ദി പറയുന്നു.

○○

വിഷയ സൂചിക

ഭാഗം ഒന്ന്

ഭാഗം രണ്ട്

രാഗങ്ങൾ

19. നാട്ട
20. ഹരികാംബോജി
21. ആനന്ദഭൈരവി
22. ശ്രീരാഗം
23. ബേഗഡ
24. കാപി
25. ഹിന്ദോളം
26. ദേവഗാന്ധാരി
27. നർത്തകി
28. ശുദ്ധധന്യാസി
29. കാനഡ
30. ദർബാരി കാനഡ
31. പൂർവകല്യാണി
32. ബിഹാഗ്
33. ശഹാന
34. ഖമാസ്
35. കാംഭോജി
36. സരസ്വതി
37. ശിവരഞ്ജ്ജിനി
38. ചാരുകേശി
39. യമുനാകല്യാണി
40. സിന്ധുഭൈരവി
41. മാണ്ഡ്
42. നാട്ടക്കുറിഞ്ഞി
43. ഖരഹരപ്രിയ
44. വലചി
45. സിംഹേന്ദ്രമധ്യമം
46. പഹാഡി
47. ശുദ്ധ പന്തുവരാളി
48. ദേശ്
49. മിയാൻ കി മൽഹാർ
50. ജൗൺപുരി
51. നീലാംബരി
52. യദുകുല കാംബോജി

രാഗങ്ങളേ... മോഹരാഗങ്ങളേ

ഒന്നു പറയട്ടെ,

സംഗീതമഹാസാഗരത്തെ വിസ്മയാദരങ്ങളോടെ നോക്കിക്കണ്ട എന്റെ ജീവിതാനുഭവങ്ങളും ഗുരുക്കന്മാർ വഴിനടത്തിയതിൽ നിന്നുൾക്കൊണ്ട പാഠങ്ങളും അക്ഷരങ്ങളിലേക്കു പകർത്തിയെഴു താനിരിക്കുമ്പോൾ എനിക്കതിനാകുമോയെന്ന ആശങ്ക ഉള്ളിലു യർന്നിരുന്നു. എന്നാൽ ഗുരുപരമ്പരകളുടെ അദൃശ്യസാമീപ്യം ആ ആശങ്കകൾ അകറ്റിത്തന്നു. അതുകൊണ്ടു മാത്രമാണ് ഈ പുസ്ത കം പൂർത്തിയാക്കാൻ എനിക്കായത്.

എന്റെ ഓർമ്മകൾ പിച്ചവെച്ചു തുടങ്ങുന്നത് സദാ നാദമുഖരിത മായ തറവാടു മുറ്റത്താണ്. പൂർവികപരമ്പരകളിലൂടെ പകർന്നുകി ട്ടിയ സിദ്ധിയായി സംഗീതത്തെ നെഞ്ചേറ്റിയപ്പോൾ പിൽക്കാല ത്തു ജീവിതത്തിൽ സംഭവിച്ച ഇടറിയ കാൽവെപ്പുകളും, താളപ്പിഴ കളും സംഗീതത്തോടുള്ള എന്റെ ഭക്തി വർദ്ധിപ്പിച്ചിട്ടേയുള്ളൂ. എന്തെന്നാൽ, പിന്നിട്ട വഴികളിൽ കാലം ശോഭയോടെ കാത്തുവെ ച്ചത് താളനിബദ്ധമായൊരു ജന്മത്തിന്റെ ശേഷിപ്പുകൾ തന്നെയാ ണ്.

മംഗലശ്ശേരി തറവാടിന്റെ പേരും പെരുമയും കൂടുകൂട്ടും മുൻ പേ മനസ്സുതൊട്ടത് വീടിന്റെ അകത്തളത്തിൽ പ്രഭാതം മുതൽ പ്രദോഷം വരെ വലയംചെയ്തിരുന്ന സംഗീതമാണ്. കോട്ടക്കൽ രാജാസ്ഹൈസ്ക്കൂളിലും, തുടർന്ന് ആറ്റിങ്ങൽ ഗവ:ബോയ്സ്ഹൈ സ്കൂളിലുമായി സ്ക്കൂൾ പഠനം പൂർത്തിയാക്കിയ ശേഷം റേഡി യോ എഞ്ചിനീയറിംഗ് പഠനം തിരഞ്ഞെടുത്തതും ജീവിതം,

സംഗീതത്തിന്റെ വഴിയിലാണെന്ന തിരിച്ചറിവുകൊണ്ടായിരിക്കാമെന്ന് ഇപ്പോൾ തോന്നുന്നു. തിരുവനന്തപുരത്ത് ഗാനഗന്ധർവൻ കെ.ജെ. യേശുദാസിന്റെ 'തരംഗനിസരി' എന്ന സംഗീതകോളേജിൽ ഉപരിപഠനം നടത്താനായതും അതുകൊണ്ടു തന്നെയാവണം. പിന്നീട്, സംഗീതസംവിധായകൻ, ഗായകൻ, സൗണ്ട് എഞ്ചിനീയർ എന്നീ നിലകളിൽ അറിയപ്പെടുമ്പോഴും സംഗീതത്തെക്കുറിച്ചു കൂടുതലറിയാനുള്ള ആവേശമായിരുന്നു മനസ്സിൽ.

1978 ലെ ഏറ്റവും നല്ല ഗായകനുള്ള വയലാർ മെമ്മോറിയൽ ട്രസ്റ്റ് അവാർഡ് ലഭിച്ചപ്പോഴാണ്, യാത്രയിൽ താളം പിഴച്ചിട്ടില്ല എന്നു മനസ്സ് ധൈര്യപ്പെട്ടത്. പിന്നെ ആത്മവിശ്വാസം പകർന്നും അനുഗ്രഹിച്ചും നിരവധി പുരസ്കാരങ്ങൾ സംഗീതവഴിയിൽ ഒപ്പംവന്നു. സൗണ്ട് എഞ്ചിനീയർ കൂടിയായതിനാൽ സംഗീതത്തിലെ വിവിധവഴികളെ അടുത്തറിയാൻ കഴിഞ്ഞു. റേഡിയോ, ടിവി ചാനലുകളിൽ പരസ്യങ്ങൾ തയ്യാറാക്കുന്ന ഗ്രീൻ വേവ്സ് കമ്പനിയുടെ മ്യൂസിക് ഡയറക്ടറായും, ആകാശവാണിയുടെ തിരുവനന്തപുരം നിലയത്തിലെ കോറൽ ഗ്രൂപ്പ് ഗായക സംഘാംഗമായി പ്രവർത്തിച്ചപ്പോഴും പ്രഗത്ഭരുടെ സാമീപ്യം അനുഗ്രഹമായി.

പൊറ്റേക്കാട്ട് ഉണ്ണികൃഷ്ണമേനോൻ ഭാഗവതരുടെ കീഴിൽ ശാസ്ത്രീയസംഗീതം ഗുരുകുലസമ്പ്രദായത്തിൽ അഭ്യസിച്ചതിനു ശേഷമായിരുന്നു തരംഗനിസരിയിൽ ഉപരിപഠനം നേടിയത്. ചേർത്തല ശിവശങ്കരപിള്ള, അന്നപൂർണ്ണി ഭാഗ്യനാഥ് തുടങ്ങിയ സംഗീതജ്ഞരുടെ കീഴിലും തുടർപഠനത്തിനു ഭാഗ്യം ലഭിച്ചു. പ്രൊഫഷണൽ നാടകങ്ങൾക്കും, കഥാപ്രസംഗരംഗത്ത പ്രഗൽഭർക്കും വേണ്ടി സംഗീതമൊരുക്കിയും ആകാശവാണിയുടെ ലളിതഗാനങ്ങൾ, സംഗീതപാഠം, ആകാശവാണിയുടെ നാടകങ്ങൾ തുടങ്ങിയവയ്ക്കുവേണ്ടി സംഗീതവും പശ്ചാത്തലസംഗീതവും നിർവഹിച്ചും ഉള്ളിലെ സംഗീതപാഠങ്ങളെ രാകിമിനുക്കിയെടുക്കുകയായിരുന്നു ഞാനെന്ന് ഇപ്പോൾ തിരിച്ചറിയുന്നു. ആകാശവാണി ഗ്രേഡ് ആർട്ടിസ്റ്റായും, മ്യൂസിക് കമ്പോസറായും ജോലി തുടർന്നപ്പോഴും യഥാർത്ഥത്തിൽ ഞാനെന്നിലെ സംഗീതവിദ്യാർത്ഥിയെ താലോലിക്കുകയായിരുന്നു.

പിന്നീട്, സിനിമാസംഗീത സംവിധായകരായ ബി. എ. ചിദംബരനാഥ്, കെ. രാഘവൻ മാസ്റ്റർ, ദക്ഷിണാമൂർത്തി, ജി.ദേവരാജൻ മാസ്റ്റർ, പി.രഘുകുമാർ, കെ.പി.ഉദയഭാനു, എം.ജി.രാധാകൃഷ്ണൻ, പെരുമ്പാവൂർ ജി.രവീന്ദ്രനാഥ് തുടങ്ങിയ പ്രഗൽഭരായ സംഗീതപ്ര

തിഭകളോടൊപ്പം പ്രവർത്തിച്ചു തുടങ്ങിയതോടെയാണ് ഞാൻ നടത്തിയ സംഗീതയാത്രയിലെ ആത്മഗതങ്ങൾ അക്ഷരങ്ങളിലേക്ക് പകരേണ്ടതുണ്ട് എന്ന മോഹമുദിക്കുന്നത്. ആദ്യകാല ഗായികാഗായകൻമാരായ ശാന്താ പി. നായർ, മച്ചാട്ട് വാസന്തി, കമുകറ പുരുഷോത്തമൻ, കെ. എസ്. ജോർജ്ജ്, ഭാവഗായകൻ പി. ജയചന്ദ്രൻ, ജോളീ എബ്രഹാം, ബിജു നാരായണൻ, മധു ബാലകൃഷ്ണൻ, വി.ടി.മുരളി, കോഴിക്കോട് സതീഷ്ബാബു, രാധികാതിലക്, ലത, പി.സുശീല, ശ്രീകുമാർ, കാവാലം ശ്രീകുമാർ, സിസിലി, കെ. കെ. നിഷാദ്, സിബല്ല സദാനന്ദൻ, വടകര കൃഷ്ണദാസ്, സിതാര കൃഷ്ണകുമാർ, ആശാലത, പാർവ്വതി ജയദേവൻ തുടങ്ങി പഴയതും പുതിയതുമായ തലമുറകൾ ഗാനങ്ങൾ ആലപിക്കുകയും, വയലാർ രാമവർമ്മ, കുമാരനാശാൻ, ഉള്ളൂർ പരമേശ്വരയ്യർ, വള്ളത്തോൾ, ഒ.എൻ.വി.കുറുപ്പ്, വി.സി ബാലകൃഷ്ണപ്പണിക്കർ എന്നീ മഹാകവികളുടെ കവിതകൾക്കും സംഗീതം നൽകാനായതും പരമ്പരകൾ പകർന്ന പുണ്യമായിക്കരുതുന്നു. പി. ഭാസ്കരൻ മാസ്റ്റർ, പി.കെ. ഗോപി, പി.പി. ശ്രീധരനുണ്ണി, തിക്കോടിയൻ, പി. എസ്. നമ്പീശൻ, ചുനക്കര രാമൻകുട്ടി, ഡോക്ടർ. വി. എസ്. സുന്ദർ, ബിച്ചുതിരുമല, കൈതപ്പുറം ദാമോദരൻ നമ്പൂതിരി, ഗിരീഷ് പുത്തഞ്ചേരി, എം.ഡി. രാജേന്ദ്രൻ, പി.ടി. അബ്ദുറഹിമാൻ, പൂവച്ചൽ ഖാദർ തുടങ്ങിയവരുടെ ഗാനങ്ങൾക്കു സംഗീതം പകരാനായതും ചെറിയ ജീവിതത്തിലെ മഹാഭാഗ്യങ്ങൾ തന്നെ.

മലയാളക്കരയുടെ ജീവിതതാളങ്ങളേയും, രാഷ്ട്രീയതീർപ്പുകളേയും പരിചരിച്ച നാടകക്കാലത്തെ നേരനുഭവമാക്കാൻ അവസരം തന്നതും സംഗീതവഴിയിലെ സഞ്ചാരം തന്നെ. തിരുവനന്തപുരം ഭാവനതിയേറ്റേഴ്സ്, കുമാരപുരം മൈത്രിതിയേറ്റേഴ്സ്, കൊട്ടറ ചേതനാ തിയേറ്റേഴ്സ്, കൊട്ടാരക്കര. ആറ്റിങ്ങൽ സൂര്യചിത്ര, എ.പി.എ.സി, മലബാർ നാടകവേദി, ചിറയിൻകീഴ് ദർശ്ശന, ആലംകോട് ദൃശ്യ, വേങ്ങര ഈഗിൾ തിയേറ്റേഴ്സ്, തുഞ്ചൻ ഡ്രാമാ തിയേറ്റേഴ്സ് തിരൂർ തുടങ്ങിയ പ്രൊഫഷണൽ നാടകസംഘങ്ങൾക്കു വേണ്ടി സംഗീതം പകർന്നുകൊണ്ടുള്ള നാടകയാത്രകൾ വേറിട്ട അനുഭവമായിരുന്നു. കാണികൾ അഭിനന്ദനങ്ങളുമായി അണിയറയിൽ നേരിട്ടെത്തിയ നാടകരാവുകൾ പകർന്നുതന്ന ആത്മവിശ്വാസം ചെറുതല്ല.

ഭക്തിഗാനങ്ങൾ, വീഡിയോ ആൽബങ്ങൾ, ടെലിഫിലിം തുടങ്ങിയവയ്ക്കും സംഗീത സംവിധാനം നിർവഹിച്ചു കൊണ്ട് സംഗീ

തത്തിന്റെ മിടിപ്പുകളെ ഹൃദയതാളത്തോടു ചേർത്തുവെച്ച് തുടരാൻ അനുവദിക്കുന്ന കാലത്തിന് നന്ദി.

സംഗീതം ധാർമ്മികത വർദ്ധിപ്പിക്കുന്നുവെന്നാണ് അരിസ്റ്റോട്ടിൽ നിരീക്ഷിച്ചത്. സംഗീതം ഒരു പ്രത്യേക ചൈതന്യത്തിന്റെ ശബ്ദമാണെന്നും, അതിന്റെ ചുമതല ലോകത്തിന്റെ സ്വപ്നങ്ങൾ ശേഖരിക്കുക എന്നതാണെന്നും മഹാരഥൻമാർ പറയുന്നു.

○○

1

സ്വരനാദവിശേഷം

ഹൃദയാനന്ദകരമായ നാദവീചികളെ അടിസ്ഥാനപ്പെടുത്തിയുള്ള കലയാണു സംഗീതം. സുഖകരമായ ശബ്ദതരംഗങ്ങൾ ഉപയോഗിച്ചു മനുഷ്യമനസ്സിൽ പലതരം വികാരങ്ങളെ ഉണർത്തുക എന്നതാണ് ഈ കലയുടെ ലക്ഷ്യം. കരകൗശലം, പ്രതിമാനിർമാണം, നാട്യം, ചിത്രകല, തുടങ്ങിയവയൊക്കെ ലളിതകലകളാണെന്നിരിക്കെ സർവജീവജാലങ്ങളെയും ഒരുപോലെ ആനന്ദിപ്പിയ്ക്കുന്നതിനുള്ള കഴിവ് സംഗീതത്തിനുള്ളതുപോലെ മറ്റൊരു കലയ്ക്കുമില്ല. അതാണ് സംഗീതത്തിന്റെ മഹാത്മ്യം. മനോദു:ഖം കൊണ്ട് മൗനികളായവർ സംഗീതശ്രവണം കൊണ്ടു ദുഃഖത്തിൽ നിന്നും വിമുക്തരാവുന്നതും, അമ്മയുടെ താരാട്ടുപാട്ടു കേട്ടു കുഞ്ഞുങ്ങൾ ഉറങ്ങുന്നതും, പക്ഷികളും മൃഗങ്ങളുമൊക്കെ സംഗീതം കേൾക്കുമ്പോൾ നിശ്ചലരായി, സശ്രദ്ധരായി കാതുകൂർപ്പിക്കുന്നതും സംഗീതത്തിന്റെ മാസ്മരിക ശക്തിവിശേഷം കൊണ്ടുതന്നെയാണ്.

'പശുർവ്വേത്തി ശിശുർവ്വേത്തി വേത്തിഗാനരസം ഫണി' അതായത് മൃഗവും ശിശുവും, സർപ്പവും സംഗീതരസം അറിയുന്നു എന്നാണ്. ഇന്നു സംഗീതചികിത്സയുടെ ഗുണത്തെക്കുറിച്ച് (മ്യൂസിക് തെറാപ്പി) ആധുനികയുഗത്തിൽ പലർക്കും ബോധ്യം വന്നിട്ടുമുണ്ട്. എന്നാൽ പൗരാണികകാലത്ത് സംഗീതവും പാരമ്പര്യചികിത്സാവിധിയുടെ ഭാഗമായിരുന്നു എന്ന സത്യം കൂടി നാം ഓർക്കേണ്ടതുണ്ട്.

സംഗീതം ഒരു ഉപവേദം

സംഗീതത്തെ ഗാന്ധർവം എന്ന പേരിൽ ഒരു ഉപവേദമായി അംഗീകരിച്ചിട്ടുണ്ട്. ഒരു രാജ്യത്തെ സംസ്കാരം സംഗീതവുമായി അഭേദ്യമായി ബന്ധപ്പെട്ടിരിക്കുന്നു. ആ ദേശത്തെ സംഗീതനില

വാരം എത്രകണ്ട് ഉന്നതി പ്രാപിച്ചിരിക്കുന്നുവോ അത്രമേൽ ഉന്ന തശ്രേണിയിലായിരിയ്ക്കും അവിടുത്തെ സംസ്കാരമെന്നു സാരം. സംഗീതാസ്വാദനത്തിലൂടെ മനസ്സിനു ഏകാഗ്രതയും, വിശുദ്ധിയും നൈർമല്യവും നേടിക്കൊടുക്കുന്നു. സംഗീതശ്രവണം കൊണ്ടു ഹൃദയവിശുദ്ധി കൈവരുന്നവനു മോക്ഷമാർഗം ഉണ്ടാകുമെന്നു വേദശാസ്ത്രങ്ങളും സാക്ഷ്യപ്പെടുത്തുന്നു.

'വീണാവാദന തത്ത്വജ്ഞ: ശ്രുതി ജാതി വിശാരദ:

താളജ്ഞശ്ചാപ്രയാസേന മോക്ഷമാർഗ്ഗം നിയച്ഛതി' എന്നാണു പ്രമാണം. അതായത്, സംഗീതത്തെ ശരിയായ രീതിയിൽ മനസ്സിലാക്കിയ ഒരാൾ മരണാനന്തരം അനായാസേന മോക്ഷം പ്രാപിയ്ക്കുമെന്ന് യാജ്ഞവൽക്യസ്മൃതിയിൽ വിവരിച്ചിട്ടുണ്ട്.

എത്രയെത്ര മഹാസംഗീതാത്മക്കൾ നാദബ്രഹ്മസാഗരത്തിന്റെ സ്വരശ്രുതികളിൽ ആയുസ്സുതീരെ നീന്തിത്തുടിച്ച് മോക്ഷസാക്ഷാത്ക്കാരം നേടിയിട്ടുണ്ട്! ഹൈന്ദവപുരാണങ്ങളിൽ പരാമർശിക്കുന്ന നാരദമഹർഷി, സാക്ഷാൽ ശ്രീകൃഷ്ണൻ, ബൈബിളിൽ പരാമർശിക്കുന്ന സോളമൻ, പാശ്ചാത്യസംഗീതസമ്രാട്ട് ബീഥോവൻ, അമേരിക്കൻ ഗായകൻ ജിം റീവ്സ്, ഭക്തകവി പുരന്ദരദാസൻ, കർണാടിക് സംഗീതതൃമൂർത്തികൾ ത്യാഗരാജ സ്വാമികൾ, മുത്തുസ്വാമി ദീക്ഷിതർ, ശ്യാമശാസ്ത്രികൾ, കേരളത്തിന്റെ അഭിമാനമായ സ്വാതിതിരുനാൾ, വാനമ്പാടി എം.എസ്.സുബ്ബലക്ഷ്മി, മഹാനാദ വിസ്മയം ചെമ്പൈ വൈദ്യനാഥ ഭാഗവതർ, തുടങ്ങി എത്രയെത്ര നാമങ്ങൾ! ഹിന്ദുസ്ഥാനി സംഗീതസാധകർ മുതൽ സിനിമാസംഗീതത്തേയും നാടൻപാട്ടിനേയും അവജ്ഞയോടെ അവഗണിച്ച പാരമ്പര്യവാദികൾ വരെയുള്ള എല്ലാ വിഭാഗങ്ങളിലുമുണ്ട് സംഗീതത്തിലൂടെ മോക്ഷസാക്ഷാത്ക്കാരം നേടിയവർ. ലോകസംഗീത പ്രേമികളുടെ ഹൃദയം കവർന്ന വിശ്വഗായകൻ മുഹമ്മദ് റാഫി സാഹേബ്, ഭീംസെൻജോഷി, ഡോ. എം. ബാലമുരളി കൃഷ്ണ, ലതാ മങ്കേഷ്കർ, മലയാള സിനിമാ സംഗീതം ചിട്ടപ്പെടുത്തുന്നതിൽ ഗന്ധർവ്വസിദ്ധി കൈവന്ന ആർ.കെ.ശേഖർ, കെ. രാഘവൻ മാസ്റ്റർ, ദേവരാജൻ മാസ്റ്റർ, സുഹൃത്ത് കൂടിയായിരുന്ന ജോൺസൺ, എം. എസ്.ബാബുരാജ്, ദക്ഷിണാമൂർത്തി സ്വാമി, സലിൽ ചൗധരി, എസ്.പി. ബാലസുബ്രഹ്മണ്യം, കഥകളിസംഗീതജ്ഞരായ വാസു നെടുങ്ങാടി, ഹൈദരലി തുടങ്ങി എത്രയോ പ്രഗൽഭർ സംഗീത സ്വരശ്രുതി തരംഗങ്ങളാൽ നെയ്തെടുത്ത തൊട്ടിലിലുറങ്ങി ജീവ മോക്ഷം നേടിയവരാണെന്ന് സംഗീതത്തെ ധ്യാനിക്കുന്ന മനസ്സു

കൾക്കറിയാം.

ഈജിപ്ഷ്യൻ ഇതിഹാസങ്ങളിൽ സ്നേഹത്തിന്റെയും, മാതൃത്വത്തിന്റെയും പ്രവാചകയും, മരണാന്തരജീവിതത്തിലെ രക്ഷകയുമായ ഹാഥോർദേവിയുടെ പ്രിയപ്പെട്ട സംഗീതോപകരണത്തിന് നമ്മുടെ പൈതൃകവുമായി ബന്ധമുണ്ടെന്ന് എന്റെ നിരീക്ഷണത്തിൽ മനസ്സിലാക്കിയിട്ടുണ്ട്.

പുരാതന ഈജിപ്റ്റിന്റെ ചരിത്രത്തിലെ ഏറ്റവും പ്രാധാന്യമുള്ള ദൈവങ്ങളിലൊന്നായ ഹാഥോർദേവിയെ രാജവംശജരും സാധാരാണ ജനങ്ങളുമെല്ലാം നിത്യവും ആരാധിച്ചിരുന്നതായി കാണാം. ചില ശവകുടീരങ്ങളിൽ ഹാഥോറിനെ പടിഞ്ഞാറൻ ചക്രവാളത്തിന്റെ അധിപയായ ദേവതയായും ആരാധിച്ചിരുന്നു. (ഓരോ ദിക്കുകളും അഷ്ടദിക്പാലകരുടെ അധീനതയിലാണെന്നു വേദങ്ങളും പറയുന്നു.) ഹാഥോർ ദേവതയുടെ ഇഷ്ട സംഗീത ഉപകരണമാണ് 'സിസ്റ്റ്റും' (Sistrum). നമ്മുടെ നാട്ടിലെ കോമരങ്ങൾ നടക്കുമ്പോൾ ചിലമ്പിൽ നിന്നു കേൾക്കുന്ന ശബ്ദം പോലെയുള്ള മണികിലുക്കമാണ് ഈ സംഗീതോപകരണത്തിൽ നിന്നുയരുക. സിസ്റ്റ്റും എന്ന ഉപകരണം കൈകൊണ്ടു കിലുക്കിയാണ് ഈജിപ്തിലെ ജനങ്ങൾ ദേവിയെ സ്തുതിച്ച് പാടിയിരുന്നത്.

സൂഫിസത്തിന്റെ പരിസരങ്ങളിലും വിശുദ്ധസംഗീതത്തിന്റെ ആത്മീയത ദർശിക്കാനാകും. സംഗീതനാദബ്രഹ്മലയത്തിലാണ് എല്ലാ ഗ്രഹങ്ങളുടേയും ഭ്രമണവും എന്ന സത്യത്തെ മുൻ നിർത്തിയാണ് അന്ത്യനാളിനെക്കുറിച്ചുള്ള ഖുർആൻ വാക്യത്തെ സൂഫിവര്യന്മാർ വായിച്ചെടുക്കുന്നത്. അറേബ്യൻ നാട്ടിൽ വാങ്ക് വിളിക്കുന്നതും സൂറത്തുകൾ ഓതുന്നതും ശ്രദ്ധിച്ചാൽ ഭൈരവി, സിന്ധുഭൈരവി, ആഹീർഭൈരവി, ചാരുകേശി തുടങ്ങിയ രാഗച്ഛായ തിരിച്ചറിയാനാകും. വാങ്ക് വിളിക്കാൻ ആഫ്രിക്കൻ ദേശക്കാരനായ ബിലാലിനെ നബി നിയോഗിച്ചത് അദ്ദേഹത്തിന്റെ ശബ്ദസൗകുമാര്യത്തെ പരിഗണിച്ചാണ്.

'തൗര്യത്രികം' എന്നറിയപ്പെടുന്ന ഗീതം, വാദ്യം, നൃത്തം എന്നിവയെക്കുറിച്ച് ശാർങ്ഗദേവൻ രചിച്ച സംഗീതസംബന്ധിയായ കൃതികളിലും വിശദമായി പ്രതിപാദിക്കുന്നുണ്ട്. നാദധ്വനികൾ വിശ്വത്തിൽ എപ്പോഴും നിറഞ്ഞുനിൽക്കുന്നുണ്ട് എന്നതിനു പ്രകൃതി തന്നെ വലിയൊരു സാക്ഷ്യമാണ്. ഇന്ന് മനുഷ്യരുടേയും പക്ഷിമൃഗാദികളുടേയും കണ്ഠത്തിൽനിന്നും, മനുഷ്യൻ നിർമ്മിച്ച ഉപകരണങ്ങളിൽനിന്നും, കടലിലെ തിരമാലകളിൽ നിന്നും,

പർവ്വതങ്ങളെ ചുറ്റിപ്പുണരാൻ വരുന്ന കാറ്റിൽ നിന്നും, സൗരയൂഥത്തിൽ നിന്നുയരുന്ന വിശേഷധ്വനികൾ പോലും ഗ്രഹിച്ചെടുക്കാൻ നമുക്കാകുന്നു.

സംഗീതത്തെ രണ്ടുതരത്തിൽ വിഭജിച്ചിട്ടുണ്ട്. അവ 'മാർഗ്ഗി' (മാർഗം)യെന്നും 'ദേശീ'യെന്നും അറിയപ്പെടുന്നു. പുരോഹിതന്മാർ യാഗയജ്ഞ വേളയിൽ മന്ത്രങ്ങൾ ഉരുവിടുമ്പോൾ ഉപയോഗിയ്ക്കുന്ന വൈദികസംഗീതത്തെ 'മാർഗ്ഗ'മെന്നും ദേശവാസികൾ സംഘം ചേർന്നും ഒറ്റക്കും പാടുന്ന സംഗീതത്തെ 'ദേശി'എന്നും വിളിയ്ക്കപെടുന്നു. മേൽപ്പറഞ്ഞ രണ്ടു സംഗീതവിഭാഗവും സുഖശ്രവണത്തിനുള്ളതാണ്.സംഗീതത്തെ മറ്റൊരു വിധത്തിലും രണ്ടായി വിഭജിച്ചിട്ടുണ്ട്. കീർത്തനം (സ്തുതി), വർണം മുതലായവ താളനിബദ്ധമായാണല്ലോ ആലപിക്കുന്നത്. അതായത് താളത്താൽ ബന്ധിയ്ക്കപ്പെട്ടവയെ 'നിബദ്ധ'മെന്നും രാഗാവിസ്താരം, താനം ഇവയെ 'അനിബദ്ധ'മെന്നുമാണു പറയുന്നത്.

ഭാരതീയസംഗീതത്തെ ഹിന്ദുസ്ഥാനി, കർണാടിക് എന്നിങ്ങനെ രണ്ടുതരത്തിൽ വിഭജിക്കാം. ഉത്തരേന്ത്യയിൽ പ്രചാരത്തിലുള്ളതിനെ ഹിന്ദുസ്ഥാനിയെന്നും ദക്ഷിണേന്ത്യയിൽ പ്രചാരത്തിലുള്ളതിനെ കർണാടക (കർണാടിക്) സംഗീതമെന്നും വിളിയ്ക്കുന്നു. നാദം വീണ്ടും രണ്ടു തരത്തിൽ വിഭജിക്കപെട്ടതായി പഠനങ്ങളിൽ പറയുന്നുണ്ട്. ആഹതം, അനാഹതം എന്ന പേരുകളിലാണ് അത് അറിയപ്പെടുന്നത്. യോഗീശ്വരന്മാർക്കും ഏതെങ്കിലും ഒരു നാമം (മന്ത്രം) ഒരു മനഃശ്രുതിയിൽ ഉരുവിട്ട് പരമോന്നത ആത്മമോക്ഷമാർഗ്ഗം അറിയുന്ന അവധൂതന്മാർക്കും ഋഷികൾക്കും ചിത്തവൃത്തിയും അഹങ്കാരവും ഇല്ലാത്ത നിത്യസംഗീത സാധകർക്കും പ്രാപ്യമായ നാദത്തെ അനാഹതമെന്നും സകല ജീവകണങ്ങൾക്കും വിഷയമായിട്ടുള്ളതും ഭൗതികവും ആത്മീയവുമായ സുഖത്തെ അനുഭവിപ്പിക്കുന്ന നാദത്തെ 'ആഹതം' എന്നുമാണു പറയുക. ഭൗതികവും ആത്മീയതയും സമന്വയിച്ചുണ്ടാവുന്ന ആഹതം എന്ന നാദവിശേഷമാണു ഇന്നു നാം കേൾക്കുന്ന സംഗീതത്തിനു അടിസ്ഥാനം.

പ്രപഞ്ചത്തിന്റെ ചലനത്തിനും ഊർജ്ജത്തിനും ചൈതന്യകാന്തിയ്ക്കും കാരണഭൂതമായതിനെ നാദം എന്നു വിളിക്കുന്നു. ഇതു തന്നയാണ് ഋഷിപോക്താക്കൾ നാദബ്രഹ്മമെന്നും ഓംകാരമെന്നും പ്രണവസ്വരൂപമെന്നും വിശേഷിപ്പിക്കുന്നത്. 'ഹൂം' ങ്കെന്ന ശബ്ദമെന്ന് അറേബ്യക്കാരും ആത്മീയതലത്തിലൂടെ കണ്ട് ഇതിനെ

ഘോഷിയ്ക്കുന്നതായി കാണാം. എന്നാൽ ഏതൊന്നിൽ നിന്നും ഉണ്ടാവുന്ന ശബ്ദസ്പന്ദന തരംഗങ്ങൾ ജീവജാലങ്ങളുടെ കർണ്ണ പുടങ്ങളിൽ തട്ടി മനസിനു ആനന്ദം ഉണ്ടാക്കുന്നുവോ ആ ശബ്ദം ലൗകികമായ നാദം മാത്രമാണെന്നാണ് വിലയിരുത്തപ്പെടുന്നത്. ക്ഷേത്രത്തിൽ നിന്നും കേൾക്കുന്ന ശംഖനാദം, മണികിലുക്കം, തംബുരു ശ്രുതിമീട്ടുമ്പോൾ ഉണ്ടാകുന്ന ധ്വനികൾ, ശ്രുതിപ്പെട്ടിയിൽ നിന്നും വരുന്ന നാദം, വാഹനങ്ങളുടെ ഹോൺ അമർത്തുമ്പോൾ ഉണ്ടാവുന്ന ചില ശബ്ദങ്ങൾ തുടങ്ങിയവയെല്ലാം വായുവിൽ സൃഷ്ടിക്കുന്ന മർദ്ദസ്പന്ദനങ്ങൾ നമ്മുടെ കർണപുടങ്ങളിൽ തട്ടി സംവേദിയ്ക്കുമ്പോൾ ഏതൊന്നിന്റേതാണോ നാം കേട്ടത് ആയ തിന്റെ നാദം നാം അനുഭവിയ്ക്കുന്നുവെന്ന് സാരം.

ആഹതനാദത്തിന്റെ ഉത്ഭവം മനസ്സിലാക്കി ശാരീരജം(ശബ്ദ സ്വനപേടകം), വായുജം, ചർമ്മജം, നഖജം, ലോഹജം എന്നിങ്ങ നെ അഞ്ചു തരത്തിൽ വിഭജിച്ചിട്ടുള്ളതായി 'സംഗീതമകരന്ദ'ത്തിൽ പറയുന്നുണ്ട്. മനുഷ്യശരീരത്തിൽ നിന്നും ഉണ്ടകുന്ന നാദത്തെ (പാടുക, മൂളുക തുടങ്ങിയവ) ശാരീരജം എന്നും തന്ത്രിവാദ്യങ്ങ ളായ വീണ, ഗിറ്റാർ, സിത്താർ, ബാംജോ ഗോട്ടുവീണ, എന്നിവ യിൽ നഖംകൊണ്ട് തട്ടുമ്പോൾ ഉണ്ടാകുന്ന നാദത്തെ നഖജം എന്നും ഹാർമ്മോണിയം, അക്കോർഡിയൻ, ട്രമ്പറ്റ്, ക്ലാരിനറ്റ്, സാക്സോഫോൺ, പുല്ലാംകുഴൽ എന്നിവയിൽ വായുവിന്റെ മർദ്ദ വും ഗതിഭേദവും മൂലം ഉണ്ടാകുന്ന നാദത്തെ വായുജമെന്നും മൃഗ ചർമ്മങ്ങൾകൊണ്ടുണ്ടാക്കിയ ഉപകരണങ്ങളായ ചെണ്ട, ഇടക്ക, തിമില, മിഴാവ്, മൃദംഗം, ജാസ് ഡ്രം, ട്രിപ്പിൾ ഡ്രം, കോംഗോഡ്രം ഇവകളിൽ വിരലുകളാലോ പ്രത്യേകം രൂപപ്പെടുത്തിയ വടികൾ കൊണ്ട് തട്ടിയോ ഉണ്ടാക്കുന്ന നാദത്തെ ചർമ്മജം (ചർമ്മവാദ്യം) എന്നും, ജാലറ, ഇലത്താളം മണി ഇവയിൽ നിന്നും ഉണ്ടാകുന്ന നാദത്തെ ലോഹജം എന്നും പറയുന്നു. ഗായകരിൽ പലരും പറ യുന്നത് കേട്ടിട്ടുണ്ടാവും, 'എനിക്ക് ബേസിലേ (ബാസ്സ്, വളരെ താ ഴ്ന്ന ശ്രുതി) പാടാൻ കഴിയൂ' എന്ന്. മറ്റുചിലരാകട്ടെ മിഡ് റേഞ്ചിൽ മാത്രമേ പാടൂ. പുരുഷശബ്ദത്തെ നാലായാണ് വേർതിരിച്ചിട്ടുള്ള ത്. അവ ബാസ്, ബാരിടോൺ, ടെനർ, കൗണ്ടർടെനർ എന്നിവയാ ണ്. ലോകത്ത് ഏറ്റവും നല്ല പുരുഷശബ്ദത്തിനുടമയായി കണക്കാ ക്കുന്നത് (ബാരിറ്റോൺ വോയിസ്) അമേരിക്കൻ ഗോസ്പൽ ഗായ കനും ഗിറ്റാറിസ്റ്റുമായ ജിം റീവ്സിനെയായിരുന്നു. രണ്ടാമതായി വിലയിരുത്തപ്പെടുന്നത് നമ്മുടെ ഗാനഗന്ധർവ്വൻ കെ. ജെ. യേശു

ദാസിനെയാണ്. നാടകരംഗത്തും മലയാള ചലചിത്രങ്ങളിലും ശബ്ദഗരിമ തീർത്തിരുന്ന എൻ.എഫ് വർഗ്ഗീസും ബോളിവുഡ് താരവിസ്മയമായ അമിതാഭ് ബച്ചനും ബാരിറ്റോൺ വോയിസ് ഉടമകളാണെന്നറിയുക. സ്ത്രീകളുടെ കണ്ഠത്തിനുള്ളിലെ സ്വനപേടക തന്ത്രികൾ (പാളികൾ) വളരെ മൃദുലവും ചെറുതും നേർത്തതും ആയതിനാൽ തീവ്രത (ഉച്ചത്വം) കൂടിയതാണ്. എന്നാൽ ചില സ്ത്രീകളുടെ ശബ്ദം, ബാസ്, ബാരിറ്റോൺ എന്ന രീതിയിൽ ഉള്ളതായിരിക്കും. ഗായിക ഉഷാ ഉതുപ്പിന്റെ ശബ്ദം ഉദാഹരണമായി പറയാം. സ്ത്രീകളുടെ ശബ്ദത്തെ മൂന്നായി തരം തിരിച്ചിരിക്കുന്നു. ശ്രുതിപ്രകാരം ഒരു കീബോർഡിലെ മധ്യസ്ഥായി, മിഡിൽ സ്കെയിൽ ഷഡ്ജം അഥവാ മിഡിൽ- സി(സ), മധ്യസ്ഥായി (മിഡിൽ സ്കെയിൽ) ഷഡ്ജത്തിനു താഴെയുള്ള ധൈവതം(ധ), (മിഡിൽ സ്കെയിൽ) മധ്യസ്ഥായി ഷഡ്ജത്തിനു താഴെയുള്ള നിഷാദം(നി) എന്നിവയാണവ.

ആദിയായ നാദത്തിന്റെ ഉറവിടം എങ്ങനെയാണെന്നതിന് ശാസ്ത്രീയ വിശകലങ്ങളുണ്ട്. നമ്മുടെ ചുറ്റുമുള്ള വായുവിൽ വസ്തുക്കളുടെ ചലനം മൂലം ഉണ്ടാകുന്ന സ്പന്ദനം കാരണമാണു നാദമുണ്ടാകുന്നത്. ഗിറ്റാറിലും, വീണയിലും, സിത്താറിലും, മാൻഡോലിൻ, ബുൾബുൾ (പണ്ടുണ്ടായിരുന്ന ഉപകരണം) ഇവകളിൽ ഘടിപ്പിച്ചിട്ടുള്ള കമ്പികളിൽ വിരൽകൊണ്ടോ, പ്ലക്ട്രം (നേർത്ത പ്ലാസ്റ്റിക് കഷണം) തട്ടുമ്പോൾ ഉണ്ടാവുന്ന നാദം ഒരു ഉദാഹരണമായി എടുക്കാം. അതുപോലെ നമ്മുടെ കണ്ഠത്തിൽ ശ്വാസനാളിയുടെ മുകളിൽ ലാറിംഗ്സ് എന്ന ഭാഗം ഉണ്ട്. ഇതിനെ മനുഷ്യന്റെ സ്വനയന്ത്രമെന്നോ, ശബ്ദപേടകമെന്നോ വിളിക്കാം. പ്രസ്തുത നാദപേടകത്തിന്റെ അകത്തുള്ള വളരെ നേർത്ത നാരുകൾ പോലുള്ള കുഴലുകളാൽ (തന്ത്രികൾ) ചുറ്റപ്പെട്ട ചർമ്മം ഉണ്ട്. ഇവയെ ഇണക്കിചേർത്ത കണ്ഠത്തിലുള്ള മാംസപേശികളുടെ പ്രവർത്തനം മൂലം ശ്വാസോച്ഛ്വാസ വേളയിൽ ഒരു നിയന്ത്രണദളമായി (വാൽവ്) കണ്ഠത്തിലെ മാംസപേശികളുടെ ചലനം ഇഷ്ടാനുസരണം കൂട്ടുകയോ കുറയ്ക്കുകയോ അയവ് വരുത്തുകയോ ചെയ്യാം. ശബ്ദിക്കാതിരിക്കുന്ന അവസ്ഥയിൽ വോക്കൽ കോഡുകൾ തമ്മിലുള്ള ഇടം വളരെ കൂടുതലായിരിയ്ക്കും. എന്നാൽ സംസാരിയ്ക്കുകയോ പാടുകയോ ചെയ്യുമ്പോൾ കണ്ഠത്തിലെ നേർത്തപാളികൾ തമ്മിലുള്ള അകലം കുറയുകയും അതനുസരിച്ച് ശ്വാസകോശങ്ങളിൽ നിന്നും വരുന്ന വായു, സ്വനപേടകങ്ങളിൽ

(വോക്കൽ കോഡ്) തട്ടി സ്പന്ദനം ഉണ്ടായി പുറത്തേയ്ക്ക് നിശ്വസിക്കുന്ന വായുവോടൊപ്പം വായുടെ മേൽത്തട്ടിൽ തട്ടി ശബ്ദമായി പുറത്തേയ്ക്ക് പോകുന്നു. സ്വനപേടകത്തിന്റെ ഇടയിലുള്ള വിടവിന്റെ അകലം കുറയും തോറും നമ്മൾ പുറപ്പെടുവിയ്ക്കുന്ന ശബ്ദത്തിനു തീവ്രത കൂടിയിരിയ്ക്കും.

ആത്മാവു കൊണ്ട് മനനം ചെയ്യുന്ന ആളുകൾക്ക് മാത്രമേ തത് നാദ പ്രവാഹം എങ്ങനെ ഉണ്ടാകുന്നു എന്നു സ്വയമറിയാൻ കഴിയൂ. ഏതൊരു ജീവിയുടേയും ഉള്ളിൽ ഒരു ശബ്ദം പുറപ്പെടുവിക്കണമെന്ന മോഹമുണ്ടായാൽ ആത്മോർജ്ജം മനസിനെ പ്രചോദിപ്പിക്കുന്നു. മനസ്സ് ദേഹത്തിലുള്ള അഗ്നിയേയും അഗ്നി ശരീരത്തിന്റെ ഉള്ളിലുള്ള വായുവിനേയും പ്രചോദിപ്പിയ്ക്കുന്നു. ഉദരത്തിൽ ചലിക്കുന്ന വായു മൂലാധാരത്തിലെത്തി അവിടെന്നിന്നും മുകളിലോട്ട് നാഭി, ഉദരം, ഹൃദയം, കണ്ഠം, ശിരസ്സ്, മൂർദ്ധാവ്, നാസിക, വായ എന്നിവയിൽത്തട്ടി നാദ തരംഗമായ് പുറത്തേയ്ക്ക് വരുന്നു. ആത്മീയചിന്തയോടെ, യോഗനിയതികൾ പ്രകാരം നാദസ്വരൂപത്തെക്കുറിച്ച് സംഗീതശാസ്ത്ര ഗ്രന്ഥങ്ങളിൽ എഴുതപ്പെട്ടതുകൊണ്ട് ഭൗതികശാസ്ത്ര സത്യസിദ്ധാന്തങ്ങളെ കുറ്റം പറയുകയാണെന്നും സംഗീത വിദ്യാർത്ഥികളെ തെറ്റിദ്ധരിപ്പിക്കുകയാണെന്നും ആക്ഷേപിക്കുന്നത് അസംബന്ധമാണെന്നു സംഗീതജ്ഞർ ചൂണ്ടിക്കാട്ടുന്നുണ്ട്.

ചെണ്ട, മദ്ദളം, മൃദംഗം, തബല, ഇടക്ക, ഡ്രംസ് തുടങ്ങിയ തുകൽവാദ്യങ്ങളിലും ലോഹങ്ങൾ കൊണ്ടുള്ള വാദ്യങ്ങളിലും കൈവിരലുകൾകൊണ്ടും മരങ്ങളുടെ കനംകുറഞ്ഞ കമ്പുകൾകൊണ്ടുണ്ടാക്കിയ വടികൾകൊണ്ടും അടിയ്ക്കുമ്പോൾ ഉണ്ടാകുന്ന സ്പന്ദനം നിമിത്തമാണല്ലോ ശബ്ദം ഉണ്ടാവുന്നത്. ഓടക്കുഴൽ, ട്രമ്പറ്റ്, സാക്സോഫോൺ, ക്ലാരിനറ്റ്, കൊമ്പ്, കുറുംകുഴൽ നാദസ്വരം, മകുടി, ഷെഹനായ്, വിസിൽ തുടങ്ങിയ സുഷിരവാദ്യോപകരണങ്ങളിൽ നാം വായുവിനെ വായ കൊണ്ട് ഊതി പ്രവേശിപ്പിക്കുന്ന സുഷിരം മുതൽ പുറത്തേയ്ക്ക് പ്രവഹിയ്ക്കുന്ന സുഷിരം വരെ വായുവിന്റെ മർദ്ദഘടനയും ദൈർഘ്യവും അനുസരിച്ചാവും നാദത്തിന്റെ ശബ്ദസ്ഥായിത്വം അറിയാൻ കഴിയുന്നത്.

സ്ട്രിംഗ് സംഗീതോപകരണങ്ങളായ അതായത് വിവിധ വണ്ണത്തിലുള്ള കമ്പികൾ (സ്ട്രിംഗ്സ്) വലിച്ച് മുറുക്കി ക്രമീകരിക്കപ്പെട്ട സിത്താർ, ഗിറ്റാർ, വീണ ഇവകളിൽ നഖംകൊണ്ടോ നേർത്ത ഫിലിം പാളിമുറിച്ച് തട്ടുമ്പോഴും വയലിൻ (ഫിഡിൽ),

സെല്ലോ തുടങ്ങിയവയെ ചാപങ്ങൾ കൊണ്ട് ഉരസുമ്പോൾ ഉണ്ടാകുന്ന നാദശബ്ദത്തിന്റെ സ്ഥായിത്വം ഒരോ കമ്പികളിലും ഒരു നിമിഷമാത്രയിൽ എത്ര പ്രാവശ്യം കമ്പനം (വൈബ്രേഷൻ) ചെയ്യുന്നു എന്നതിനെ ആശ്രയിച്ചിരിക്കും.

കമ്പനങ്ങളുടെ എണ്ണവും തന്ത്രി (കമ്പികളുടെ) നീളം, വണ്ണം (ഗേയ്ജ്), കാഠിന്യം, കമ്പിയുടെ മുറുക്കം എന്നിവയെ കണക്കാക്കിയാണ് നാദസ്ഥായി നിലകൊള്ളുന്നത്. വണ്ണം കൂടുതലുള്ള കമ്പിമീട്ടുമ്പോൾ ശബ്ദസ്ഥായി കുറഞ്ഞുവരും (ബാസ്) നേർത്തകമ്പിയും അവയുടെ മുറുക്കവും കൂടുമ്പോൾ നാദത്തിനു ഉച്ചത്വം കൂടിയിരിക്കും. ഇതേ അവസ്ഥാന്തരം തന്നെയാണ് തുകൽ (മൃഗചർമ്മ) വാദ്യങ്ങളായ ചെണ്ട, മൃദംഗം, തബല ഇടയ്ക്ക ഇവയിലെ തുകൽ കൂടുതൽ ഏതെങ്കിലും ഒരുവശത്തേയ്ക്ക് വലിച്ച് മുറുക്കി ക്രമീകരിക്കുമ്പോൾ നാദത്തിനു മൃദുത്വവും ഉച്ചത്വവും കൂടിയതായി കേൾക്കാൻ കാരണം. ശ്രുതി ക്രമീകരിച്ചാണ് നാദസ്ഥായിത്വം വരുത്തുന്നത്.

OO

2
സ്വരങ്ങൾ

സ്വരം എന്നത് കേൾക്കുന്നവരുടെ മനസിനെ ആനന്ദിപ്പിയ്ക്കുന്നതും ബുദ്ധിയെ പ്രചോദിപ്പിയ്ക്കുന്നതുമായ നാദമാണ്. ഭാരതീയ സംഗീതഭാഷ്യത്തിൽ സപ്തസ്വരങ്ങൾ എന്നാണ് അവ അറിയപ്പെടുന്നത്. സപ്തസ്വരങ്ങളിലെ ആദ്യ സ്വരമായ 'സ' എന്ന സ്വരത്തെ ഷഡ്ജം എന്നും രണ്ടാമത്തെ സ്വരമായ 'രി' എന്നത് ഋഷഭം എന്നും മൂന്നാമത്തെ സ്വരമായ 'ഗ' ഗാന്ധാരം എന്നും നാലാമത്തെ സ്വരമായ 'മ' മദ്ധ്യമം എന്നും അഞ്ചാമത്തെ സ്വരമായ 'പ' പഞ്ചമം എന്നും ആറാമത്തെ സ്വരമായ 'ധ' ധൈവതം എന്നും ഏഴാമത്തെ സ്വരമായ 'നി' നിഷാദം എന്നും വിളിയ്ക്കുന്നു. സപ്തവർണങ്ങൾ നമ്മുടെ കണ്ണിന് എത്രമാത്രം ദൃശ്യചാരുത നൽകുന്നുവോ, അതുപോലെ സപ്തസ്വരങ്ങൾ ജീവജാലങ്ങളുടെ കർണപുടങ്ങളെ അനിർവചനീയമായ ആനന്ദം അനുഭവിപ്പിക്കുന്നു. സപ്തസ്വരങ്ങൾ ക്രമത്തിൽ **സ രി ഗ മ പ ധ നി** എന്നിങ്ങനെ ക്രമപ്പെടുത്തിയിരിക്കുന്നു.

ഒരു സ്വരത്തിൽ നിന്നു അടുത്തതിലേക്കു ക്രമേണ നാദത്തിന്റെ ഉച്ചത്വം ഉയർന്നു വന്നുകൊണ്ടിരിയ്ക്കും. സരിഗമപധനി കഴിഞ്ഞ് വീണ്ടും വരുന്ന നാദമായ 'സ' സ്വരം തന്നെയാണ്. ഇങ്ങനെ വരുന്ന ആരോഹരണത്തിൽ 'നി' കഴിഞ്ഞ് വരുന്ന 'സ' എന്ന സ്വരത്തിനു ആരംഭത്തിൽ നാം പാടുന്ന 'സ' നാദത്തിന്റെ ഇരട്ടി ഉച്ചസ്ഥായിലുള്ള ശബ്ദമായിരിയ്ക്കും. അതിനാൽ സരിഗമപധനി കഴിഞ്ഞു വീണ്ടും ഇരട്ടി ഉച്ചസ്ഥായിലുള്ള 'സ' സ്വരം ചേർക്കപ്പെടുന്നതിനാലും ആലപിക്കുന്നതിനാലും (ആദ്യ ഷഡ്ജം മുതൽ അടുത്ത ഷഡ്ജം വരെയുള്ള) എട്ടുസ്വരങ്ങളെ ഒരു സ്വരാഷ്ടകം എന്നു പറയുന്നു. പിയാനോ, ആധുനിക ഇലക്ട്രോണിക് മ്യൂസിക് കീബോർഡുകൾ ഇവയിൽ 3 മുതൽ 5വരെയുള്ള അഷ്ടകങ്ങൾ

(ഒക്ടേവ്) ഉണർത്തുന്ന നാദം കേൾപ്പിക്കാം.

ഒരു സ്വരാഷ്ടകത്തിലെ ആദ്യ നാലുസ്വരങ്ങളെ 'സരിഗമ' ഇവയെ പൂർവാംഗമെന്നും തുടർന്ന് വരുന്ന 'പധനിസ' എന്നീ സ്വരങ്ങളെ ഉത്തരാംഗം എന്നുമാണു വിശേഷിപ്പിയ്ക്കുന്നത്. 'സ'എന്ന സ്വരം മുതൽ 'നി' വരെ ക്രമേണ നാദം ഉയർന്നാണു വരുന്നത്. ഒരു സ്വരത്തിൽ നിന്നും അടുത്ത സ്വരത്തിലേയ്ക്കുള്ള നാദത്തിന്റെ അളവിനെയാണു ശ്രുതി എന്നുകൊണ്ട് വിവക്ഷിക്കുന്നത്. എന്തെന്നാൽ 'സ' എന്ന സ്വരത്തേക്കാൾ 'രി' എന്ന സ്വരത്തിനു ശ്രുതി ഏറിയിരിയ്ക്കും. ഇതുപോലെ ഒരു സ്വരശ്രുതിയിൽ നിന്നും അടുത്ത സ്വരത്തിലേയ്ക്ക് ആരോഹണത്തിൽ സഞ്ചരിക്കുമ്പോൾ ശ്രുതി കൂടിയും അവരോഹണക്രമത്തിൽ സഞ്ചരിക്കുമ്പോൾ ശ്രുതി കുറഞ്ഞും വരുന്നു.

സംഗീതമേഖലയിൽ ശ്രുതി എന്നതു രണ്ട് വിധത്തിൽ സൂചിപ്പിക്കുന്നുണ്ട്.

ഒരാൾക്കു ആയാസപ്പെടാതെയും ശബ്ദത്തിനു പതറിച്ച വരാതെയും സുഖശബ്ദവിശേഷത്തോടെ പാടാൻ സ്വീകരിക്കുന്ന ധ്വനിയെ, ഗായകന്റെ/ഗായികയുടെ കണ്ഠത്തിനു അനുയോജ്യമായ ശ്രുതിയെന്ന് പറയുന്നു.

ഒരു ഹാർമ്മോണിയത്തിന്റേയോ, ശ്രുതിപെട്ടിയിലേയോ ഇലട്രോണിക് കീബോർഡിലെ മൂന്നു സ്വരാഷ്ടകങ്ങളായ് ഭാഗിച്ചിട്ടുള്ള (ത്രീ ഒക്ടേവസ്)തിന്റെ രണ്ടാമതു സ്വാരഷ്ടകത്തിൽ നിന്നും (സരിഗമപധനി > സരിഗമപധനിസ< രിഗമപധനിസ) ചതുരത്തിലുള്ള സൂചികയിൽ കുറിച്ചിട്ടുള്ള (<സരിഗമപധനിസ>) ആദ്യസ്വരമായ 'സ' ആധാരഷഡ്ജമായും 'രി', 'ഗ', 'മ' തുടങ്ങിയ സ്വരങ്ങളെ ആധാര ഷഡ്ജമായ് സ്വീകരിച്ച് പാടുന്നവരുണ്ട്. അതെല്ലാം ഓരോരുത്തർക്കും അനുയോജ്യമായ വിധത്തിൽ ഏഴുസ്വരങ്ങളിൽ നിന്നും തിരഞ്ഞെടുക്കുന്ന സ്വരത്തെ ആധാര ഷഡ്ജമാക്കിയാണ് ആലപിക്കുക. പണ്ടുള്ള യോഗീശ്വരന്മാർ യാഗങ്ങൾക്കും മറ്റും ചൊല്ലുന്ന സാമശ്രുതികളുടെ നാദലയത്തിൽ ആത്മാനന്ദമേകുന്ന നാദസുഖം അനുഭവിച്ചും മനനം ചെയ്തും സിദ്ധിബുദ്ധി പ്രഭാവത്താൽ ശ്രുതികൾ 64നും അതിനപ്പുറവുമുള്ളത് മനസ്സിലാക്കിയിട്ടുണ്ടായിരിക്കും.

വേദങ്ങളിൽ നാദോത്പ്പത്തിയെക്കുറിച്ച് വായിച്ചത് ഓർമവരുന്നു. അത് എണ്ണിത്തിട്ടപ്പെടുത്തുവാൻ കഴിയില്ല. ബ്രഹ്മവികാസം പോലെ ഓരോ ഹൃദയത്തുടിപ്പിന്റെയും എണ്ണം പോലെ, അത്

എത്ര ശ്രുതികളെന്ന് എണ്ണിത്തിട്ടപ്പെടുത്താൻ ഒരിക്കലും കഴിയില്ല. ഋഷിശ്വരന്മാർക്ക്, യോഗികൾക്ക്, ജ്ഞാനികൾക്ക്, നമ്മുടെ നേത്രങ്ങൾ കൊണ്ട് കാണാൻ കഴിയാത്ത ശക്തികൾക്ക്, യക്ഷകിന്നരഗന്ധർവാദികൾക്ക് അഹങ്കാരം ഗർവ്, വിദ്വേഷം, അസൂയ, ഇവകളില്ലാത്ത ശുദ്ധമാനസരായ സംഗീതസാധകർക്കും ഗുരുത്വവും, പരാശക്തിയുടെ അനുഗ്രഹവും ഉള്ളവർക്കുമൊക്കെ സാധാരണമനുഷ്യരായ നമ്മൾ കേൾക്കുന്ന 22 ശ്രുതികളേക്കാൾ കൂടുതൽ കേൾക്കാനും അറിയാനും കഴിഞ്ഞിട്ടുണ്ടാവും. ധ്യാനവേളയിയും ജ്വരാവസ്ഥയിലും ജാഗ്രതാവസ്ഥയിലും ഏകാന്തവേളകളിലും ആന്തരിക കർണ്ണപുടങ്ങൾക്ക് ഏതെങ്കിലും തരത്തിൽ അന്തർ വായുമർദ്ദം കൊണ്ട് ചെവി കൊട്ടിയടക്കപ്പെടുന്ന സമയങ്ങളിലും ഒരു ഊത്ത് പോലെയുള്ള ശ്രുതിനാദം കേൾക്കാം. അത് മറ്റൊരാൾക്ക് ഇന്ന ശ്രുതിയെന്നോ ആ ശബ്ദം ഇന്ന തരത്തിലെന്നോ, അതുമല്ലെങ്കിൽ മറ്റൊരാളെ പാടി കേൾപ്പിക്കാനോ കഴിയില്ല.

ആ നാദം വാക്കുകൾക്ക് അതീതമാണ്. ഓഡിയോളജിസ്റ്റുകളും സ്കാനിംഗിനു വിധേയരാക്കപ്പെട്ടവരും ഒരു ശ്രുതിയുടെ ഇടയിൽ ഉണ്ടാവുന്ന മറ്റൊരു ശ്രുതി കമ്പനങ്ങൾ കേട്ടിട്ടുണ്ടാവും. അതു സംഗീതത്തിൽ താൽപര്യമുള്ളവർക്ക് മനസ്സിലാവും.

ഞാനിത് അനുഭവിച്ചിട്ടുണ്ട്. ഇടത്തേ ചെവിയുടെ കേൾവി പൂർണമായും നഷ്ടപ്പെട്ട് സർജറിക്കു വിധേയനായപ്പോഴും ഈയിടെ സ്ട്രോക്ക് വന്ന് വിവിധ സ്കാനിംഗുകൾക്കു വിധേയനായപ്പോഴും ശ്രുതികളുടെ സ്പന്ദനനാദം എനിക്കനുഭവിക്കാനായിട്ടുണ്ട്.

ഒന്നുകൂടി ലളിതമായി മനസ്സിലാക്കാൻ, സപ്തസ്വരങ്ങളിലെ ആദ്യസ്വരമയ 'സ' അഥവാ ഒരുകട്ട ശ്രുതിയെ ആധാരമാക്കിയും അടുത്ത സ്വരമായ 'രി' എന്ന രണ്ടു കട്ട സ്വരനാദത്തെ 'സ' (ആധാര ഷഡ്ജമാക്കി)യും മൂന്നാമത്ത സ്വരമായ 'ഗ' (ഗാന്ധാരം ആധാര ഷഡ്ജം 'സ' ശ്രുതിയാക്കി) നാലാമത്ത കട്ടയുടെ ശ്രുതിയായ 'മ' ആധാരശ്രുതിയാക്കിയും അഞ്ചാമത്തെ സ്വരമായ 'പ' (പഞ്ചമം) ആധാര ഷഡ്ജമാക്കിയും ആറാമത്തെസ്വരമായ ധൈവതം എന്ന 'ധ' സ്വരത്തെ ആധാര ഷഡ്ജമാക്കിയും സ്ത്രീപുരുഷന്മാർ അനുയോജ്യ ശ്രുതികൾ തിരഞ്ഞെടുത്ത് പാടുന്നു എന്നു പറയാം.

ഇനി രണ്ടാമതായി പറയുന്ന സ്വരശ്രുതിയെ അറിയാം. സ്വരാഷ്ടകത്തിലെ 'സ' എന്നത് നാം പാടുമ്പോൾ വ്യക്തമായും വ്യത്യ

സ്തമായും കമ്പനം ചെയ്യുന്ന ധ്വനികൾ കേൾക്കും അതായത് ഒരു ശ്രുതി നാം മൂളുമ്പോൾ തന്നെ അതിനിടയിൽ ആന്തരികധ്വനികളും ഉണ്ടാവുന്നുണ്ട്. അത് ഓരോരുത്തർക്കും ഉള്ള കേൾവിയുടെ ശേഷി അനുസരിച്ചിരിയ്ക്കും. അതിനാൽ ഒരു സ്വരാഷ്ടകത്തിലെ ഒരോ സ്വരശ്രുതിയിലും സ്വശ്രുതിയോടൊപ്പം വ്യത്യസ്ത ധ്വനിവിശേഷങ്ങൾകൂടി ചേർന്നുള്ള ആന്തരിക നാദതരംഗങ്ങളേയും ശ്രുതികൾ എന്നു പറയുന്നു. ഇങ്ങനെ ഉണ്ടാകുന്ന ശ്രുതികൾ 66, 24, 22 എന്നിങ്ങനെ ഭിന്ന അഭിപ്രായങ്ങളുടെ മേൽ സംഗീതരംഗത്ത് ചർച്ചയുണ്ടായിരുന്നു. എന്നാൽ പൊതുവെ ഉള്ള അഭിപ്രായം അനുസരിച്ച് ശ്രുതികളുടെ അനന്തതയേയും അഗാധതേയും കുറിച്ച് മനസ്സിലാക്കാൻ മിനക്കെടുത്താതെ 22 ശ്രുതികളായി തന്നെ സംഗീതരംഗം അംഗീകരിച്ചിരിക്കുന്നു.

ബ്രഹ്മത്തിൽ നിറഞ്ഞുനിൽക്കുന്ന ശ്രുതികളെക്കുറിച്ച് ചിന്തിക്കുമ്പോൾ ആത്മീയവും ഭൗതികവും ഇഴചേർത്ത് ശ്രീകുമാരൻതമ്പി, 'ഗാന'മെന്ന ചലചിത്രത്തിനു വേണ്ടി രചിച്ച ഒരു ഗാനത്തിലെ വരികൾ ഞാൻ ഇവിടെ കുറിയ്ക്കുന്നു.

'കോടാനു കോടി ശ്രുതികളിലുണരും ...
കോടാനുകോടി സ്വരങ്ങളിലൂടെ
അജ്ഞാതമാം കളകണ്ഠത്തിൽ നിന്നും
അഭംഗുരമായ് അനുസ്യൂതമായ് തുടരും...'

അതെ, എത്രയെത്ര ശ്രുതികൾ! എത്രയെത്ര സ്വരങ്ങൾ! ഈ യുഗമനുഷ്യർക്ക് ഇത്രയേ കേൾക്കുവാൻ കഴിയൂ എന്നതാണോ അജ്ഞാത ശക്തിയുടെ വരം? വരുന്ന പുതുയുഗ മനുഷ്യകുലത്തിനു എല്ലാ ശ്രുതികളും കേൾക്കുവാൻ കഴിയുമായിരിക്കുമെന്ന് നമുക്കാശിക്കാം. അന്നു മനുഷ്യനേത്രങ്ങൾ വിസ്മയങ്ങളായ കാഴ്ചകൾക്കും സാക്ഷിയാകും.

സംഗീതം ഉദരപൂരണത്തിനു വേണ്ടി പഠിക്കുന്നവരും ഗഹന വിഷയമാക്കാതെ ഒരു വലിയ പ്രതിഭയെന്ന് ഖ്യാതി നേടാനും വേദി തരപ്പെടുത്തുന്നോർക്കും മാത്രമല്ല ഇന്നു സുഗമമായി സംഗീതംസാധന ചെയ്യുവാൻ ആശിക്കുന്നോർക്കും കാലം നിശ്ചയിച്ച 22 ശ്രുതികളെ ആധാരമാക്കി സംഗീതം പുഷ്ക്കലമാക്കാൻ അവസരം ലഭിക്കുന്നുണ്ട്.

സപ്തസ്വരങ്ങളിലെ ആദ്യസ്വരമയായ 'സ' എന്ന സ്വരത്തിനു നാലു തരത്തിലുള്ള ശ്രുതികൾ ഉണ്ട്. അവ ദീപ്തം, ആയതം, മധ്യം, മൃദു എന്നീ നാദഭാവം അനുഭവിപ്പിയ്ക്കുന്നതാണ്. രണ്ടാമ

ത്തെ സ്വരമായ 'രി' എന്ന സ്വരത്തിനു മൂന്നു വിധമുള്ള ശ്രുതികളാണു ഉള്ളത്. കരുണ, മൃദു, മധ്യം എന്നിങ്ങനെയുള്ള നാദഭാവം അനുഭവപ്പെടുത്തും. മൂന്നാമത്തെ സ്വരമായ 'ഗ' എന്ന സ്വരത്തിൽ രണ്ടുവിധമുള്ള ശ്രുതികൾകൊണ്ട് നിവേശിപ്പിച്ചിരിക്കുന്നു. ഒന്ന് ആയതമായതും രണ്ടാമത്തേത് ദീപ്ത ധ്വനിയുള്ളതുമാണ്. നാലാമത്തെ സ്വരമായ 'മ' എന്ന സ്വരത്തിനു നാലു ശ്രുതികൾ ഉണ്ട്. 'സ' എന്ന സ്വരത്തിലെ ശ്രുതികളാണ് 'മ' യുടേതും. (1) വളരെ ദീപ്തമായത് (2) മൃദുവായത് (3) മധ്യമായത് (4) ആയത സ്വഭാവമുള്ളതും ആണ്. അഞ്ചാമത്തെ സ്വരമായ പഞ്ചമ സ്വരത്തിനു ആയതം, മൃദു, കരുണ, മധ്യം എന്നിങ്ങനെയുള്ള നാലു ശുതികളുടെ നാദ വിശേഷം നിവേശിപ്പിച്ചിട്ടുള്ളതാണ്. ആറാമത്തെ സ്വരമായ 'ധ' ധൈവതത്തിനു മധ്യനാദം, ആയത നാദം, കരുണയും ദ്യോതിപ്പിയ്ക്കുന്ന മൂന്നു വീതം ശ്രുതികൾ ഉണ്ട്. ഏഴാമത്തെ സ്വരമായ 'നി' എന്നസ്വരം രണ്ടു ശ്രുതികളുടെ നാദ രൂപകം കൊണ്ട് ധ്വനിപ്പിക്കുന്നു. അവ ക്ഷോഭവികാര ധ്വനികളുടെ അനുഭവപ്പെടുത്തുന്ന മധ്യം എന്നതും ദീപ്തം അഥവാ ഉഗ്രനാദ ശ്രുതികളോടു കൂടിയതുമാണ്.

സ്വരങ്ങൾക്ക് 'സരിഗമപധനി' എന്ന പേരുകൾ എങ്ങനെ ലഭിച്ചു എന്നു നോക്കാം.

സംഗീതസംബന്ധിയായ വിവിധ ഗ്രന്ഥങ്ങളിലും പലതരത്തിലുള്ള വ്യാഖ്യാനങ്ങളാണ് കൊടുത്തിരിക്കുന്നത്. നെഞ്ചകം (വാരിയെല്ലുകൾക്കിടയിലെ ഭാഗം), കണ്ഠം, പല്ലുകൾ, നാവ്, മേൽവായ, നാസിക എന്നീ ആറ് ശരീരസ്ഥാനങ്ങളിൽ നിന്നും പുറപ്പെടുവിക്കാൻ സാധിക്കുന്ന സ്വരത്തിനെ 'സ' എന്ന ഷഡ്ജം എന്ന് പറയുന്നു. 'രി' എന്ന സ്വരം മുതൽ 'നി' എന്ന സ്വരംവരെ മേൽപറഞ്ഞ 6 ശരീര സ്ഥാനങ്ങളിൽ നിന്നും സൃഷ്ടിക്കുന്നത് കൊണ്ടും ഷഡ്ജം വ്യക്തമായി ഉണർത്തുന്നതിനാലും ആദ്യ സ്വരത്തിനു 'സ' എന്ന പേര് നൽകിക്കാണുന്നു. സപ്തസ്വരങ്ങളിലെ രണ്ടാമത്തെ സ്വരമായ ഋഷഭം എന്നു പറയുന്ന 'രി' സ്വരം നമ്മുടെ ഇടനെഞ്ചിനകത്തും ഹൃദയതാളത്തിനൊപ്പം ചേരുന്നതിനാലും ഗോക്കളിൽ കാളയുടെ ശബ്ദധ്വനി ഉള്ളതിനാലും 'രി' എന്നസ്വരനാമം ലഭിച്ചു. മൂന്നാമതായ സ്വരം, ഗീതകങ്ങളെയും ഗാനനാദത്തേയും ധ്വനിപ്പിയ്ക്കുകയും ആന്തരികാനുഭൂതിയേകുന്ന ഗന്ധർവശബ്ദ (കോസ്മിക് ടോൺ/ സ്പിരിചൽ സൗണ്ട്) സ്വരവിശേഷമായതിനാലും 'ഗ' എന്നും ഗാന്ധാരം എന്നും പറയുന്നു. സപ്തസ്വരവൃന്ദങ്ങളുടെ

മദ്ധ്യസ്ഥാനത്ത് നിലകൊള്ളുന്ന സ്വരമായതിനാൽ നാലാം സ്വരത്തിനു 'മ' എന്നപേർ ലഭിച്ചു. സ്വരക്രമത്തിൽ ആരോഹണക്രമത്തിൽ എണ്ണുമ്പോൾ അഞ്ചാം സ്ഥാനത്ത് (പഞ്ചമം) വരുന്ന സ്വരം 'പ' എന്നുച്ചരിക്കും. നാവുകൊണ്ട് മേൽനിരയിലുള്ള മുൻനിര പല്ലുകളെ സ്പർശിച്ചുകൊണ്ട് ഉണ്ടാക്കുന്ന സ്വരം ഹൃദയഭിത്തിയിൽ തൊട്ട് കണ്ഠത്തിലൂടെ പ്രവഹിച്ച് വായുടെ മേൽത്തട്ടിൽ തട്ടി മൂർദ്ധാവിനെ തഴുകും വിധമുള്ള ശബ്ദത്തിനു ജീവനേകുന്നതിനാൽ ആറാമത്ത സ്വരം 'ധ' എന്ന് വിളിക്കുന്നു. ധൈവതസ്വരം ദൈവികനാദവുമാണ്. ഇതിനെ ബുദ്ധികൊണ്ടു നിശ്ചയിച്ചു മാത്രമേ നാദമഹത്വം മനസ്സിലാക്കാൻ കഴിയൂ. സംഗീതം ആത്മമോക്ഷമാർഗ്ഗം എന്നു വിശ്വസിച്ച് നാദോപാസന ചെയ്തിരുന്ന ബ്രഹ്മജ്ഞാനികൾ അനുഭവിച്ച ശബ്ദമാണു 'ധ' എന്ന സ്വരം. സംഗീത തൃമൂർത്തികൾ ഏഴു സ്വരങ്ങളെ മനസ്സിലും ബുദ്ധിയിലും തഴുകിയവരാണ്. സപ്തസ്വരങ്ങളിലെ അവസാന സ്വരമായ നിഷാദം, നാവുകൊണ്ട് മേൽവരിയിലെ മുൻനിര പല്ലിൽ മൃദുവായ് സ്പർശിച്ചുടനെ നാവ് കീഴ്ചുണ്ടിനോട് തൊട്ടുണർത്തുന്ന സ്വരമായതിനാൽ 'നി' എന്നു പറയുന്നു.

പക്ഷിമൃഗാദികളിൽ ചിലതിനു ഏഴു സ്വരങ്ങളിലുള്ള നാദധ്വനികൾകുളുടേതിനു സമാനമായി ശ്രുതിധ്വനികൾ ഉള്ളതായി മുമ്പുള്ള സംഗീതജ്ഞന്മാർ എഴുതിയിട്ടുണ്ട്. സംഗീത രത്നാകരം വായിച്ചിട്ടുള്ളവർക്ക് അതു ബോധ്യപ്പെടും. സപ്തസ്വരങ്ങളെ ക്രമത്തിൽ (ആരോഹരണത്തിൽ) മയിൽ, വൃഷഭം(കാള), ആട്, ക്രൗഞ്ചപക്ഷി, കുയിൽ, കുതിര, ആന എന്നിവകളുടെ ശബ്ദവുമായി തുല്യതയുണ്ടെന്ന് പറയുന്നുണ്ടെങ്കിലും പ്രായോഗികമായി നാം അതിനെ അംഗീകരിക്കേണ്ടതില്ല. ആധുനികയുഗത്തിൽ അതു പ്രായോഗികമല്ല.

ഇരുപത്തിരണ്ട് ശ്രുതികളെ അടിസ്ഥാനപ്പെടുത്തി നിലവിലുള്ള സംഗീതചര്യയിൽ സപ്തസ്വരങ്ങളിലെ ഷഡ്ജം (സ), പഞ്ചമം (പ), എന്നിവയ്ക്കു സ്വരഭേദങ്ങൾ ഇല്ലെന്ന് മനസ്സിലാക്കണം. എന്നാൽ ഷഡ്ജം (സ) യ്ക്കുശേഷം വരുന്ന രി, ഗ, മ, ധ,നി എന്നീ സ്വരങ്ങൾക്ക് വിവിധങ്ങളായ സ്വരഭേദങ്ങളുണ്ട്. രി, ഗ, ധ, നി എന്നീ സ്വരങ്ങൾക്ക് മൂന്നുവീതം ശ്രുതിഭേദങ്ങളുണ്ട്. എന്നാൽ മധ്യമമെന്ന് പറയുന്ന 'മ' സ്വരത്തിനു രണ്ടു തരത്തിലുള്ള ശ്രുതിഭേദം മാത്രമേ ഉള്ളു. ഷഡ്ജപഞ്ചമ സ്വരങ്ങൾ ഒഴിച്ചുള്ള മറ്റു സ്വരങ്ങളിൽ ശുദ്ധവും നാദഭേദവുമായ സ്വരങ്ങളാണെന്ന് അറിയുക.

ആകെയുള്ള 16 ധ്വനിഭേദങ്ങൾ ഇവയാണ്.

1) ഷഡ്ജം (സ)
2) ഋഷഭം (രി) ശുദ്ധ ഋഷഭം,
3) ചതു:ശ്രുതി ഋഷഭം(രി)
4) ഷട് ശ്രുതി ഋഷഭം (രി)
5) ശുദ്ധ ഗാന്ധാരം (ഗ)
6) സാധാരണ ഗാന്ധാരം (ഗ)
7) അന്തര ഗാന്ധാരം (ഗ)
8) ശുദ്ധ മധ്യമം (മ)
9) പ്രതിമധ്യമം (മ)
10) പഞ്ചമം (പ) ധ്വനി ഭേദമില്ലാത്തത്.
11) ശുദ്ധ ധൈവതം (ധ)
12) ചതു:ശ്രുതി ധൈവതം (ധ)
13) ഷട്ശ്രുതി ധൈവതം (ധ)
14) ശുദ്ധ നിഷാദം (നി)
15) കൈശിഖി നിഷാദം (നി)
16) കാകളി നിഷാദം (നി)

പന്ത്രണ്ട് സ്വരസ്ഥാനങ്ങളിൽ പതിനാറു സ്വരങ്ങളെ പ്രതിഷ്ഠിച്ചിരിക്കുന്ന വിധം എങ്ങനെയാണ്?

നാദധ്വനികളുടെ സാമ്യം അനുസരിച്ച് ചതു:ശ്രുതി ഋഷഭം, സാധരണ ഗാന്ധാരം, ഇവകളെ ഒരു സ്ഥാനത്തും, ഷഡ്ശ്രുതി ധൈവതം, കൈശികി നിഷാദം ഇവയെ മറ്റൊരു സ്ഥാനത്തും 8 സ്വരങ്ങളെ 4 സ്ഥാനങ്ങളിലും ബാക്കിവരുന്ന 8 സ്വരങ്ങളെ ഓരോ സ്ഥാനങ്ങളിലുമായി നിവേശിപ്പിച്ചിരിക്കുന്നു.

സ്പന്ദനം എന്നാൽ ഒരു വസ്തുവിൽ നിന്നും ഉണ്ടാകുന്ന ധ്വനി ഒരു സെക്കന്റിൽ എത്ര തവണ വായുവിൽ നാദ തരംഗങ്ങൾ ഉണ്ടാക്കുന്നു എന്നപ്രകാരത്തിലാണ്. ലോഹ പാത്രത്തിലോ ഓടു കൊണ്ടുള്ള മണിയിലോ തട്ടുമ്പോൾ ഏതെങ്കിലും സ്വരം പാടുമ്പോൾ ശബ്ദസ്പന്ദന തരംഗങ്ങൾ ഉണ്ടാകുവാൻ വേണ്ടുന്ന നിമിഷങ്ങളെ നാദത്തിന്റെ ആവൃത്തി (frequency) എന്ന് പറയുന്നു. ഈ ശബ്ദാവൃത്തി ഉയർന്നു വരുംതോറും ശ്രുതിയും (pitch) കൂടി വരുന്നതാണ്.

ആയതിനാൽ സപ്തസ്വരങ്ങൾക്ക് വിവിധ ശ്രുതികളുടെ ശബ്ദ ആവൃത്തിയാണ് ഉള്ളത്. രണ്ടു സ്വരങ്ങൾക്കിടയിലുണ്ടാകുന്ന നാദ സ്പന്ദനത്തിന്റെ കൂടിയതും കുറഞ്ഞതുമായ ശബ്ദ ആവൃത്തി

യുടെ വ്യത്യാസത്തെ നാദ അന്തരം എന്നു പറയുന്നു. അതായത് 'രി' എന്ന സ്വരത്തിൽ നിന്നും 'സ' എന്ന സ്വരത്തിലേയ്ക്കുള്ള സപന്ദനത്തിനു എടുക്കുന്ന സമയ ദൈഘ്യമാണു അന്തരം. 'ഗ' എന്ന സ്വരത്തിൽ നിന്നും 'രി' യിലേയ്ക്കും മധ്യമത്തിൽ നിന്നും ഗാന്ധാരത്തിലേയ്ക്കും പഞ്ചമത്തിൽ നിന്നു മധ്യമത്തിലേയ്ക്കും ധൈവതത്തിൽ നിന്നും പഞ്ചമ സ്വരത്തിലേയ്ക്കും നിഷാദത്തിൽ നിന്നും ധൈവത്തിലേയ്ക്കും ഇടയിലുള്ള നാദ സ്പന്ദന സമയ ദൈർഘ്യമാണ് അന്തരം.

സപ്തസ്വരങ്ങളിലെ ആദ്യ സ്വരമായ 'സ' മുതൽ 'നി' എന്ന സ്വരംവരേയും തുടർന്നുള്ള മേൽ ഷഡ്ജം ഉച്ചത്വം കൂടിയ സ്വരമായ രണ്ടാമത്തെ ഷഡ്ജം എന്ന 'സ' എന്നതിനെ അഷ്ടകം എന്നു വിളിക്കുന്നു. പാശ്ചാത്യരീതിയിൽ രണ്ടാമത് വരുന്ന ഉച്ചത്വം കൂടിയ C എന്ന സ്വരത്തിനു 'ഒക്ടേവ്' എന്നു പറയുന്നു.

ഒരു മ്യൂസിക് കീ ബോർഡിലെ മധ്യനിരയിൽ നിന്നും തുടങ്ങുന്ന സ്വരങ്ങളുടെ തരംഗ ആവൃത്തിയെ അടിസ്ഥാനമാക്കിയുള്ള നാദത്തെ ശ്രുതിയുടെ ആവൃത്തിയായി നിജപ്പെടുത്തിയിരിക്കുന്നു. ഇതനുസരിച്ചാണു സംഗീതോപകരണങ്ങൾ അ എന്ന സ്വരത്തിന്റെ 440എന്ന ഫ്രീക്വൻസി കൃത്യതയോടെ വയലിൻ, ഗിറ്റാർ, സെല്ലോ, റിഥംപാഡ്, റിഥംകമ്പോസർ, ബാസ് ഗിറ്റാർ, സാക്സോഫോൺ, തബല തുടങ്ങിയവയും ഗായകർ അവരവരുടെ ശ്രുതിക്കനുസരിച്ചും പാടുന്നു. പാശ്ചാത്യസംഗീതത്തിൽ പഠനത്തിന് എളുപ്പമാർഗ്ഗമായി ഇംഗ്ലീഷ് അക്ഷരമാല ക്രമത്തിലാണു ശ്രുതി അടിസ്ഥാനപ്പെടുത്തിയിരിക്കുന്നത്.

A B C D E F G അക്ഷരമാലക്രമത്തിൽ A എന്ന സ്വരത്തിനു 440 ഹെർട്ട്സ് ആണു ശബ്ദ ആവൃത്തി. സംഗീതോപകരണങ്ങൾ പഠിയ്ക്കുന്നവർക്ക് എളുപ്പമാർഗ്ഗവും ഇതാണ്. സരിഗമപധനിസ എന്ന പോലെ പാശ്ചാത്യരീതിയിൽ സംഗീതസ്വരങ്ങൾ ആലപിയ്ക്കുമ്പോൾ നമ്മുടെ സ്വരസാധകം പോലെയുള്ളതാണ്. ഭാഷമാറുന്നുവെന്നതും സ്വരങ്ങളെ ഇംഗ്ലിഷ് അക്ഷരമാലയിലെ അക്ഷരങ്ങൾ കൊണ്ട് സൂചിപ്പിയ്ക്കുന്നു എന്നതുമാണ് വ്യത്യാസം.

ധ സ രി ഗ മ പ ധ നി സ പ

C D E F G A B C

പാശ്ചാത്യ സംഗീത രീതിയിൽ സ്വരങ്ങൾ പാടുന്നത്, ഭാരതീയ സംഗീതവുമായുള്ള അന്തരം എന്തെന്നും ഏതു രീതിയിലുള്ള ഉച്ചാരണമെന്നും അറിയാം.

സ രി ഗ മ പ ധ നി സ
Do Re Mi Fa So La Ti Do

പാശ്ചാത്യ സംഗീത സ്വരങ്ങളുടെ ശരിയായ ഉച്ചാരണത്തോടെ എങ്ങനെ പാടണം എന്നത് മനസിലാക്കാൻ ഉതകുന്ന ചലച്ചിത്രം ഉണ്ട്.

1965-ൽ പുറത്തിറങ്ങിയ ഒരു വിഖ്യാത അമേരിക്കൻ സംഗീത ചലച്ചിത്രമാണ്- 'The Sound of Music.' ഈ ചലച്ചിത്രം കാണുകയും പഠിക്കുകയും ചെയ്യുക.

മഴവില്ലിൽ ഉള്ള ഏഴു നിറങ്ങൾ പോലെ സപ്തസ്വരങ്ങൾക്കും നിറങ്ങളുള്ളതായി ഉപനിഷത്തിലെ നാദാൽപ്ത്തിയിലും സാമവേദത്തിലും ഋഷികൾ എഴുതിയിട്ടുണ്ട്.

നമ്മുടെ ശരീരം ഒരു സംഗീതോപകരണം ആണെന്നു കരുതുക. ചമ്രംപടിഞ്ഞിരുന്ന് നാദോപാസകൻ, ധ്യാനം, യോഗ ഇവകൾ ചെയ്യുമ്പോൾ ശരീരത്തിന്റെ മൂലാധാര ചക്രത്തിൽ നിന്നും മുകളിലോട്ട് ഉയരുന്ന നാദശരീരചക്രങ്ങളിൽ നിന്നും സ്ഫുരിക്കുന്ന നാദങ്ങൾക്ക് ഏഴു നിറങ്ങളുടെ പ്രകാശവലയങ്ങൾ (ഓറ) പ്രസരിയ്ക്കുന്നതായി ജ്ഞാനികളായവർ എഴുതീട്ടുണ്ട്. ആത്മനാദസാധകരായവർക്ക് ലഭിക്കുന്ന യോഗദൃഷ്ടിയുള്ളവരുടെ കണ്ണുകൾക്ക് ആ പ്രകാശരേണു ഗോചരവുമാണ്. മനുഷ്യശരീരത്തിന്റെ ശിരസ്സിനു ചുറ്റും പ്രകാശവലയങ്ങൾ ഉള്ള ചിത്രങ്ങൾ പലരും കണ്ടിരിക്കുമല്ലോ. ദേവിദേവന്മാരുടേയും സന്യാസി ശ്രേഷ്ഠന്മാരുടേയും ചിത്രങ്ങളിൽ ഇങ്ങനൊരു പ്രകാശ വലയം ഉണ്ടെന്ന്

സാധാരണക്കാരായവർക്ക് മനസിലാകാൻ വേണ്ടിയാണു ചിത്രമെഴുത്തുകാരാൽ തീർത്ത ചിത്രങ്ങളിലൂടെവേദജ്ഞരായ ജ്ഞാനികൾ ബോധ്യപ്പെടുത്തിയത്. ആധുനിക ശാസ്ത്രഗവേഷകരും (റഷ്യൻ ശാസ്ത്രസംഘം) മനുഷ്യരുടേയും മറ്റു ജീവജാലങ്ങളുടേയും ശരീരത്തിനു ചുറ്റുമായി നിരവധി പ്രകാശ വലയങ്ങളുള്ളതായി തെളിയിച്ചിട്ടുണ്ട്.

മാനുഷസംഗീത ശബ്ദങ്ങൾ ശരീരത്തിന്റെ ഏതിടങ്ങളിൽ നിന്നും പ്രവഹിക്കുന്ന സ്വരത്തിനു ഏതു നിറമെന്ന് അറിയാം. അടിസ്ഥാന ചക്രമായ മൂലാധാരചക്രം ഉണർത്തുന്ന സ്വര നാദം, 'സ' ആകുന്നു. മൂലാധാര ചക്രസ്വരത്തിന്റെ നിറം കടും ചുവപ്പാണു. രണ്ടാമതായി സ്വാധിഷ്ഠ ചക്രത്തിൽ നിന്നും പുറപെടുന്ന 'രി' എന്ന ഋഷഭ സ്വരത്തിനു ഓറഞ്ച് നിറമാണ്. മൂന്നാമതായി മണിപൂരക ചക്രത്തിൽ നിന്നും ധ്വനിക്കുന്ന ഗാന്ധാരത്തിനു 'ഗ'

എന്ന സ്വരത്തിനു മഞ്ഞനിറമാണുള്ളത്. നാലാമതായി ഹൃദയ ചക്രത്തിൽ നിന്നും ധ്വനിക്കുന്ന 'മ' എന്ന സ്വരത്തിനു പച്ച നിറമാണുള്ളത്. അഞ്ചാമത്തെ ചക്രമായ വിശുദ്ധ ചക്രത്തിൽ നിന്നും ധ്വനിക്കുന്ന 'പ' എന്ന സ്വരത്തിനു നീലാകാശത്തിന്റെ നിറമാണ്. ആറാമത്തെ ചക്രമായ ആഗ്യ ചക്രത്തിൽ നിന്നും പുറപ്പെടുന്ന ധൈവത(ധ) സ്വരത്തിനു ഇൻഡിഗോ നിറമാകുന്നു. ഏഴാമത്തെചക്രമായി നിലകൊള്ളുന്ന മൂർദ്ധാവിലുള്ള സഹസ്രാരപത്മചക്രത്തിൽ നിന്നും പ്രകാശിപ്പിക്കുന്ന 'നി' എന്ന സ്വരത്തിനു വയലറ്റ് നിറത്തോടു ഇലക്ട്രിക് ബ്ലൂ ചേർന്ന നിറവും ആകുന്നു.

പാശ്ചാത്യ സംഗീതരീതിയിൽ വിവിധങ്ങളായ സ്വരങ്ങളെ ഒന്നിച്ച് ധ്വനിപ്പിക്കുന്ന സ്വര വിശേഷം സൃഷ്ടിക്കാറുണ്ട്. അത് മൂന്ന് തീവ്രസ്വരങ്ങളാലും മൂന്ന് ചെറിയ സ്വരങ്ങളാലും ഉണ്ടാക്കപ്പെടുന്നതുമാണ്. പാശ്ചാത്യ സമ്പ്രദായത്തിലൂടെ ത്രിസ്വര ശബ്ദം ഒരു ഹാർമ്മോണിയത്തിലോ ആധുനിക സംഗീത ഉപകരണങ്ങളിലോ, ഗിറ്റാറിലോ കോർഡ് ആയി വായിച്ച് കേൾക്കാം. ഇവിടെ വലുതും ചെറുതുമായ ഒന്നിടവിട്ടുള്ള സ്വരങ്ങളെ ഒരുമിച്ച് ധ്വനിപ്പിയ്ക്കുമ്പോൾ ഉണ്ടാകുന്ന ത്രിസ്വരനാദ വിശേഷത്തെയാണ് ഒരു കോഡ് കൊണ്ട് ഉദ്ദേശിക്കുന്നത്. പാശ്ചാത്യ സംഗീതകാരന്മാരുടെ രൂപപ്പെടുത്തിയ ഈ നാദ ശൈലി ഇന്നു നമ്മുടെ സിനിമ സംഗീത സംവിധായകരും പ്രയോഗിക്കുന്നുണ്ട്. കോർഡ് രീതിയിൽ സംഘഗാനങ്ങൾ, കോറസ്, ക്രിസ്ത്യൻ ആരാധനാഗീതങ്ങൾ എന്നിവയിൽ എപ്പോഴും പ്രയോജനപ്പെടുത്താറുണ്ട്.

കർണാടിക് സംഗീതത്തിലെ ശങ്കരാഭരണത്തിലെ സ്വരസ്ഥാനങ്ങൾക്ക് ഒരുവിധം തുല്യമാണു പാശ്ചാത്യസംഗീതത്തിലെ മേജർ സ്കെയിൽ. മേജർ സ്കെയിലിലുള്ള സ്വരാന്തരം പരിശോധിച്ചാൽ ഇവയിൽ 3 മേജർ ടോണുകൾ, 2 മൈനർ ടോണുകൾ, 2 സെമി ടോണുകൾ അടങ്ങിയതായി മനസ്സിലാവും. പിയാനോ, ആധുനിക മ്യൂസിക് കീബോർഡ്, ഹാർമ്മോണിയം, സാക്സോഫോൺ, ക്ലാരിനറ്റ്, അക്കോർഡിയൻ തുടങ്ങിയ വാദ്യങ്ങളിൽ സ്വരസ്ഥാനങ്ങൾ യഥാക്രമം തുല്യമായ അന്തരത്തോടു കൂടിയാണു വിന്യസിച്ചിട്ടുള്ളത്. 3 മേജർ ടോണുകളും 2 മൈനർ ടോണുകളും 2 സെമി ടോണുകളും അടങ്ങിയ 12 സെമിടോണുകളായ സ്വരവിധാനത്തെ ഈക്വൽ ടെമ്പറമെന്റ് എന്ന് പറയുന്നു. പാശ്ചാത്യമായ ഈ രീതി ദക്ഷിണേന്ത്യൻ സംഗീതജ്ഞന്മാർ അംഗീകരിച്ചിട്ടില്ലെങ്കിലും ഉത്തരേന്ത്യൻ സംഗീതജ്ഞന്മാർ പലരും സമരസപ്പെട്ടിട്ടുമുണ്ട്.

സ്വരസ്ഥായി

സ്വരങ്ങൾ നിലകൊള്ളുന്ന നാദബിന്ദുവിനെയാണു സ്ഥായി എന്ന് പറയുന്നത്. ഇവ മന്ദ്രം, മധ്യം, താരം എന്നിങ്ങനെ മൂന്ന് പ്രകാരത്തിൽ നിലകൊള്ളുന്നു. ഷഡ്ജം (സ) എന്ന സ്വരത്തെ ശ്രുതിയാക്കികൊണ്ട് സരിഗമപധനി എന്ന് പാടുമ്പോൾ അതിനെ അത് മധ്യസ്ഥായിലുള്ള ആലാപനവും ആരംഭ സ്വരമായ ഷഡ്ജ (സ) ത്തിൽ നിന്നും താഴോട്ട് 'നിധപമഗരിസ' എന്ന് പാടിയാൽ അത് മന്ദ്രസ്ഥായിലുള്ളതും മധ്യസ്ഥായിൽ നിഷാദസ്വര(നി) ത്തിൽ നിന്നും മുകളിലോട്ട് സരിഗമപധനി എന്ന് ആരോഹണത്തിൽ പാടുന്നത് താരസ്ഥായി സ്വരങ്ങളുമാണ്.

മന്ദ്രസ്ഥായി സ്വരങ്ങളാണെന്ന് അറിയുവാൻ സ്വരങ്ങളുടെ താഴെ ഒരു കറുത്ത ബിന്ദുവോ താരസ്ഥായിസ്വരങ്ങളെ സൂചിപ്പി ക്കുവാൻ സ്വരങ്ങളുടെ മുകളിൽ നക്ഷത്ര ചിഹനമോ പുള്ളിയോ ഉപയോഗിക്കുന്നു. മൂന്നുസ്ഥായികൾക്കു പുറമേ രണ്ടു സ്ഥായികൾ കൂടിയുണ്ട്.

മന്ദ്രസ്ഥായിക്ക് കീഴേ അനുമന്ദ്രസ്ഥായിയും താരസ്ഥായിയ്ക്കു മുകളിൽ അതിതാരസ്ഥായിയും ഉണ്ട്. അനുമന്ദ്രസ്ഥായിലും പഞ്ച മസ്വരത്തിനു താഴേക്കും ഒപ്പം അതിതാരസ്ഥായിലെ പഞ്ചമത്തി നു മുകളിലും മനുഷ്യശബ്ദത്തിനു പ്രാപ്യമല്ല. അതായത് മന്ദ്രസ്ഥാ യിലെ പഞ്ചമസ്വരം മുതൽ താരസ്ഥായിലെ പഞ്ചമം വരെ മാത്ര മേ മനുഷ്യനു പാടാൻ കഴിയൂ. മന്ദ്രസ്ഥായിൽ ധൈവതം(ധ) മുതൽ താരസ്ഥായിലെ മധ്യമം വരെ പോലും ഗായകർ വളരെ ബുദ്ധിമുട്ടിയാണു പാടുന്നത്.

സ്വരങ്ങളുടെ ഗ്രാമം

ബ്രാഹ്മണർ കൂട്ടമായി ഇടങ്ങളേയും നമ്മുടെ ചുറ്റുവട്ടങ്ങളിലു ള്ള വിവിധ തൊഴിലുകളിൽ ഏർപ്പെട്ടിരിയ്ക്കുന്നവർ ജീവിക്കുന്ന ഇടങ്ങളെയും പൊതുവേ ഗ്രാമം എന്നാണല്ലോ പണ്ടു പറഞ്ഞിരു ന്നത്. വേദകാലങ്ങളിൽ ഋഗ്വേദികളും യജ്ജുർവ്വേദികളും അഥർവ വേദികളും സാമ വേദ സംഗീതസ്വരത്തിന്റെ ശ്രുതി സംഖ്യക്ക് അനുസൃതമായിട്ടായിരുന്നു മന്ത്രങ്ങൾ ഉരുവിട്ടിരുന്നത്. വേദജ്ഞ ന്മാർ അവർക്ക് ചുറ്റിനും സാമൂഹ്യാന്തരീക്ഷത്തിനു ഗുണകരമായ ഊർജ്ജമുണ്ടാകുവാൻ വേണ്ടി യാഗാദിയജ്ഞത്തിനു മന്ത്രങ്ങൾ, ആധാര ശ്രുതിയിൽ 24, 101, 108, 1008, ഒരുലക്ഷം എന്ന കണക്കിൽ ജപിച്ച് സിദ്ധി വരുത്തുവാൻ വേണ്ടിയാണ് സ്വരഗ്രാമങ്ങൾ നിശ്ച

യിച്ചത്. സംഗീത സ്വരശ്രുതിയോട് ചേർന്നു ചൊല്ലുന്ന മന്ത്രങ്ങളെല്ലാം ശ്രുതിയോടെ ചൊല്ലാൻ ഒരു നിശ്ചിത മാത്രകളുടെ സമയനിഷ്ഠയുണ്ട്.

ഉദാഹരണമായി 'ഓം' എന്നത് നമ്മുടെ ഹൃദയമിടിപ്പിന്റെ എണ്ണത്തിനനുസരിച്ച് ദീർഘിപ്പിച്ച് ചൊല്ലണം എന്നതിനു നിശ്ചിത നിമിഷങ്ങളുടെ (മീറ്റർ) അളവുണ്ട്. യാഗാദിസ്ഥലങ്ങളിലും വേദമന്ത്രാദികൾ ചൊല്ലുന്ന ക്ഷേത്രങ്ങളിലും എല്ലാവർക്കും കടന്നുചെന്ന് അതു പഠിക്കാൻ കഴിഞ്ഞിരുന്നില്ല. വേദകാലസ്വരശ്രുതി ഗ്രാമത്തിന്റെ ആലാപന ശൈലി അറിയാൻ വേണ്ടി ഒരു ചലച്ചിത്രഗാനം പരിചയപ്പെടുത്തുന്നു.

ഗായത്രി എന്ന സിനിമയ്ക്കു വേണ്ടി വയലർ രാമവർമ്മ രചിച്ച് ജി. ദേവരാജൻ സംഗീതം നിർവ്വഹിച്ച, 'പത്മ തീർത്ഥമേ ഉണരൂ മാനസ പത്മ തീർത്ഥമേ ഉണരൂ... ' എന്ന ഗാനത്തിനു മുൻപ് വിരുത്തമായും പല്ലവിയും അനുപല്ലവിയും ചരണവും കഴിഞ്ഞ് വരുന്ന വേളയിൽ ചൊല്ലുന്ന ഗായത്രി മന്ത്രം,

'ഓം തത് സവിതുർ വരേണ്യം
ഭർഗ്ഗോ ദേവസ്യ ധീമഹി
ധിയോ യോന:പ്രചോദയാത്
എന്ന മന്ത്രം ശ്രവിച്ചാൽ ഇക്കാര്യം മനസ്സിലാവും.

ശ്രുതിയോടെയുള്ള വേദാർത്ഥികളുടെ ആലാപനശൈലി സിനിമയിൽ ഉൾപ്പെടുത്തി സാധാരണക്കാർക്കും സംഗീതപഠിതാക്കൾക്കും പരിച്ചയപ്പെടുത്തിയതിനു ദേവരാജൻ മാസ്റ്റർക്കു നേരേ വേദസമൂഹം ക്ഷോഭിച്ച് പ്രതിഷേധിച്ചിരുന്നു. മഹാസംഗീത ഗുരുവിനെ മനസ്സാ പ്രണമിക്കുന്നു.

ഒരു വാക്ക് നാം നിശ്ചിത നാദതരംഗ (പിച്ച്) ധ്വനികൾ ഉണ്ടാക്കും വിധം പറയുകയോ ഇണത്തിൽ ചൊല്ലുകയോ ചെയ്താൽ അതു കേൾക്കുന്ന വിവിധ മനുഷ്യ മനസ്സുകൾക്കും ഇതര ജീവികൾക്കും ഓരോ മനോഭാവങ്ങളാവും ഉണ്ടാക്കുക. അതുകൊണ്ടു തന്നെ വേദങ്ങൾ ചൊല്ലാൻ ആദ്യം സാമവേദാധിഷ്ഠിതമായ സംഗീതം പഠിച്ചിരിക്കണമെന്നതും ശാസ്ത്രപകാരം നിർബന്ധമാണ്. ഇതിനോട് അനുബന്ധമായി ഒരു കാര്യം പറയട്ടെ, ശ്രുതിമധുരമായ് പാടേണ്ട ഈശ്വരസ്തുതികൾക്ക് എന്തിനാണ് അനുചിതല്ലാത്ത വാദ്യോപകരണ അകമ്പടിമേളം എന്ന് ആരെങ്കിലും ചിന്തിച്ചാൽ തെറ്റു പറയാനാവില്ല.

സ്വരഗ്രാമങ്ങളെ മൂന്ന് തലത്തിലാണു പൂർവ്വികരായ സംഗീത

ജ്ഞരും വേദപുരോഹിതരും വിഭജിച്ചത്. ഓരോ ഗ്രാമത്തിലും ഉള്ള സ്വരങ്ങളുടെ എണ്ണവും ഉപയോഗിച്ചിരിക്കുന്ന സ്വരങ്ങളേയും ആശ്രയിച്ചാണു മൂന്ന് ഗ്രാമങ്ങൾ വേദകാല സംഗീതത്തിൽ ഉൾപ്പെടുത്തിയിരിക്കുന്നത്. ഈ സംഗീത ഗ്രാമങ്ങളെ ഷഡ്ജഗ്രാമം, മധ്യമഗ്രാമം, ഗാന്ധാരഗ്രാമം എന്നിങ്ങനെയാണു പേരിട്ടിരിക്കുന്നത്. ഇങ്ങനെയുള്ള ഗ്രാമാധിഷ്ഠിത സ്വരശ്രുതി കൊണ്ട് സംഗീതത്തിന്റെ വളർച്ചയ്ക്ക് വലിയ പുരോഗതിയും ഉണ്ടായി എന്ന് പറയാൻ കഴിയില്ല. ഓരോ വേദഗ്രാമ സമൂഹവും അവർക്ക് അനുയോജ്യമായ സ്വരഗ്രാമത്തെ അധാരമാക്കി വേദോച്ചാരണം ചെയ്യുന്നുവെന്ന് മാത്രം. പൊതുവേ വേദാദികാലത്ത് നിലനിന്നിരുന്ന സ്വരഗ്രാമങ്ങളെല്ലാം ഓരോമന്ത്രവും അനായാസമായി നിശ്ചിതകാല പ്രമാണത്തിൽ ശ്രുതിയോടെയും മന്ത്രാക്ഷരങ്ങൾ അക്ഷരശുദ്ധിയോടെയും ഉരുവിടുവാൻ വേണ്ടിയുണ്ടാക്കിയിരുന്നതാണ്. ഇന്നവയ്ക്ക് പ്രസക്തി നഷ്ടപ്പെട്ടിരിക്കുന്നു.

വർണം

ഇപ്പോൾ നടപ്പിലുള്ള സംഗീതസമ്പ്രദായ പ്രകാരം വർണം എന്നു പറയുന്നത് പ്രത്യേക ഇനത്തിലുള്ള സംഗീതത്തെയാണ്. എന്നാൽ കാലങ്ങൾക്ക് മുൻപ് ഗാനക്രിയയെ അഥവ പാടുക എന്നതിനെയാണ് വർണമെന്നു വിളിച്ചിരുന്നത്. അതു നാലുവിധമായിരുന്നു. സ്ഥായി, ആരോഹി, അവരോഹി, സഞ്ചാരീ എന്നിവയാണവ. ഈ നാല് ഇനങ്ങളെ പരിശോധിക്കാം. ഒരു സ്വരത്തെത്തന്നെ കൂടുതൽ തവണ ആവർത്തിച്ചാവർത്തിച്ച് പാടുന്ന പ്രയോഗത്തിനെ 'സ്ഥായി' എന്നു പറയുന്നു. ഉദാഹരണമായി:- സസസസ രിരിരിരി ഗഗഗഗ എന്നവിധം.

ആരോഹി (ആരോഹണം) ഇത് സ്വരങ്ങളെ ആരോഹണ ക്രമത്തിൽ പാടുന്ന പ്രയോഗം.

ഉദാ:- സരിഗമപധനിസരിഗമപധനിസാ എന്ന വിധം.

അവരോഹി എന്നത് :- സനിധപമഗരിസ നിധപമഗരിസ എന്ന വിധത്തിൽ പാടുന്നതാണ്. മുകളിൽ പറഞ്ഞ സ്ഥായി, ആരോഹി, അവരോഹി ഇവകളുടെ സമ്മിശ്ര സ്വരപ്രയോഗ ആലാപനത്തെ സഞ്ചാരി എന്ന് വിളിക്കുന്നു.

ഉദാഹരണമായി:- സസസസസസരിഗമപാ നിനിനിധപമഗരിരി പമഗരിസ എന്നിങ്ങനെ ആലപിക്കുക.

മേൽപ്പറഞ്ഞ സമ്പ്രദായങ്ങൾ ഇപ്പോൾ നിലവിൽ ഇല്ല.

ഇന്നുള്ള സംഗീത സമ്പ്രദായത്തിൽ പ്രത്യേകതയോടെ അവതരിപ്പിക്കുന്ന ഗാനസാഹിത്യ ആലാപനത്തെയാണു വർണം എന്നു പറയുന്നത്.

താനം

സംഗീത കച്ചേരികളിൽ ഒരു രാഗത്തിന്റെ പ്രത്യേകരീതിയിൽ വിസ്തരിച്ചുള്ള ആലാപനപ്രയോഗത്തെ താനം എന്നു പറയുന്നു. അതായത് മധ്യമലയമോടെ, രാഗസ്വരങ്ങൾക്കു പകരം 'ത ധരീ രി.... രീ... ആ... ആ.. നനം... ഗ...ഗം... നീ... നീം' എന്നീ ശബ്ദങ്ങളെക്കൊണ്ട് ഒരു രാഗത്തിന്റെ സ്വരൂപം പ്രത്യക്ഷീകരിക്കുന്ന രാഗാലാപനമാണ് താനം.

രാഗം

ഭാരതം ലോകസംഗീതത്തിനു നൽകിയ വിലപ്പെട്ട സംഗീത നിധിയാണു രാഗങ്ങൾ. രാഗത്തിന്റെ ലക്ഷണം എന്താണെന്നു നോക്കാം. ഏതൊരു ധ്വനിവിശേഷം സ്വരങ്ങളാലും ആരോഹണാവരോഹണാദി വർണങ്ങളാലും സമ്മേളിച്ച് ശ്രോതാക്കളുടെ മനസ്സിനെ രഞ്ജിപ്പിക്കുന്നുവോ ആയതിനെ രാഗം എന്നാണു പറയുന്നത്. ഇതു സംഗീതരത്നാകരം എന്ന ഗ്രന്ഥത്തിൽ രാഗങ്ങളുടെ ലക്ഷണത്തെക്കുറിച്ച് എഴുതിയിട്ടുള്ളതാണ്. രാഗവിഭാഗങ്ങളിൽ ജനകരാഗങ്ങളും ജന്യരാഗങ്ങളും ഉണ്ട്. ജനകരാഗത്തിനു മേളരാഗം, രത്നാംഗരാഗം, കർത്താരാഗം, മേളകർത്താരാഗം എന്നിങ്ങനെയും പേരുകളുണ്ട്. ജന്യരാഗങ്ങൾക്കുള്ള രീതി നോക്കുമ്പോൾ,

1) ആരോഹണത്തിലും അവരോഹണത്തിലും സപ്തസ്വരങ്ങളുടെ ഗതി ഒരേ ക്രമത്തിലിരിക്കുന്നതാവണം.

2) ആരോഹണാവരോഹണത്തിൽ ഒരേ സ്വരഭേദം വന്നിരിക്കണം. അതായത് ആരോഹരണത്തിൽ ശുദ്ധസ്വരം ഉണ്ടെങ്കിൽ അവരോഹണത്തിലും ശുദ്ധസ്വരം നിലനിർത്തണം.

3) ഒരേ സ്വരത്തിന്റെ ഒന്നിൽ കൂടുതലുള്ള ഭേദത്തിന്റെ അഭാവം ഉണ്ടാകണം.

4) മൂന്ന് സ്ഥായികളിൽ ഉള്ള ജനകരാഗസ്വരങ്ങളുടെ ഗതിവേഗവിശേഷം. ലളിതമായി പറഞ്ഞാൽ ജനകരാഗങ്ങളിൽനിന്നും ഭിന്നമായതെല്ലാം ജന്യരാഗങ്ങൾ എന്ന് അറിയപ്പെടുന്നു.

3
മേളകർത്താരാഗങ്ങൾ

പതിനേഴാം നൂറ്റാണ്ടിൽ ജീവിച്ചിരുന്ന പണ്ഡിതശ്രേഷ്ഠനായിരുന്ന വെങ്കിടമഖിയാണു മേളകർത്താക്കളുടെ എണ്ണം ശാസ്ത്രീയമായ കണക്കിൽ ചിട്ടപ്പെടുത്തിയത്.

'ചതുർദ്ദണ്ഡിപ്രകാശിക' എന്ന ഗ്രന്ഥം സംഗീതസംബന്ധിയായ സംശയങ്ങൾക്ക് നിവാരണമേകും.

72 മേളകർത്താരാഗങ്ങൾ എല്ലാവരും നടപ്പിലാക്കുവാനുള്ള കാരണം 12 സ്വരസ്ഥാനങ്ങളും അവയോട് ചേർന്നുള്ള 16 സ്വരങ്ങളുടെ ആരോഹണക്രമത്തിലുള്ള സമന്വതയുമാണ്.

സ, പ എന്നീ സ്വരങ്ങൾക്ക് ശ്രുതി ഭേദങ്ങളൊന്നുമില്ലാതെയും 'രി, ഗ, ധ, നി' എന്നീ സ്വരങ്ങൾക്ക് 6 വീതം ഭേദത്തോടെയും മധ്യമം(മ) സ്വരത്തിനു ശുദ്ധമധ്യമം, പ്രതിമധ്യമം എന്നി രണ്ടു ഭേദത്തോടു കൂടിയതുമായി മേളകർത്താരാഗങ്ങളെ വിഭജിച്ചിരിക്കുന്നു. സപ്തസ്വരങ്ങളിലെ രി, ഗ എന്നീ സ്വരങ്ങൾ 6 തരത്തിൽ പരസ്പരം യോജിക്കുന്നതാണ്. ഇതേപോലെ ധ, നി എന്നീ സ്വരങ്ങളും 6 തരത്തിൽ പരസ്പരം സംയോജിക്കുന്നു. അതിനാൽ 6 വീതമുള്ള ഋഷഭ ഗാന്ധാരങ്ങൾ ഓരോന്നിനേയും തനിമയോടെ വീണ്ടും 36 തരത്തിൽ യോജിപ്പിക്കാൻ കഴിയും. ഇങ്ങനെ 36 തരത്തിലുള്ള ഭേദങ്ങളോടു കൂടി ഷഡ്ജവും (സ) പഞ്ചമ സ്വരവും(പ) ശുദ്ധമധ്യമവും കൂടി ചേർത്ത് 36 മേളകർത്താരാഗങ്ങളും ഷഡ്ജപഞ്ചമ സ്വരങ്ങളോടു ശുദ്ധമധ്യമം ഒഴിവാക്കി പ്രതിമധ്യമം ചേർക്കുമ്പോൾ കിട്ടുന്ന 36 മേളകർത്താരാഗങ്ങളും കൂട്ടി ആകെ 72 മേളകർത്താ രാഗങ്ങൾ കർണ്ണാടകസംഗീതത്തിൽ ഉണ്ടെങ്കിലും മുഴുവൻ മേളകർത്താരാഗങ്ങളും ഇന്ന് പ്രയോഗിക്കുന്നുണ്ടെന്നാരും കരുതരുത്. മുൻപുണ്ടായിരുന്നതും നിലവിലുള്ളതും ഭാവിയിൽ സംഗീതജ്ഞർ നടപ്പിൽ വരുത്താവുന്നതുമായവയുടെ ആകെയുള്ള സംഖ്യയാണു 72

മേളകർത്ത എന്ന കാര്യം കൂടി അറിയുക.

പതിനേഴാം നൂറ്റാണ്ടിൽ 72 മേളകർത്താക്കളെ നിജപ്പെടുത്തിയ മറ്റൊരു വിധം കൂടിയുണ്ട്. ഒരു സൗരയൂഥ ഭ്രമണകാലം 6 വീതം ഉള്ള ഋതുക്കളെക്കൊണ്ട് ഓരോ സ്ഥനത്തും നിലകൊള്ളുന്ന പോലെ പതിനേഴാം ശതകത്തിൽ 12 ഋതുനാമങ്ങളാണു കൊടുത്തിരുന്നത്. ഭാരതീയ ജ്യോതിഷപ്രകാരം 12 രാശികളുണ്ടല്ലോ, 12 മാസങ്ങളെ രണ്ടായി ഭാഗിച്ച് 6 വീതം ഉള്ള സൂര്യഗതിയുടെ രണ്ട് അയനകാലങ്ങൾ നിലവിലുണ്ടല്ലോ. ആറു തരത്തിൽ പരസ്പരം യോജിക്കുന്ന ഋഷഭ ഗാന്ധാരങ്ങൾ സൗരകാലയാനത്തിന്റെ പകുതികാലമായ 6 മാസം കൊണ്ട് ഗുണിച്ചാൽ (6X6=36) കിട്ടുന്ന സംഖ്യയും. അടുത്ത ആറ് അയനകാലങ്ങളിൽപ്പെടുത്തുന്ന ധൈവത നിഷാദങ്ങൾ പരസ്പരം യോജിക്കുന്ന 6 സ്വരങ്ങളും ചേർത്ത് (6X6=36) സ്വരനാദ സംയോഗം പിറക്കുന്നു. ഇങ്ങനെ 36+36=72.

പതിനേഴാം നൂറ്റാണ്ടിൽ തന്നെ 72 മേളകർത്തരാഗങ്ങളിൽ 19 മേളകർത്തരാഗങ്ങളേ പ്രയോഗത്തിൽ ഉണ്ടായിരുന്നുള്ളുവെന്ന് സംഗീതാചാര്യനായ വെങ്കിടമഖി എഴുതിയിട്ടുണ്ട്. ഇന്നും നിലവിലുള്ള പ്രശസ്തമായ മേളകർത്താരാഗങ്ങൾ മായാമാളവഗൗള, ഖരഹരപ്രിയ, ഹരികാംബോജി, നീഭൈരവി, മേചകല്യാണി, ഹനുമതോടി, ധീരശങ്കരാഭരണം തുടങ്ങിയവയും അവയുടെ ജന്യ രാഗങ്ങളുമാണ്. ചക്രവാകം, ഗൗരീമനോഹരി, കീരവാണി, വാകുളാഭരണം, ഭാവപ്രിയ, കാമവർദ്ധിനി, ഗമനശ്രമ, ലതാംഗി, ധേനുക, വാചസ്പതി, രാമപ്രിയ, ശുദ്ധപന്തുവരാളി, സിംഹേന്ദ്രമധ്യമം, സരസാംഗി, ഷണ്മുഖപ്രിയ, വസന്ത, മോഹനം, കാംബോജി, നീലാംബരി എന്നീ രാഗങ്ങളും ജനപ്രിയമേറിയവയാണ്.

സംഗീതത്രിമൂർത്തികളായ ത്യാഗരാജസ്വാമിയും മുത്തുസ്വാമി ദീക്ഷിതരും, ശ്യാമശാസ്ത്രിയും പ്രചാരം കുറഞ്ഞ മേളകർത്താരാഗങ്ങളിലും അവയുടെ ജന്യരാഗങ്ങളിലും പുതിയ കൃതികൾ രചിക്കാന്നും അതു പ്രചരിപ്പിക്കാനും പ്രയത്നിച്ചു. അതുവഴി മുരടിച്ചു നിന്ന കർണാടകസംഗീതത്തിനു നവ്യോർജമേകാനായി. ആധുനിക ഭാരതത്തിലെ ത്യാഗരാജസ്വാമി എന്ന് വിശേഷിപ്പിക്കുന്ന പ്രസിദ്ധ സംഗീതജ്ഞനായിരുന്ന ഡോ: ബാലമുരളി കൃഷ്ണയും സ്വന്തമായി ചില രാഗങ്ങൾ ചിട്ടപ്പെടുത്തിയിട്ടുണ്ട്. അവ ഗണപതി, ഓംകാരി, ത്രിശക്തി (ത്രിശക്തിയ്ക്ക് ആദ്യം നൽകിയ പേർ 'സർവ്വശ്രീ' എന്നായിരുന്നു.), മുരളി, സിദ്ധി, മോഹന ഗാന്ധി, പ്രതിമധ്യമാംഗി, മനോരമ, വല്ലഭി, രോഹിണി, സുമുഖം, മഹതി, ജനസമ്മദി

നി, ജയജയലളിത എന്നീ രാഗങ്ങളാണ്.

മോഹന ഗാന്ധി എന്ന രാഗം മഹാത്മാഗാന്ധിയുടെ സ്മരണക്കായും ജയജയലളിത-എന്ന രാഗം തമിഴ്നാട് മുഖ്യമന്ത്രിയായിരുന്ന ജയലളിതയ്ക്കായി സമ്മാനിച്ചതുമാണ്.

പുതിയ രാഗങ്ങൾ കണ്ടുപിടിച്ചതുപോലെ പുതിയ താളങ്ങളും ബാലമുരളികൃഷ്ണയുടേതായുണ്ട്.

തൃമുഖി, പഞ്ചമുഖി, സപ്തമുഖി, നവമുഖി എന്നിങ്ങനെയാണു താളങ്ങളുടെ നാമം.

1) തൃമുഖി താളം

3+ 4+4+4 3+4 3+4 = 29 മാത്ര

2) പഞ്ചമുഖി താളം

5+4+4+4 5+4 5+4 = 35 മാത്ര

3) സപ്തമുഖി താളം

7+4+4+4 7+4 7+4 = 41 മാത്ര

4) നവമുഖി താളം

9+4+4+4 9+4 9+4 = 47 മാത്ര

യുഗങ്ങളിലൊരിക്കൽ മാത്രം ഭൂമിയിൽ ജനിക്കുന്ന ഗന്ധർവ ജന്മമായിരുന്നിരിക്കണം ബാലമുരളികൃഷ്ണയുടേത്. വിടപറഞ്ഞ മഹാസംഗീതജ്ഞനു ഹൃദയാദരവോടെ പ്രണാമം.

ജന്യരാഗങ്ങളുടെ ലക്ഷണങ്ങൾ

1) ആരോഹണത്തിലോ അവരോഹരണത്തിലോ അല്ലെങ്കിൽ രണ്ടിലും ഏഴുസ്വരങ്ങളില്ല എങ്കിൽ അത് വർജ്ജരാഗ ഗണത്തിൽപ്പെടുന്നതാണ്.

2) ആരോഹണത്തിലോ അവരോഹണത്തിലോ ഇവ രണ്ടിലുമോ സ്വരങ്ങൾ സ്ഥാനം മാറിയിരുന്നാൽ, അത്തരം രാഗങ്ങൾ വക്രരാഗങ്ങളുടെ ഗണത്തിൽ അറിയപ്പെടും.

3) ഒരു സ്വരത്തിന്റെ ഒരു ഭേദം ആരോഹണത്തിലും മറ്റൊരു ഭേദം അവരോഹണത്തിലും ഉണ്ടായാൽ അഥവാ ഏതേതു മേളകർത്താവിന്റെ ജന്യരാഗത്തിൽ നിന്നും വിഭിന്നമായ സ്വരങ്ങൾ ആലാപനപ്രക്രിയയിൽ ധ്വനിപ്പിക്കുന്നതാണെങ്കിൽ അതിനെ ഭാഷാംഗ രാഗങ്ങൾ എന്ന് വിളിക്കുന്നു.

4) മന്ദ്രം, അനുമന്ദ്രം താരം ഈ മൂന്ന് സ്ഥായികളിൽ സഞ്ചാരമില്ലാതിരിക്കുക, അതായത് മധ്യസ്ഥായിക്കു മേലോട്ട് സ്വര സഞ്ചാരം ഉണ്ടാവാതിരിക്കക. മധ്യസ്ഥായിൽത്തന്നെ ഏതു സ്വരം വരെ

സുഗമമായിയുള്ള സ്വരഗതിയുടെ അടിസ്ഥാനത്തിൽ ധൈവതാന്ത്യ രാഗങ്ങളെന്നും നിഷാദാന്ത്യ രാഗങ്ങളെന്നും രണ്ടു പേരുകൾക്കൂടി ഇവയ്ക്കു ലഭിച്ചു.

മലഹരി രാഗം മായാമാളവ ഗൗളരാഗത്തിന്റെ ജന്യമെന്നും മോഹനരാഗം ഹരികാംബോജിയുടെ ജന്യമാണെന്നും പറഞ്ഞാൽ മലഹരി രാഗത്തിലും മോഹനരാഗത്തിലും വരുന്ന സ്വരങ്ങൾ മായാമാളവഗൗള രാഗത്തിലും, ഹരികാംബോജിയിലും ഉണ്ടെന്നാണു മനസ്സിലാക്കേണ്ടത്.

എട്ടു വിധത്തിലുള്ള വർജരാഗങ്ങൾ

ഏഴുസ്വരങ്ങൾ ആരോഹണത്തിലും അവരോഹണത്തിലും ഉള്ളതിനെ സമ്പൂർണം എന്നും നാലു സ്വരങ്ങളുള്ളതിനെ 'സ്വരാന്തരം' എന്നും അഞ്ചുസ്വരങ്ങൾ ഉള്ളവയെ 'ഔഡവം' എന്നും ആറു സ്വരങ്ങൾ ഉള്ളതിനെ 'ഷാഡവം' എന്നും പറയുന്നു.

ഓരോ മേളകർത്താരാഗങ്ങളിലും എട്ടു വിധത്തിലുള്ള ഭേദങ്ങളുമായിവരുന്ന വർജ രാഗങ്ങളുടെ എണ്ണം 483 ആണ്.

1)	സമ്പൂർണ ഷാഡവങ്ങൾ	--	6
2)	ഷാഡവ സമ്പൂർണങ്ങൾ	--	6
3)	സമ്പൂർണ ഔഡവങ്ങൾ	--	15
4)	ഔഡവ സമ്പൂർണങ്ങൾ	--	15
5)	ഷാഡവ ഷാഡവങ്ങൾ	--	36
6)	ഷാഡവ ഔഡവങ്ങൾ	--	90
7)	ഔഡവ ഷാഡവങ്ങൾ	--	90
8)	ഔഡവ ഔഡവങ്ങൾ	--	225
	ആകെ	-	483

ഈ കണക്ക് പ്രകാരം 72 മേളകർത്താക്കളിലുമായി വരുന്ന വർജരാഗങ്ങൾ 34776 എണ്ണമാകുന്നു. 72 മേളകർത്തരഗങ്ങളെ 483 വർജരാഗങ്ങളെ കൊണ്ട് ഗുണിച്ചാൽ 34776 വർജരാഗങ്ങൾ ഉള്ളതായി മനസ്സിലാക്കാം.

മാത്രമല്ല 34776 വർജരാഗങ്ങളോട് ചേർത്ത് ഭാഷാംഗ രാഗങ്ങൾ, വക്രരാഗങ്ങൾ ഇവകളുടെ എണ്ണവും കൂട്ടുമ്പോൾ രാഗങ്ങൾ

അസംഖ്യമെന്നേ പറയുവാൻ കഴിയൂ. ബ്രഹ്മനാദം വിസ്മയം തന്നെ. വർജരാഗങ്ങൾ 34776 ഉണ്ടെങ്കിലും ചില വർജരാഗങ്ങൾ വിവിധ മേളകർത്താക്കളൊടൊപ്പം ആവർത്തിച്ചു വരുന്നുണ്ട്.

ധീരശങ്കരാഭരണ രാഗത്തിന്റെ ജന്യമായി ആരോഹണത്തിൽ- സരിമപധസ അവരോഹണത്തിൽ- സധപമരിസ എന്നിങ്ങനെ സ്വരങ്ങളോടുകൂടിയ രാഗം ഗൗരീമനോഹരി, ഹരികാംബോജി, ഖരഹരപ്രിയ തുടങ്ങിയ രാഗങ്ങളുടെ ജന്യമായിരിക്കാൻ സാധ്യത വളരെ കൂടുതലാണ്. ഇതെന്തു കൊണ്ടെന്നാൽ മേളങ്ങൾ തമ്മിലുള്ള അന്തരം തനിമയുള്ള രാഗങ്ങളിലെ വർജസ്വരങ്ങളായ 'ഗ' 'നി' എന്നീ സ്വരങ്ങളിലാണല്ലോ ഉള്ളത്. ഇതുപ്രകാരം ആവർത്തിക്കപ്പെടുന്ന രാഗങ്ങൾ 6144 ആണെന്ന് നിശ്ചയിക്കപ്പെട്ടിരിക്കുന്നതിനാൽ (34776-6144 = 28632) ഇപ്പോൾ 28632 വർജരാഗങ്ങളേ ഉള്ളുവെന്ന് സ്ഥിരീകരിച്ചിരിക്കുന്നു.

ഇരുപത്തിരണ്ട് ശ്രുതികളും രാഗങ്ങളും

ഇരുപത്തിരണ്ട് ശ്രുതികൾ ഉള്ള ഒരു സ്വരസപ്തകത്തിലെ ഓരോ സ്വരത്തിനും ഇത്ര ശ്രുതികളെന്നും നിലവിലെ രീതി അവലംബിച്ച് ശ്രുതികൾക്ക് 12 സ്വരസ്ഥാനവും ഉള്ളതായി പ്രസ്താവിച്ചിട്ടുണ്ടല്ലോ. അപൂർവം രാഗങ്ങളിൽ അവയുടെ സ്വതസിദ്ധമായ സ്ഥാനത്തല്ലാതെ അൽപം സ്ഥാനം മാറിയിട്ടുള്ളതായും ചെന്നൈയിൽ 1930-ൽ ചേർന്ന സംഗീതവിദ്വത്സഭയിൽ നിരവധി സംഗീത വിദ്വാന്മാർ ചർച്ചചെയ്ത് ഏതെല്ലാം രാഗങ്ങളിലാണു ശ്രുതികൾ ധ്വനിപ്പിയ്ക്കുന്നതെന്ന് തീർച്ചപ്പെടുത്തിയതായി രേഖപ്പെടുത്തിയിട്ടുണ്ട്.

വിവരങ്ങൾക്ക് ശാസ്ത്രീയ സംഗീതപ്രവേശികയോട് കടപ്പെട്ടിരിക്കുന്നു. (ഈ സംഗീത സഭ രൂപീകൃതമായ് പ്രവർത്തനത്തിൽ വന്നത് 1946 -ൽ ആണ്. 10 ദിവസം സംഗീതോത്സവം നടത്തുന്നതായും അറിയുന്നു. 2017-ൽ ആണു ഫേയ്സ് ബുക്കിൽ ഈ സംഗീത സഭയുടെ അക്കൗണ്ട് തുടങ്ങിയത് link: https://www.facebook.com/sangeethavidwathsabha)

ശ്രുതി സംഖ്യ സ്വര സംജ്ഞ സ്വരനാമം രാഗം എന്നിവ ക്രമത്തിൽ കൊടുക്കുന്നു.

ശ്രുതിസംഖ്യ	സ്വരസംജ്ഞ	സ്വരനാമം	രാഗം
1	സ	ഷഡ്ജം	എല്ലാ രാഗങ്ങളും.

2	രി	1 ഏകശ്രുതി ഋഷഭം	ഗൗളരാഗം.
3.	രി	2 ദ്വിശ്രുതി ഋഷഭം	മായാമാളവഗൗള
4.	രി	3 തൃശ്രുതി ഋഷഭം	ഭൈരവി, കാംബോജി
5	രി	4 ചതു:ശ്രുതി ഋഷഭം	കല്ല്യാണി
6	ഗ	1 ശുദ്ധഗാന്ധാരം	തോഡി, ഭൈരവി
7	ഗ	2 സാധാ: ഗാന്ധാരം	ഖരഹരപ്രിയ
8	ഗ	3 അന്തര ഗാന്ധാരം	ശങ്കരാഭരണം, കാംബോജി.
9	ഗ	4 തീവ്ര ഗാന്ധാരം	കല്ല്യാണി.
10	മ	1 ശുദ്ധമധ്യമം	എല്ലാ രാഗങ്ങളും.
11	മ	2 തീവ്ര മധ്യമം	ബേഗഡ രാഗം.
12	മ	3 പ്രതി മധ്യമം	പൂർവ കല്യാണി
13	മ	4 ച്യുതപഞ്ചമ മധ്യമം	രാമപ്രിയ, വരാളി
14	പ	പഞ്ചമം	'പ' എന്ന സ്വരം ഒഴിവാക്കാത്ത എല്ലാ രാഗങ്ങളും.
15	ധ	1 ഏകശ്രുതി ധൈവതം	സാവേരി രാഗം.
16	ധ	2. ദ്വിശ്രുതി ധൈവതം	മായാമാളവഗൗളം, താഡി
17	ധ	3 തൃശ്രുതി ധൈവതം	കാംബോജി
18	ധ	4 ചതു:ശ്രുതി ധൈവതം	കല്ല്യാണി

19	നി	1 ശുദ്ധ നിഷാദം	ഭൈരവി, കാംബോജി
20.	നി	2 കൈശികി നിഷാദം	ഖരഹരപ്രിയ
21	നി	3 കാകളി നിഷാദം	മായാമാളവ ഗൗളം, ശങ്കരാഭരണം.
22.	നി	4 ച്യുത ഷഡ്ജം നിഷാദം	കുറിഞ്ചി, കല്ല്യാണി

ഈ വിധമനുസരിച്ച് ശരിയായ രാഗസ്ഥിതിവിശേഷം ഗുരുമുഖത്തു നിന്നും അറിഞ്ഞും കഠിനമായ പരിശീലനം കൊണ്ടും മാത്രമേ ഗ്രഹിക്കാനും പ്രായോഗികമായി പ്രതിഫലിപ്പിക്കാനും പകരാനും കഴിയൂ.

സ്വരാന്തര രാഗം

സ്വരാന്തരരാഗ ലക്ഷണമായി പറയുന്നതിനു ആരോഹണം മാത്രം. സ്വരാന്തരമായും അവരോഹണത്തിൽ സ്വരങ്ങൾ സമ്പൂർണ്ണമോ, ഷാഡവമോ ഉള്ള നിലയിലായിരിക്കും.

സ്വരാന്തര രാഗത്തിനു ഒരു ഉദാഹരണം:

രാഗം - നവരസകന്നട

ആരോഹരണം - സഗമപസ

അവരോഹണം - സ നിധമഗരിസ

ധ ഇരുപത്തെട്ടാമതു മേളകർത്താരാഗത്തിൽപ്പെടുന്നു.

വക്രരാഗങ്ങൾ

ആരോഹണത്തിലോ അവരോഹണത്തിലോ രണ്ടു ഗതികളിലും കൂടിയോ സ്വരങ്ങളുടെ സ്വാഭാവിക സ്ഥാനത്തിൽ നിന്നും ക്രമം തെറ്റിയിരിക്കുന്ന അവസ്ഥയിലുള്ള രാഗങ്ങളെ വക്രരാഗങ്ങളുടെ ഗണത്തിൽപ്പെടുത്തുന്നു.

വക്രരാഗങ്ങളെ ജനിപ്പിക്കുന്നതിനു ആരോഹാവരോഹണ ഗതിയിൽ സ്വരങ്ങളുടെ സ്വതസിദ്ധമായ മുന്നോട്ടും പിന്നോട്ടുമുള്ള സഞ്ചാരപഥത്തിനിടയിൽ ക്രമം തെറ്റിക്കുന്ന സ്വരമേതാണോ അതിനെ വക്രസ്വരം എന്ന് പറയുന്നു.

വക്രരാഗങ്ങൾ മൂന്നുവിധം

1) ആരോഹണത്തിൽ മാത്രം സ്വരം വക്രതയിൽ ഉള്ളത്.

ഉദാ:- 20-ാമത് മേളകർത്താരാഗമായ നീഭൈരവിയുടെ ജന്യമായ ആനന്ദഭൈരവി രാഗം.

ആരോഹണം : സരിഗമപധപസ

അവരോഹരണം : സനിധപമഗരിസ

എന്ന രീതിയിൽ വക്രസ്വരങ്ങൾ നിൽക്കുന്നു.

2) അവരോഹണത്തിൽ മാത്രം വക്രസ്വരം ഉള്ളത്.

ഉദാ:- ഖരഹരപ്രിയയുടെ ജന്യമായ ശ്രീരാഗം.

ആരോഹണം : സരിമപധസ

അവരോഹണം : സനിപധനിപമരിഗരിസ

3) ആരോഹണത്തിലും അവരോഹണത്തിലും വക്രമായിവരുന്ന രാഗങ്ങൾ. ഉഭയരാഗങ്ങൾ എന്നപേരിലും ഇവ അറിയപ്പെടാറുണ്ട്

ഉദാ:-28-ാമത് മേളകർത്തത്തിൽപ്പെട്ട ശഹാന രാഗം.

ആരോഹണം : സരിഗമപമധാനിസ

അവരോഹണം : സനീധപമഗാമരീഗരിസ

മൂന്ന് അവസ്ഥകളിലുള്ള വക്രരാഗങ്ങളിലെ വക്രസ്വരങ്ങളുടെ എണ്ണം എത്രയെന്ന് അറിഞ്ഞ് വക്രരാഗങ്ങളെ ഏകസ്വര വക്രം, ദ്വിസ്വരവക്രം, തൃസ്വരവക്രം എന്നിങ്ങനെയും വിഭജിച്ചിട്ടുണ്ട്.

1) ആരോഹണത്തിൽ ഒരു സ്വരം മാത്രം വരുന്ന ഒരു രാഗമാണ് കുന്തള വരാളി രാഗം.

ആ: സമപധനിധസ

അവ:സനിധപമസ

2) അവരോഹണത്തിൽ ഒരു സ്വരം മാത്രം വക്രമായി വരുന്നൊരു രാഗമാണു ദേവമനോഹരി രാഗം

ആ:- സരിമപധനിസ

അവ: സനിധനിപമരിസ.

3) ആരോഹണാവരോഹണങ്ങളിൽ ഒരു സ്വരം മാത്രം വക്രമായി വരുന്ന രാഗം നാദചിന്താമണി രാഗം.

ആരോ: സഗമപനിധനിസ

അവരോ: സനിധപമഗരിഗസ

വക്രരാഗങ്ങളിൽ ചിലതിനു ആരോഹാണാവരോഹണങ്ങളിൽ വരുന്ന വക്രസ്വരങ്ങൾക്ക് ഒരേ വക്ര സ്വര ക്രമത്തിലുള്ളതും ഉണ്ട് ഉദാ: 65-ാമതു മേളകർത്താരാഗ പട്ടികയിൽപ്പെട്ട യമുനാകല്യാണി

രാഗം.

ആ: സരിഗപമപധസ

അവ: സധപമപഗരിസ

ആരോഹണത്തിൽ രണ്ടു വക്രസ്വരങ്ങൾ വരുന്ന രാഗം. മേള കർത്താരാഗം 15-ൽപ്പെട്ട ഒരു രാഗം, കന്നട ബംഗള.

ആ: സരിമഗമധപധസ

അവ: സധപമഗരിസ

(അവരോഹണത്തിൽ രണ്ട് വക്രസ്വരങ്ങൾ വരുന്ന രാഗം)

28-ാമത് മേളകർത്താരാഗ പട്ടികയിൽപ്പെട്ട ഒരു രാഗം

ഉമാഭരണം.

ആ: സരിഗമപധനിസ

അവ: സനിപമരിഗമരിസ

തൃസ്വര വക്ര രാഗം -മൂന്ന് സ്വരങ്ങൾ വക്രമായിവരുന്നത്.

4) 28-ാമത് മേളകർത്താരാഗത്തിലെ രാഗം കർണാടക ബിഹാഗ് അവരോഹണത്തിൽ മൂന്ന് സ്വരങ്ങൾ വക്രസ്ഥാനത്ത് വരുന്നത്.

ആ: സരിഗമപധനിസ

അവ:- സനിധനിപധമഗരിഗസ

ഭാഷാംഗ രാഗങ്ങൾ

ജനകരാഗത്തിൽ നിന്നും ഭിന്നമായി ജന്യരാഗത്തിൽ ഏതെങ്കിലും സ്വരം ചേർക്കുകയോ രാഗാലാപനവേളയിൽ ഗമകപ്രയോഗങ്ങളിലൂടെ പ്രത്യേകത ധ്വനിപ്പിക്കുന്നുവെങ്കിൽ അതിനെ ഭാഷാംഗരാഗമെന്ന് വിളിക്കും. അന്യസ്വരങ്ങളാൽ സ്ഥിതമായ ജന്യരാഗം ഉപാംഗരാഗമെന്ന പേരിലും അറിയപ്പെടുന്നുണ്ട്. ഭാഷാംഗരാഗങ്ങൾ തന്നെ രണ്ടു വിധത്തിലാണുള്ളത്.

1) അരോഹണത്തിൽ അന്യസ്വരം ഉള്ളത്.

ഉദാഹരണമായി:- ഭൈരവി രാഗം. ഈ രാഗത്തിനു ആരോഹണാവരോഹണം സമ്പൂർണമാണ്. ഇരുപതാം മേളകർത്ത രാഗത്തിന്റെ ജന്യരാഗവുമാണ് ഭൈരവി. ശുദ്ധധൈവതം ആണെങ്കിൽക്കൂടി ആരോഹണത്തിൽ ഒരു സ്ഥിതം പോലെ ചതു: ശ്രുതി ധൈവതമാണു ധ്വനിപ്പിക്കുന്നത്.

ആരോഹണം : സരിഗമപ(ധ+)സ

അവരോഹണം : സനിധപമഗരിസ

ധ എന്ന സ്വരത്തിനോട് ചേർന്നു കാണുന്ന + ചിഹ്നം അന്യസ്വരത്തെ സൂചിപ്പിക്കുന്നു.

2) സാരംഗ രാഗം

അറുപത്തഞ്ചാമത് മേളകർത്താരാഗത്തിന്റെ ജന്യരാഗം.

ആരോഹണം: സ രി ഗ (മ2 /പ്ര. മധ്യമം) പധനിസ

അവരോഹണം: സനിധപമ രി ഗ (മ1/ശു.മധ്യമം) രി സ. അതായത് അവരോഹണത്തിൽ, 'രി ഗ മ രി സ' എന്നു പാടുമ്പോൾ ശുദ്ധ മധ്യമം ആണു പ്രയോഗിക്കുന്നത്.

ഒരു രാഗത്തിന്റെ ആരോഹണാവരോഹണങ്ങളിൽ അന്യസ്വരങ്ങൾ ഒന്നുമില്ലെങ്കിലും രാഗാലാപന ഗതിവേഗങ്ങളിൽ അന്യസ്വരങ്ങളുടെ കടന്നുവരവ് മനസ്സിനെ രഞ്ജിപ്പിക്കുന്നതാണ്. അങ്ങനെയുള്ള രാഗങ്ങളെ അറിയാം.

ഇരുപത്തെട്ടാമത്തെ മേളകർത്തത്തിന്റെ ജന്യമായ കാംബോജിയിൽ കൈശികിനിഷാദമാണ് സ്വന്തം സ്വരം. ആലാപനത്തിൽ സനിപധസ എന്ന് പ്രയോഗത്തിൽ കാകളിനിഷാദം വരാറുണ്ട്.

അടുത്തതു നീലാംബരി രാഗം.

ഇരുപത്തൊമ്പതാമത് മേളകർത്താരാഗത്തിന്റെ ജന്യം.

ആരോഹണം : സരിഗമപധപനിസ

അവരോഹണം : സനിപമഗരിഗസ

നീലാംബരിയുടെ സ്വരാലാപന വേളയിൽ 'പ നി ധ നി പ' കൈശികി നിഷാദവും ചേർക്കാറുണ്ട്. ഇങ്ങനെ ഭാഷാംഗ രാഗത്തിലുള്ള കൃതികളിൽ അന്യസ്വരങ്ങളൊന്നും ഇല്ലെങ്കിലും ആലാപനവേളയിൽ അന്യസ്വരങ്ങൾകൂടി ചേർത്ത് പാടുമ്പോൾ രാഗസ്വര സഞ്ചാരഗതിയും രാഗഭാവവും രാഗഛായയും കൂടുതൽ ദ്യോതിപ്പിക്കും.

ഉത്തരേന്ത്യൻ സംഗീതജ്ഞർ രാഗങ്ങളിൽ അന്യസ്വരങ്ങൾ ചേർത്ത് പാടുന്നതിൽ ഒരു ദൂഷ്യവും കാണാറില്ല.

പഴയകാല ശൈലി എന്ന രീതിയിൽ തത്തമ്മേ പൂച്ചപൂച്ച എന്ന മട്ടിൽ പഠിപ്പിച്ച് വിട്ടതിൽ നിന്നു ഒരണുവിട സ്വരം തെറ്റരുതെന്ന് കരുതി ഇന്നു വിദ്വാന്മാരെന്ന് നടിക്കുന്നവർക്ക് ഏതെങ്കിലും ഒരു സദസ്സിൽ കച്ചേരി നടത്തേണ്ടിവരുമ്പോൾ അവർ തിരഞ്ഞെടുത്ത് പാടുന്ന രാഗത്തിന്റെ തനിസ്വരൂപം ശരിക്കും ഫലിപ്പിപ്പിക്കുവാൻ കഴിയില്ലെന്നതാണു പരമാർത്ഥം. ഒരു ഉൾക്കിടിലത്തോടെയും ശുഭാപ്തി വിശ്വാസമില്ലാതെയുമാണു പലരും പാടുന്നത്.

താളങ്ങളുടെ കണക്കുകൾ കൂട്ടിയും പെരുക്കിയും ശരിയാണോന്ന് ശ്രദ്ധിക്കേണ്ടി വരുമ്പോൾ സ്വരശ്രുതിയും സാഹിത്യഭാവവും നഷ്ടപ്പെടുന്നു. ശ്രുതിലയം ശരിയാക്കാനുള്ള മനോനിലയിൽ

കൃതിയുടെ അക്ഷരശുദ്ധി, മനോധർമ്മാലാപനം തുടങ്ങിയവയും ഇല്ലാതാകുന്നു.

സംഗീതകച്ചേരി കേൾക്കാൻ സന്നിഹിതരായവരിൽ എത്രപേർക്കാണു ഗായകനും പക്കമേളക്കാരും ഒരുക്കുന്ന സംഗീതത്തിൽ തെറ്റും ശരിയും മനസ്സിലാകുന്നത്? ശ്രോതാക്കളിൽ എത്രപേർക്ക് ക്ലാസിക്കൽ സംഗീതം കേട്ട് മനസ്സ് ആനന്ദപൂരിതമായിട്ടുണ്ട്? സംഗീത പാഠശാലകളിൽ നിലവിലുള്ള പാഠ്യപദ്ധതിയിൽ ഉൾപ്പെട്ട പാഠങ്ങൾ തെറ്റില്ലാതെ പഠിപ്പിക്കാൻ അറിയുന്നവർ എത്രപേരുണ്ട്? നാലുവർഷം സംഗീതം പഠിച്ച് അത് ഒരു സാധനാനുഷ്ഠാനത്തോടെ ജീവിതത്തോട് ചേർത്തുവെക്കുന്ന സംഗീത ബിരുദം നേടിയവർ എത്ര പേരുണ്ട്? അന്തഃരംഗത്തോട് ഈ ചോദ്യങ്ങൾ ചോദിച്ച് സ്വമനസ്സിനോട് മാപ്പ് ചോദിക്കുന്ന ഒരു സംഗീതജ്ഞനും ഇന്നില്ല എന്നതാണു വാസ്തവം.

രാഗ ലക്ഷണങ്ങൾ

1) ശുദ്ധമായത്.

(2) ഒരു രാഗത്തിൽത്തന്നെ മറ്റൊരു രാഗത്തിനേക്കൂടി ഉൾക്കൊള്ളുന്ന നാദരൂപാവസ്ഥയുള്ളത്.

(3) രണ്ടിൽ കൂടുതൽ രാഗങ്ങളുടെ സമ്മിശ്രിണങ്ങളുടെ നാദസ്വരൂപങ്ങൾ ഉള്ളവ, (സങ്കീർണമായത്) എന്നീ വിധമുള്ളതാണ്.

ഇതിൻ പ്രകാരം മോഹനരാഗം, കല്ല്യാണിരാഗം, തോടി രാഗം തുടങ്ങിയവ ശുദ്ധരാഗങ്ങളും മുഖാരിയിൽ തനിസ്വരൂപത്തോടൊപ്പം മറ്റൊരു രാഗത്തിന്റെ കൂടി ഛായ ഉള്ളതിനൽ മിശ്രണ രാഗമായും വൃന്ദാവനസാരംഗ, ദ്വിജാവന്തി മുതലായവ അതിസങ്കീർണ്ണമായിട്ടുള്ള രാഗവിഭാഗത്തിലും ഉൾപ്പെടുന്നു.

രാഗരസങ്ങൾ, നവരസങ്ങൾ

ശൃംഗാരം, വീരം, രൗദ്രം, ഭയാനകം, ഭീഭത്സം, ഹാസം, അത്ഭുതം, കരുണം, ശാന്തം. ഇങ്ങനെയുള്ള നവരസങ്ങളെ വിവിധരാഗങ്ങൾക്കു ദ്യോതിപ്പിക്കാൻ സാധിക്കുന്നുണ്ട്.

കാരണം ഒരേ രാഗം തന്നെ വിഭിന്ന മനോനിലകളെ ഉണർത്തുന്നതിന്നു വേണ്ടി ആട്ടക്കഥകളിലും, കഥകളിയിലും, പുരാണ സംഗീത നാടകങ്ങളിലും, വില്ലുപാട്ടിലും, ബാലേ, ഹരികഥകൾ, തുടങ്ങിയവയിലും ഉപയോഗിച്ചിട്ടുണ്ട്. എങ്കിലും ശൃംഗാരരസം ഉണർത്താനായി ശങ്കരാഭരണം, കമാസ്, കല്ല്യാണി, നീലാംബരി മുതലാ

യ രാഗങ്ങളും കരുണാരസ ഗീതങ്ങൾക്കായി ആന്ദഭൈരവി, മുഖാരി, ആഹരി, പുന്നാഗവരാളി എന്നീ രാഗങ്ങളും വീരരസം ദ്യോതിപ്പിക്കുന്നതിനായി കേദാരഗൗള, സാരംഗം മുതലായ രാഗങ്ങളും ശാന്തരസ ഗീതങ്ങൾ ചിട്ടപ്പെടുത്തുവാനായി ഭൂപാളം, ശാമ (ശ്യാമ), ചെഞ്ചുരുട്ടി, നാഥനാമക്രിയ മുതലായ രാഗങ്ങളും ഉപയോഗിക്കുന്നത് ഉചിതമാണ്. എന്നാൽ മറ്റൊരു സംഗീതവിചാരമെന്താണെന്നു കൂടി ഇതോടൊപ്പം ചേർത്ത് മനസിലാക്കേണ്ടതുണ്ട്. ഏതു കൃതിക്കും, ഏതു ഗാനസാഹിത്യത്തിനും ഏതു രസവും നൽകാൻ എല്ലാ രാഗങ്ങൾക്കും ശ്രോതാക്കളുടെ മനസ്സിലേയ്ക്ക് പ്രവേശിപ്പിയ്ക്കും വിധം പലതരത്തിലുള്ള രസനിലകൾ വരുത്താൻ കഴിയും.

ദ്വാപരയുഗത്തിലെ ശ്രീകൃഷ്ണഭഗവാനുമായി ബന്ധപ്പെട്ട ചില സംഗീത രാഗരസങ്ങളെക്കുറിച്ചു പറയട്ടെ. പതിനാറായിരത്തിയെട്ട് സ്ത്രീകളെ കൃഷ്ണൻ പാണിഗ്രഹണം ചെയ്തു എന്ന പേരിൽ പ്രചരിപ്പിക്കുന്നതിലെ യഥാർത്ഥ്യം മറ്റൊന്നാവാനാണു സാദ്ധ്യത. ബ്രഹ്മത്തിന്റെ ഇടയനായ ഭഗവാൻ തന്റെ ഗോത്രത്തിനു ലഭിച്ചിട്ടുള്ള പതിനാറായിരത്തി എട്ട് ഗോക്കളേയും വിവിധയിടങ്ങളിലായി മേയുമ്പോൾ തിരികെ ഗോശാലയിലേയ്ക്ക് കൊണ്ടുവരുവാൻ വേണ്ടി ഓരോ ഗോവിനും ഓരോ രാഗമെന്ന നിലയ്ക്ക് പുല്ലാംകുഴലിലൂടെ പതിനാറായിരത്തിയെട്ട് രാഗങ്ങളെ തന്റെ ചുറ്റിലും അന്തരീക്ഷത്തിലും കൃഷ്ണനോടൊപ്പം കഴിഞ്ഞിരുന്ന നേരങ്ങളിൽ മറ്റു ഇടയന്മാർക്കും പക്ഷിമൃഗാദികൾക്കും അവരുടെ മനോനിലക്കനുസൃതമായി ആനന്ദിപ്പിക്കാൻ വേണ്ടി മുരളികയൂതി രാഗങ്ങൾ സൃഷ്ടിച്ചിരുന്നു എന്നുള്ളതാണു അതിന്റെ സംഗീത സംബന്ധിയായ പൊരുൾ. വിശ്വവേണുവാദകനായ ശ്രീകൃഷ്ണഭഗവാൻ ആണ് ഭൂമിയിൽ ഏറ്റവും കൂടുതൽ രാഗങ്ങൾ മുരളികയിലൂടെ ചൊരിഞ്ഞതെന്നത് ഒരു മഹാസത്യമായ് ഓരോ ഹൃദയവും അംഗീകരിക്കണം. എന്റെ ഈ നിഗമനങ്ങളോട് മാന്യ വായനക്കാർക്ക് യോജിക്കുകയോ വിയോജിക്കുകയോ ആവാം. ഭൂമിയിൽ ദ്വാപരയുഗസന്ധ്യകളിലും ശുക്ലപക്ഷ രാവുകളിലും രാഗഗീതങ്ങളാൽ ദ്വാരകാപുരിയെ സംഗീതസാന്ദ്രമാക്കിയ വിശ്വസംഗീതജ്ഞൻ കൂടിയായിരുന്ന ശ്രീകൃഷ്ണഭഗവാനു വന്ദനം.

രാഗങ്ങൾ ആലപിക്കുവാനുള്ള സമയം

സംഗീതശാസ്ത്ര ഗ്രന്ഥങ്ങളിൽ രാഗങ്ങൾ പാടേണ്ടുന്ന കാലത്തെക്കുറിച്ച് എഴുതിയിട്ടുണ്ട്. 24 മണിക്കുറുള്ള ഒരു ദിവസത്തെ 3

മണിക്കൂർ വീതം ഉള്ള 8 ഭാഗങ്ങളായി വിഭജിച്ചിച്ചതിൽ നിന്നും ഭൂപാളം, മലഹരി, ദേവഗാന്ധാരി, ഗൗരീ തുടങ്ങിയവ ബ്രാഹ്മമുഹൂർത്തം കഴിഞ്ഞുള്ള പ്രഭാതത്തിലും, സാവേരി, ദേവമനോഹരി, ബലഹരി, ധന്യാസി എന്നീ രാഗങ്ങൾ ഒരു ദിനത്തിന്റെ ആദ്യയാമങ്ങളിലും; ശ്രീരാഗം, മദ്ധ്യമാവതി, സാരംഗം ഇവകൾ രണ്ടാം യാമത്തിലും; ഹിന്ദോളം, കാപിരാഗം, കാനഡ, വസന്ത തുടങ്ങിയവ വൈകുന്നേരവും; കല്ല്യാണി, ശങ്കരാഭരണം, നാട്ടക്കുറിഞ്ചി എന്നിവ സസ്യാനേരത്തും; ആനന്ദഭൈരവി, സുരുട്ടി, പന്തുവരാളി, ശഹാന, നീലാംബരി എന്നീ രാഗങ്ങൾ രാത്രിയിലും പാടിയിരുന്നു. എന്നാൽ സമയഭേദമില്ലാതെയും കാലഭേദമില്ലതെയും ആരഭി, മോഹനം കാംബോജി, ഭൈരവി എന്നീ രാഗങ്ങൾ പാടുന്നതിനു ദോഷവും പറഞ്ഞിട്ടില്ല. സമയങ്ങൾ നിശ്ചയിച്ചുള്ള രാഗനിർണ്ണയം ഈശ്വരാധനയുമായി പൂർവികർ ബന്ധപ്പെടുത്തിയതാണെന്ന് പറയേണ്ടതില്ലല്ലോ. ഇന്ന് രാഗങ്ങൾ പാടുന്നതിനു സമയനിഷ്ഠ ഒന്നും നടപ്പിലില്ല. എങ്കിലും അതിരാവിലെ മനസ്സിനു ഉണർവ്വും ആനന്ദവും ശുഭപ്രതീക്ഷയുമേകാൻ കഴിയുന്ന ഒരു രാഗം കേൾക്കുന്നത് നല്ലതു തന്നെയാണ്.

ആധുനിക കർണാടക രാഗത്തിന്റെ 10 ലക്ഷണങ്ങൾ.

1) മേളകർത്താ സംഖ്യ. ഏതെല്ലാം സ്വരങ്ങളാണു രാഗത്തിൽ ഉള്ളതെന്ന് മനസ്സിലാക്കുന്നതിനു സഹായകം.

2) ആരോഹാണാവരോഹണവും. ഇവയിൽതന്നെ ഭേദ സ്വരം കണ്ടെത്തുവാൻ കഴിയുക.

3) രാഗഭാവം ധ്വനിപ്പിക്കുന്ന ജീവസ്വരങ്ങൾ അറിയാൻ.

4) ഭാഷാംഗ രാഗത്തിൽ അന്യസ്വരങ്ങളുടെ ഗതി.

5) ഒരു രാഗത്തിന്റെ ജനകത്തിൽ നിന്നും ശ്രുതി വ്യത്യാസത്തോടെ ഇരിക്കുന്ന സ്വരങ്ങളുടെ നാദരൂപം.

6) സാധാരണ രീതിയിലുള്ള സ്വരങ്ങളുടെ ഗതിവേഗം.

7) പ്രത്യേകമായുള്ള സ്വരഗതികൾ.

8) ആലാപനത്തിൽ സ്വരങ്ങളുടെ മന്ദ്ര, താര സഞ്ചാരപരിധി.

9) രാഗാലാപനത്തിനു ഗുണമായിട്ടുള്ളതും രാഗത്തെ പോഷിപ്പിക്കുന്നതിനും ഉതുകുന്ന രീതിലുള്ള പ്രയോഗ ഗമകങ്ങൾ.

10) ഒരു രാഗം രണ്ടുപേരിൽ അറിയപ്പെടുന്നതിനെ സൂചിപ്പിക്കുന്നത്.

മുകളിൽ കൊടുത്തതിൽ നിന്നും സ്വരങ്ങളുടെ ഗതിയും ഗമക

പ്രയോഗങ്ങളും ഗുരുമുഖത്തുനിന്നും കേട്ട് പഠിച്ച് മനസിലാക്കേണ്ടതാണ് എന്നു മനസ്സിലാക്കാം.

ശ്രുതി ഭേദം ചെയ്ത് പാടുന്നവിധം

സ്വരസ്ഥാനങ്ങൾ മാറ്റാതെ തന്നെ ആധാരശ്രുതിയെ (ആരംഭ സ്വര ശ്രുതി) മാത്രം മാറ്റി ആലപിക്കുമ്പോൾ ഉണ്ടാകുന്ന ഭേദത്തെയാണ് ശ്രുതിഭേദം എന്നു പറയുന്നത്. ഇതു മനസിലാക്കാൻ ഒരു രാഗത്തിലെ ആരോഹരണത്തിൽ ഉള്ള സരിഗമപധനി എന്ന സ്വര സ്ഥാനങ്ങളിൽ രി ഗ മ പ ധ നി സ എന്ന് പാടിയാൽ അതു ശ്രുതിഭേദാലപനം ആയിമാറും. ഓരോ രാഗവും ഇത്തരത്തിൽ ശ്രുതി ഭേദം ചെയ്താൽ വിവിധങ്ങളായ രാഗങ്ങളുണ്ടാവുന്നതാണ്. എന്നാൽ മറ്റൊരു കാര്യം കൂടി ശ്രുതിഭേദം ചെയ്ത് പാടുന്ന വേളയിൽ ഓർക്കേണ്ടതുണ്ട്. സപ്തസ്വരങ്ങളിലെ 12, സ്വര സ്ഥാനങ്ങളും കൃത്യമായ അന്തരത്തോടുകൂടി അല്ലല്ലോ സ്ഥിതപ്പെട്ടിരിക്കുന്നത്. അതിനാൽത്തന്നെ ഒരു രാഗത്തിൽ നിന്നും ശ്രുതിഭേദം ചെയ്ത് ജനിക്കുന്ന രാഗത്തിനു ഉണ്ടായ സ്വരങ്ങൾ ശരിയായി വരുന്നതിനു ശുതിഭേദക രാഗത്തിലെ സ്വരങ്ങളിൽ ശുതി ഉയർത്തിയോ, അൽപം താഴ്ത്തിയോ പ്രയോഗത്തിൽ വരുത്തേണ്ടിവരും. ഒരു രാഗത്തെ ശ്രുതിഭേദം ചെയ്ത് പാടുമ്പോൾ ഗായകർ വളരെ ശ്രദ്ധിക്കണ്ട കാര്യമാണിത്.

ഒരു ഉദാഹരണം എഴുതുന്നു.

ശങ്കരാഭരണം രാഗത്തിലെ സ്വരത്തിലുള്ള 'സ' എന്ന സ്വരസ്ഥാനത്ത് 'രി' എന്ന സ്വരനാദത്തെ സ്ഥിതമാക്കി പാടിയാൽ ഖരഹരപ്രിയരാഗവും ഗ,മ,പ,ധ എന്നീ സ്വരങ്ങളെ ആധാര ഷഡ്ജം(സ) ശ്രുതിയാക്കി പാടിയാൽ ക്രമത്തിൽ തോഡി, കല്ല്യാണി, ഹരികാംബോജി, നഠഭൈരവി എന്നീ രാഗങ്ങളും ജനിക്കുന്നു.

ശ്രുതിഭേദവും ആലാപനവും

ശങ്കരാഭരണം രാഗത്തിലെ 'രി' എന്ന സ്വരത്തിന്റെ നാദ ആവൃത്തി ഖരഹരപ്രിയ രാഗമാകുന്നു എന്നതിൽ നിന്നും ഖരഹരപ്രിയ ആലപിക്കുമ്പോൾ ഉള്ള ആധാരശ്രുതി ശങ്കരാഭരണം രാഗത്തിന്റേതിനേക്കാൾ കൂടതലാവണം എന്ന് മനസ്സിലാക്കരുത്. ശങ്കരാഭരണത്തിലെ; രി ഗ മ പ ധ നി സ എന്നീ സ്വരങ്ങൾ തമ്മിലുള്ള അന്തരങ്ങൾ ക്രമത്തിൽ സ രി ഗ മ പ ധ നി എന്നതാകുമ്പോൾ ഖരഹരപ്രിയ രാഗമാകുന്നു എന്നേ അർത്ഥമാക്കേണ്ടതുള്ളു.

കച്ചേരികളിൽ രാഗാലാപനം ചെയ്യുമ്പോൾ ശ്രുതി ഭേദം ചെയ്ത് മറ്റൊരു രാഗത്തിന്റെ ഛായയെ സംഗീതജ്ഞർ പാടി ഫലിപ്പിക്കാറുണ്ട്. വളരെയധികം പരിശീലനം നേടിയ സാധകർക്കേ തത്സമയ ആലാപനം ഭംഗിയായി നടത്താൻ കഴിയൂ.

○○

4
മേളകർത്താരാഗങ്ങളുടെ പരിണാമവും വികാസവും

കർണാടക സംഗീതത്തിന് ഹിന്ദുമതവുമായും ആചാരാനുഷ്ഠാനങ്ങളുമായും അഭേദ്യമായ ബന്ധമുണ്ട്. വേദങ്ങളിലെ സൂക്തങ്ങളെല്ലാം തന്നെ സംഗീതാത്മകമാണ്. ഷഡ്ജം മുതൽ നിഷാദസ്വരം വരെയുള്ള സ്വരവിശേഷമനുസരിച്ച് ഓരോ അക്ഷരവും ഉച്ചരിക്കേണ്ട രീതി വളരെ ശ്രദ്ധാപൂർവ്വം പഠിക്കേണ്ടതാണ്. വേദോച്ചാരണത്തിന് മൂന്ന് സ്വരങ്ങൾ മാത്രമേ പ്രയോഗിക്കുന്നുള്ളു. വേദങ്ങളിലെ തൃസ്വര ശ്രുതികൾക്ക് ഉദാത്തം, അനുദാത്തം, സ്വരിതം എന്നാണ് പറയുന്നത്. ഉദാത്തം എന്നാൽ മേൽ സ്ഥാനത്തേയും അനുദാത്തം കീഴ്സ്ഥാനത്തേയും സ്വരിതം എന്നത് രണ്ടിനും മധ്യേവരുന്ന സ്ഥാനത്തേയും സൂചിപ്പിക്കുന്നു. ചതു:ശ്രുതി ഋഷഭം, കൈശികി നിഷാദം, ഷഡ്ജം എന്നീ സ്വരസ്ഥാനങ്ങൾ ഉദാത്ത സ്ഥാനത്തുള്ളവയാണ്. ഈ വിധത്തിൽ മൂന്ന് സ്വരങ്ങൾ വരുന്നതിനെ 'സാമികം' എന്ന് വിളിക്കുന്നു. സാമവേദം ചൊല്ലുന്നതും പ്രത്യേക ഈണത്തിലാണ്.

സാമികങ്ങളിലെ രണ്ട് സ്വരങ്ങൾ മാത്രം എടുത്തു കൊണ്ട് ചൊല്ലുന്നവയെ 'ഗാഥികം' എന്നും ഒരു സ്വരം മാത്രം സ്വീകരിച്ച് അതിന്റെ ശ്രുതിയിൽ അഥവാ ഏക സ്വര ശ്രുതിയിൽ ആലപിക്കുന്ന രീതിയും ഉണ്ട്. ഇത് വേദാധിഷ്ഠിത കർമ്മങ്ങളിൽ പ്രത്യേക സന്ദർഭങ്ങളിൽ മാത്രം പ്രയോഗിക്കാൻ വിധിച്ചിട്ടുള്ളതാണ്.

നാലു വേദങ്ങൾക്കും തൃസ്വരം പൊതുവെ നിശ്ചയിച്ചതായിരുന്നുവെങ്കിലും കാലക്രമേണ സാമവേദം മൂന്ന് സ്വരങ്ങളിൽ കൂടുതൽ സ്വരങ്ങൾ ഉപയോഗിക്കാൻ തുടങ്ങി. സാമവേദം സംഗീതാധിഷ്ഠിതമാണല്ലോ. ഇപ്രകാരം ഉദാത്ത സ്വരത്തിനു മുകളിൽ സാധാരണ ഗാന്ധാരത്തിന് തുല്യമായതും അല്പം ശ്രുതികൂടിയതുമായ ഒരു സ്വരവും അനുദാത്ത സ്വരത്തിനു താഴെയായി ചതു:

ശ്രുതി ധൈവതത്തിന് തുല്യമായ സ്വരവും സാമഗാനങ്ങളിൽ പ്രയോഗിച്ചു തുടങ്ങി. കാലക്രമേണ സാധാരണ ഗാന്ധാരത്തിന് മുകളിൽ ശുദ്ധ മധ്യമത്തിനു തുല്യമായി ഒരു സ്വരവും ചതു: ശ്രുതി ധൈവതത്തിന് താഴെ പഞ്ചമ സ്വരത്തിന് തുല്യമായുള്ള മറ്റൊരു സ്വരവും സുസ്ഥിരമാക്കി. ഇങ്ങനെയാണ് സാമ സംഗീതത്തിൽ സ്വര സപ്തകങ്ങൾ ഉണ്ടാക്കിയത്. സാമഗീതങ്ങളിൽ 4 മുതൽ 7 സ്വരങ്ങൾ ഉള്ളവയും ഉണ്ട്.

സാമസംഗീത രീതിയിലെ ഏഴു സ്വരങ്ങൾക്ക് ക്രുഷ്ടം (നി), പ്രഥമം (ധ), ദ്വിതീയം (പ), തൃതീയം (മ), ചതുർത്ഥം (ഗ), മന്ദ്രം (രി), അതിസ്വാര്യം (സ) എന്നിങ്ങനെ ആയിരുന്നു പേരുകൾ നൽകിയിരുന്നത്.

മേൽപ്പറഞ്ഞ പേരുകൾ യഥാർത്ഥത്തിൽ ഏത് സ്വരത്തെയാണ് സൂചിപ്പിക്കുന്നതെന്ന് വ്യക്തമായി മനസിലാക്കാൻ ബുദ്ധിമുട്ട് അനുഭവപ്പെടുന്നതിനാൽ അഭിപ്രായഭേദങ്ങൾ നിലവിലുണ്ടായിരുന്നു. എന്നാൽ അക്കാലത്തു തന്നെ സാമസംഗീതഗ്രാമത്തിലെ സ്വരക്രമം അവരോഹണത്തിലും ഉണ്ടായിരുന്നതിനാൽ ഭിന്നപക്ഷക്കാരെല്ലാം ഒടുവിൽ ഏകപക്ഷം സ്വീകരിച്ചു. സാമസംഗീത രീതിയിലെ സ്വരസ്ഥാനങ്ങൾ ഇങ്ങനെയാണ്.

ആരോ : പ ധ നി സ രി ഗ മ

അവ : മഗരിസനിധപ

സാമഗാനസംഗീതം പ്രകാരം മുകളിൽ കൊടുത്തിട്ടുള്ള രീതിയെ കർണ്ണാടക സംഗീതത്തിൽ ഖരഹരപ്രിയയെന്നും ഉത്തരേന്ത്യൻ സംഗീതത്തിൽ കാഫീ ധാട്ട് എന്ന മേളകർത്താരാഗ ജന്യമായും അറിയപ്പെടുന്നു.

ഷഡ്ജ ഗ്രാമത്തിലെ പ്രഥമ ശ്രുതിമൂർച്ഛ സാമഗാന രീതിയോടു തുല്യമായി കാണണം.

സാമഗാന രീതിയിലെ സപ്തസ്വരങ്ങളിലെ രി, ഗ, മ, പ, നി എന്നീ സ്വരങ്ങളെ ആധാര ഷഡ്ജമാക്കി ശ്രുതിഭേദം ചെയ്തപ്പോൾ തോട്ട, മേചകല്യാണി, ഹരികാംബോജി, ഭൈരവി, ശങ്കരാഭരണം എന്നീ രാഗങ്ങൾ ലഭിച്ചു. ഈ രാഗലഭ്യതയോടെ പന്ത്രണ്ട് സ്വരസ്ഥാനങ്ങൾ കൂടി വ്യവസ്ഥാപിതമായി വന്നപ്പോൾ സ്വരങ്ങളുടെ പരസ്പര സംയോഗങ്ങളാൽ ആരോഹണാവരോഹണങ്ങളിൽ ഏതെല്ലാം വിധം വരുമെന്നും അതു നിമിത്തം എത്രയെത്ര രാഗങ്ങൾ സൃഷ്ടിക്കാമെന്നുള്ള വിചാരധാരയുടെ ഫലമായി 72 മേളകർത്താരാഗചക്രം വെങ്കിടമഖി സൃഷ്ടിച്ചു. ഈ മേള പദ്ധതി കൂടാ

തെ മറ്റു പലരും മേള പദ്ധതി ഉണ്ടാക്കിയെങ്കിലും അവയെല്ലാം വെങ്കിടമഖിയുടെ മേളകർത്താ ജന്യങ്ങൾ തന്നെ എന്ന് പണ്ഡിതർക്കു ബോധ്യമായി.

വെങ്കിടമഖിയുടെ മേളചക്രത്തിലുള്ളതും എന്നാൽ പ്രയോഗിക്കാതിരുന്നതുമായ മേളരാഗങ്ങളിൽ ത്യാഗരാജ സ്വാമിയും മുത്തുസ്വാമി ദീക്ഷിതരും പദങ്ങളും ഗീതങ്ങളും കൃതികളും നിർമ്മിച്ച് വിവിധ രാഗങ്ങൾക്ക് അമരത്വം നൽകി. സ്വരങ്ങളെ ശ്രുതിഭേദം ചെയ്തു മേളത്തിൽ നിന്നും മേളങ്ങളെ ജനിപ്പിക്കുന്ന പോലെ ഒരു രാഗത്തിൽ നിന്ന് കൂടുതൽ രാഗങ്ങളും സൃഷ്ടിക്കാം എന്ന അറിവ് സംഗീതത്തിന്റെ പരിപോഷണത്തിനായുള്ള ശ്രമങ്ങൾക്ക് പുതിയൊരു ഊർജ്ജമേകി.

കേദാരഗൗള രാഗത്തിന്റെ പഞ്ചമസ്വരം ശ്രുതിഭേദം ചെയ്താൽ ആഭേരിയും, ശുദ്ധ സാവേരിയുടെ ഋഷഭം ശ്രുതിഭേദം കൊണ്ട് ശുദ്ധധന്യാസിയും, ധന്യാസിയുടെ നിഷാദം കൊണ്ട് ശ്രുതി ഭേദം ചെയ്യുകിൽ സാളഗ ഭൈരവി രാഗവും ലഭിക്കുന്നതാണ്.

ഒരു മേള രാഗത്തിന്റെ ജന്യരാഗത്തിലെ ആരോഹണാവരോഹണങ്ങളിൽ മറ്റൊരു മേളരാഗത്തിലെ സ്വരങ്ങൾ ഉപയോഗിച്ചാൽ ഒരു പുതിയ രാഗം സൃഷ്ടിക്കാം.

ഉദാഹരണമായി; ഖരഹരപ്രിയരാഗത്തിന്റെ ജന്യമായ ശ്രീരഞ്ജിനിയുടെ ആരോഹണാവരോഹണങ്ങളിൽ 'സരിഗമധനിസ സനിധമഗരിസ' എന്ന 'ഗമനശ്രമ' രാഗത്തിന്റെ സ്വരങ്ങൾ പ്രയോഗിച്ചാൽ 'ഹംസാനന്ദി' രാഗം ലഭിക്കും. കൂടാതെ ഒരു രാഗത്തിലുള്ള ആരോഹണ സ്വരങ്ങളും മറ്റൊരു രാഗത്തിലെ അവരോഹണ സ്വരങ്ങളും ചേർത്ത് പുതിയ രാഗം ജനിപ്പിക്കാം.

ധീരശങ്കരാഭരണം രാഗത്തിൽ നിന്നും മുത്തുസ്വാമി ദീക്ഷിതർ ഹംസധ്വനിയും, പട്ടണം സുബ്രഹ്മണ്യ അയ്യർ 'കദന കുതൂഹലം' രാഗവും, സ്വാതിതിരുനാളിന്റെ രാഗപരീക്ഷണ ഫലമായി 'മോഹന കല്യാണി' രാഗവും സൃഷ്ടിച്ചിട്ടുണ്ട്. കഴിഞ്ഞ നൂറ്റാണ്ടിലെ സംഗീതജ്ഞരിൽ ബാലമുരളീ കൃഷ്ണയും ജി. ദേവരാജൻ മാസ്റ്ററും പുതിയ രാഗങ്ങളുടെ സൃഷ്ടാക്കളായിരുന്നുവെന്ന കാര്യം നാം വിസ്മരിക്കരുത്.

സംഗീതത്തിന്റെ പ്രാഥമിക പാഠഭാഗങ്ങളായ സ്വരാവലി, വരിശകൾ, അലങ്കാരങ്ങൾ ഇവ നടപ്പിലാക്കിയത് 16-ാം നൂറ്റാണ്ടിൽ ജീവിച്ചിരുന്ന കർണാടകസംഗീത പിതാമഹൻ എന്ന പേരിലറിയപ്പെടുന്ന പുരന്ദരദാസനാണ്. സംഗീത പിതാമഹന്റെ നിബന്ധന

പാലിച്ചു കൊണ്ട് ശുഭരാഗമായ മായാമാളവഗൗള രാഗത്തിലാണ് സപ്തസ്വരങ്ങൾ അഭ്യസിക്കുന്നതിനായി ആദ്യം പരിചയപ്പെടുന്നത്. സംഗീതരാഗങ്ങളിൽ ഏറ്റവും ഉത്തമവും ശുദ്ധവുമായ രാഗം മായാമാളവഗൗളയാണ് എന്നാണ് കർണാടകസംഗീത പണ്ഡിതന്മാർ പറയുന്നത്. ഈ അഭിപ്രായത്തോട് ആദരവോടെ തന്നെ ഞാൻ വിയോജിക്കും. എന്തെന്നാൽ മറ്റുള്ള രാഗങ്ങളെല്ലാം അശുദ്ധ ഗണത്തിൽപ്പെട്ട രാഗങ്ങളായാണോ പണ്ഡിതർ കരുതുന്നത് എന്നൊരു സംശയം എനിക്കില്ലാതില്ല.

കർണാടകസംഗീതത്തിന്റെ വളർച്ചയ്ക്കു പകരം തകർച്ചയ്ക്കേ ഇത്തരം സങ്കുചിതചിന്ത വഴിയൊരുക്കു എന്നതിൽ സംശയിക്കേണ്ട. സംഗീത ത്രിമൂർത്തികൾ ജീവിച്ചിരുന്നപ്പോൾ തന്നെ സംഗീതശൈലിയിൽ വ്യത്യസ്ത അഭിപ്രായങ്ങളും ഭിന്നതകളും ഉണ്ടായിട്ടില്ലേ?

ത്യാഗരാജ സമ്പ്രദായം, ദീക്ഷിതർ സമ്പ്രദായം എന്നൊക്കെ സംഗീതം പഠിച്ചവർക്കെല്ലാം അറിയാവുന്നതാണല്ലോ. പത്തൊമ്പതാം നൂറ്റാണ്ടിനു ശേഷം ഉണ്ടായിരുന്ന സംഗീത വിദ്വാന്മാരും ഇന്നു സംഗീതരംഗത്തുള്ളവരും മറുവിചാരങ്ങൾ ഉള്ളിൽ ഒതുക്കി മൗനം ഭജിയ്ക്കുന്നതിന്റെ കാരണമെന്താണ്? ഒരുപക്ഷേ, നിലവിലെ സംഗീതസഭകളിൽ തങ്ങൾക്കുള്ള കീർത്തിയും ബഹുമതിയും ഇല്ലാതായി സംഗീതവൃന്ദങ്ങളിൽ നിന്നും പുറംതള്ളപ്പെടുമോ എന്ന ഭീതിയും അംഗീകാര മോഹവുമാകാം ഈ മൗനത്തിന്റെ കാരണം.

മായാമാളവഗൗള രാഗത്തിൽ ആരംഭിക്കുന്ന സംഗീതപഠനം വിദ്യാർത്ഥികൾക്ക് വിരസതയും ആലസ്യവും മാത്രമേ പ്രദാനം ചെയ്യുകയുള്ളു. ധീരശങ്കരാഭരണം രാഗത്തിലാണ് അഭ്യസനം തുടങ്ങുന്നതെങ്കിൽ മേജർ സ്കെയിൽ സ്വരസ്ഥാനങ്ങൾ മനസ്സിൽ പ്രതിഷ്ഠിക്കാൻ സഹായിക്കും. ഒരു ഉദാഹരണത്തിലൂടെ വ്യക്തമാക്കാം. ചെറുതും വലുതുമായ കുറെ ഫലങ്ങൾ നമ്മുടെ മുന്നിൽ നിരത്തി വെച്ചിട്ടുണ്ടെങ്കിൽ ശിശുവായാലും മുതിർന്നവരായാലും ആദ്യം വലിയ ഫലങ്ങളാവും കൈയെത്തി എടുക്കുക. മനസ്സിന്റെ ഈ പ്രത്യേകത കൊണ്ടാവണം ഉത്തരേന്ത്യൻ സംഗീതാഭ്യസന രീതിയിലും മേജർ സ്കെയിൽ ആയ ബിലാവൽ ധാട്ട് പഠിപ്പിച്ചതിനു ശേഷം മൈനർ സ്കെയിൽ പഠിപ്പിക്കുന്നത്. ഇതു തന്നെയാണ് പാശ്ചാത്യ സംഗീതലോകത്തും അനുവർത്തിക്കുന്ന രീതി. അങ്ങനെ പഠിതാക്കൾക്ക് തീവ്ര, കോമള സ്വരങ്ങൾ ഏതെന്ന്

ഗാനം കേൾക്കുന്ന മാത്രയിൽ മനസ്സിലാവുന്നതാണ്. അനുഭവത്തിൽ നിന്നാണ് ഈ അഭിപ്രായത്തിലേക്കു ഞാൻ എത്തിപ്പെട്ടിരിക്കുന്നത്. മായാമാളവഗൗള രാഗത്തിലുള്ള സംഗീതപഠനം വീണാവാദനത്തിനുള്ള ആരംഭ അഭ്യസനത്തിനാണു കൂടുതൽ യോജിച്ചത്. ഈ രാഗത്തിലുള്ള ഷഡ്ജ പഞ്ചമസ്വരങ്ങൾ കൂടാതെ ശുദ്ധ ഋഷഭം, അന്തര ഗാന്ധാരം, ശുദ്ധ മധ്യമം, ശുദ്ധ ധൈവതം, കാകളി നിഷാദം എന്നിവയാണല്ലോ. ഈ സ്വരങ്ങളിൽ ഏറ്റവും കുറഞ്ഞ അന്തരമുള്ള സ്വരങ്ങളും ഏറ്റവും കൂടുതൽ അന്തരമുള്ള സ്വരങ്ങളും ഉൾപ്പെട്ടിട്ടുണ്ട്. അന്തരം കുറവുള്ളതിനെ പാശ്ചാത്യസംഗീതത്തിൽ 'സെമി ടോൺ' എന്നും, കൂടുതൽ അന്തരമുള്ള സ്വരങ്ങളെ 'മേജർ ടോൺ' എന്നും പറയുന്നു.

മായാമാളവഗൗള രാഗം ഏറ്റവും കുറഞ്ഞ അന്തരമുള്ള (സെമി ടോൺ) സ്വരങ്ങൾ കൂടുതലുള്ള രാഗമാണ്. സരി, ഗമ, പധ, നിസ എന്നിവയാണ് സെമി ടോണുകൾ. എന്നാൽ ഈ രാഗത്തിൽ കൂടുതൽ അന്തരമുള്ളവ (മേജർ ടോണുകൾ) തീരെ കുറവാണ്. അവ രിഗ, ധനി എന്നി സ്വരങ്ങളാകുന്നു. ശാസ്ത്രീയസംഗീത പഠനം മായാമാളവഗൗള രാഗത്തിലോ ധീരശങ്കരാഭരണ രാഗത്തിലോ തുടങ്ങാൻ നിശ്ചയിച്ചാൽ ആദിതാളത്തിൽ വേണം പരിശീലിക്കേണ്ടത്. സ്വരാവലിയും മറ്റുള്ള പാഠ്യഭാഗങ്ങൾ ആദ്യമുള്ള മൂന്ന് കാലങ്ങളിൽ മാത്രമേ അഭ്യസിപ്പിക്കുന്നുള്ളു. മേൽ പറഞ്ഞ രണ്ട് രാഗങ്ങളിൽ ഒന്നിൽ വേണ്ട വിധത്തിൽ അകാരം, ഇ കാരം, എ കാരം, ഒ കാരം ഇവകളെ കൊണ്ട് സ്വരസ്ഥാന ആലാപനം അഥവാ സാധകം ചെയ്തു പരിശീലിച്ച ശേഷം മറ്റു മേളകർത്ത രാഗങ്ങളായ ഖരഹരപ്രിയ, മേചകല്യാണി, തോഡി, ഹരികാംബോജി എന്നീ രാഗങ്ങളിൽ പ്രസ്തുത പാഠ്യപദ്ധതി നിരന്തരം സാധകം ചെയ്ത് സിദ്ധി വരുത്തണം.

മനോജ്ഞ ഗാനം

ഗാനങ്ങൾ ശാസ്ത്രീയഗാനങ്ങളെന്നും ലളിതഗാനങ്ങളെന്നും രണ്ടു തരത്തിലുള്ളവയാണ്. ശാസ്ത്രീയസംഗീത നിയമങ്ങൾ പാലിച്ചുകൊണ്ട് രചിച്ച ഗാനങ്ങളെ ശാസ്ത്രീയ ഗാനങ്ങളെന്നും ശാസ്ത്രീയ നിയമങ്ങൾക്ക് വലിയ പ്രാധാന്യം നൽകാതെ ഏതെങ്കിലും രാഗത്തിന്റെ നേരിയ ഛായ തോന്നിപ്പിക്കും വിധം രൂപപ്പെടുത്തിയ ഗാനങ്ങളെ സാമാന്യഗാനങ്ങൾ അഥവാ ലളിതഗാനങ്ങൾ എന്നൊക്കെ വിശേഷിപ്പിക്കാം.

ശാസ്ത്രീയസംഗീത ഗാനങ്ങളെ അഭ്യാസഗാനം എന്നും സഭാഗാനമെന്നും രണ്ടു വിധത്തിൽ വിഭജിച്ചിട്ടുണ്ട്. ശാസ്ത്രീയ സംഗീതം അഭ്യസിക്കുന്നതിനുള്ള പ്രാഥമിക പാഠഭാഗങ്ങളായ സ്വരാവലി, ഗീതം, സ്വരജതി, വർണം ഇവ അഭ്യാസഗാനത്തിലും കീർത്തനങ്ങൾ, പദങ്ങൾ, ജാവലി, പല്ലവി ഇവ സഭാഗാനത്തിലും ഉൾപ്പെടുന്നു.

രാജഭരണകാലത്ത് സഭയിൽ സംഗീതപണ്ഡിതന്മാർ ആലപിച്ചിരുന്ന കൃതികൾ ആയതിനാലാവാം സഭാഗാനമെന്ന് പറയപ്പെട്ടതെന്ന് കരുതാം. ശാസ്ത്രീയ ചിട്ടയോടെ രചിക്കപ്പെട്ട കൃതികൾ രാജാവും പ്രജകളും ഇല്ലാത്ത ഇക്കാലത്ത്, ഒരു സമൂഹ സദസ്സിനെ അഭിമുഖീകരിച്ച് സംഗീതജ്ഞർ നടത്തുന്ന കച്ചേരി സഭാഗാനങ്ങൾ തന്നെയാണ്.

സഭാഗാനത്തെ കല്പിതസംഗീതമെന്നും മനോധർമ്മസംഗീതമെന്നും വീണ്ടും രണ്ടായി വിഭജിച്ചിട്ടുണ്ട്. ജ്ഞാനികളായിരുന പണ്ഡിതന്മാർ അവരുടെ രചനകളിൽ ചിട്ടപ്പെടുത്തിയിട്ടുള്ള സംഗീത രീതിയിൽ തന്നെ ആലപിക്കേണ്ടതായിട്ടുള്ള വർണം, പദം, കൃതികൾ എന്നിവ കല്പിത സംഗീതത്തിൽ ഉൾപ്പെടുന്നു. രാഗം, താനം, പല്ലവി, നിരവൽ, സ്വര പ്രസ്താരം എന്നിവയെല്ലാം ഗായകരുടെ മനോധർമ്മം അനുസരിച്ച് പ്രയോഗിക്കാമെന്നുള്ളതിനാൽ മനോധർമ്മ സംഗീതം എന്നു പറയുന്നു.

൦൦

5
സ്വരാവലി(സരളി)

സപ്തസ്വരങ്ങളെ മധ്യഷഡ്ജം മുതൽ താരഷഡ്ജം വരെ ആരോഹണാവരോഹണങ്ങൾ ക്രമമായി ഏതെങ്കിലും ഒരു മേളകർത്ത രാഗത്തിൽ താളമിട്ട് ഒന്നു മുതൽ നാല് വരെ ഉള്ള കാലങ്ങളിൽ പാടുന്നതിനെ 'സ്വരാവലി' എന്നും 'സരളി' എന്നും പറയുന്നു. സംഗീത പഠനത്തിന്റെ അഭ്യാസത്തിൽ ആദ്യം പരിശീലിക്കുന്നത് സ്വരാവലിയാണ്.

വരിശകൾ

സ്വരാവലിയുടെ വകഭേദവും എന്നാൽ അതിൽത്തന്നെ ഉൾപ്പെടുത്താവുന്നതുമായ ഗാന സ്വരൂപമാണ് വരിശകൾ. സ്വരാവലിയിൽ മധ്യ ഷഡ്ജം മുതൽ താര ഷഡ്ജം വരെ മാത്രമാണല്ലോ സ്വരങ്ങൾ പാടുന്നത്. എന്നാൽ വരിശകളിൽ മന്ദ്രസ്ഥായിലും താരസ്ഥായിലും സ്വരങ്ങൾ പാടാൻ ആഭ്യസിക്കേണ്ടതുണ്ട്. അതായത് സ്വരങ്ങൾ മന്ദ്ര ഷഡ്ജം മുതൽ താര ഷഡ്ജം വരെ ആരോഹണാവരോഹണങ്ങൾ പാടി പൂർത്തി ആവണമെന്ന നിർബ്ബന്ധമില്ല. ഉദാഹരണമായി ഷഡ്ജം മുതൽ മധ്യമം വരെ പാടിയിട്ട് തിരിച്ച് ഷഡ്ജം മുതൽക്ക് വീണ്ടും തുടരാവുന്നതാണ്.

ഉദാ: സരിഗമ സരിഗമ സരിഗമപധനിസ

ജണ്ഡവരിശകൾ

ജണ്ഡ എന്നാൽ ഇരട്ട എന്നാണർത്ഥം. സ്വരങ്ങൾ ഈ രണ്ടായി പ്രയോഗിക്കുന്ന വരിശയെ ജണ്ഡവരിശകൾ എന്ന് പറയുന്നു.

ഉദാ: സസ രിരി ഗഗ മമ പപ ധധ നിനി സസ

ധാട്ട് വരിശകൾ

ഒരു സ്വരത്തിൽ നിന്ന് ആരംഭിയ്ക്കുകയും അടുത്ത രണ്ടോ മൂ

ന്നോ സ്വരങ്ങളെ ഒഴിവാക്കി ശേഷം ഏതു സ്വരം പാടുന്നുവോ അതിനെ ധാട്ട് സ്വരം എന്ന് വിളിക്കുന്നു

ധാട്ട് സ്വരങ്ങൾ മാത്രം ഉള്ള വരിശകളെ ധാട്ട് വരിശകൾ പേരിൽ അറിയുന്നു.

ഉദാ: സരിസഗരിഗമഗ സഗരിഗസരിഗമ

അലങ്കാരങ്ങൾ

ഏഴു തരത്തിലുള്ള താളങ്ങളിൽ വിവിധ ജാതികളിലായ് വരുന്ന അക്ഷരകാലങ്ങൾക്ക് അനുയോജ്യമായ രീതിയിൽ സ്വരങ്ങളെ വരിശകളെപ്പോലെ ക്രമീകരിച്ചിട്ടുള്ള അഭ്യാസസ്വരങ്ങളെ അലങ്കാരങ്ങൾ എന്നും ഇവ താള പ്രധാനമായതിനാൽ 'താള വരികൾ' എന്നും അറിയപ്പെടുന്നു.

○○

6
ഗീതം

ഗീതം എന്നത് ഗാനം, പാട്ട് എന്നതിനെ കുറിക്കുന്ന വാക്കാണെന്നിരിക്കെ ശാസ്ത്രീയസംഗീതത്തിൽ ഒരു പ്രത്യേക രീതിയിൽ ആലപിക്കാൻ രൂപപ്പെടുത്തിയ ഗാനം, ഗീതമെന്ന പേരിൽ അറിയപ്പെടുന്നു. ഗീതം, അഭ്യാസഗാനത്തിൽ ഉൾപ്പെട്ടതും ആരംഭത്തിലുള്ള സ്വരാഭ്യാസങ്ങൾക്കു ശേഷം പഠിക്കാനുള്ളതുമാണ്.

ഗീതം, താളനിബദ്ധവും സാഹിത്യം ഏത് രാഗത്തിലാണോ ചിട്ടപ്പെടുത്തിയതെന്നും സ്വരസഞ്ചാരക്രമങ്ങളും നേരത്തേ തന്നെ ബോദ്ധ്യപ്പെടുത്തുന്നതുമായതാണ്. എന്നാൽ അപൂർവം ചില ഗീതങ്ങളിൽ പല്ലവി പോലെ രണ്ടാമതൊരു സാഹിത്യഭാഗം ഉള്ളവയും ഉണ്ട്.

സാധാരണയായി ഒരു ഗീതത്തിൽ പല്ലവി, അനുപല്ലവി, ചരണം എന്ന വിഭാഗങ്ങൾ എല്ലാം ഉണ്ടായിരിക്കണമെന്നില്ല. ആലാപന രീതിയിൽ ഒരു മാറ്റം വരുത്താതെ തുടർച്ചയായി പാടുവാനുള്ള ഗാന സമ്പ്രദായരീതിയാണ് ഗീതത്തിൽ ഉള്ളത്. ഗീതങ്ങൾക്ക് ഒരേ കാല പ്രമാണവും സാഹിത്യരചനയിലെ ഓരോ അക്ഷരത്തിനും ഒരു സ്വരം ചേർത്തുള്ളതും അം, ആ, ഈ, യം മം, തം എന്നീ അക്ഷരങ്ങൾ ഉള്ള മാതൃകാപദങ്ങൾ ചേർന്നതുമാണവ.

ലക്ഷ്യഗീതങ്ങളും ലക്ഷണഗീതങ്ങളും

1) ലക്ഷ്യഗീതങ്ങളെ സ്തുതി ഗീതങ്ങൾ, സാധാരണ ഗീതങ്ങൾ, സാമാന്യ ഗീതങ്ങൾ, സഞ്ചാരഗീതങ്ങൾ എന്ന പേരിലൊക്കെ അറിയപ്പെടുന്നുണ്ട്. ഈ ലക്ഷ്യ ഗീതങ്ങൾ രാഗാധിഷ്ഠിത ഈശ്വരസ്തുതികകളാണ്.

പുരന്ദരദാസൻ, രാമാ മാത്യൻ, ഗുരുമൂർത്തി എന്നിവർ ലക്ഷ്യ ഗീതങ്ങൾ അനേകം രചിച്ചിട്ടുണ്ട്.

ഉദാഹരണത്തിന്, മലഹരി രാഗത്തിൽ ത്രിപുട താളത്തിലുള്ള ശ്രീ ഗണനാഥ എന്നു തുടങ്ങുന്ന കൃതിയും, മോഹനരാഗത്തിൽ രൂപക താളത്തിലുള്ള 'വരവീണ' എന്നു തുടങ്ങുന്ന കൃതിയും, ശ്രീരാഗത്തിലെ, ധ്രുവതാളത്തിലുള്ള 'മീനാക്ഷീ ജയ' എന്ന കൃതിയും പുരന്ദരദാസൻ രചിച്ചതാണ്.

2) ലക്ഷണഗീതങ്ങളുടെ ആദ്യ ഖണ്ഡം മാത്രം ഈശ്വരസ്തുതിയിലുള്ളതും ശേഷമുള്ള ഭാഗം ഏതൊരു രാഗത്തിലാണോ സാഹിത്യം എഴുതിയിരിക്കുന്നത് ആ രചനയുടെ വിശേഷതയുമാണ് ഒരു ലക്ഷണഗീതത്തിൽ ഉണ്ടാവുക. അതിനാൽ ലക്ഷണ ഗീതങ്ങളിലെ രാഗങ്ങൾ അവയിലുള്ള സ്വരങ്ങൾ, താളഗതി എന്നിവയെല്ലാം ലക്ഷണഗീതത്തിൽ വിശദമാക്കിയിരിക്കും.

ലക്ഷണഗീതങ്ങൾക്ക് ഉദാഹരണം;

1) രവി കോടി തേജ, രാഗം മായാമാളവഗൗള, മഠ്യതാളം വെങ്കിടമഖിയുടെ കൃതി.

2) ആരേരേ വാലി, ശ്രീരാഗം, ത്രിപുട താളം, ഗോവിന്ദാചാര്യരുടെ കൃതി.

സ്വരജതി

സ്വരജതി എന്ന ഗാനഗണത്തിനും പല്ലവി, അനുപല്ലവി, ചരണം എന്നീ മൂന്ന് അംഗങ്ങൾ ഉണ്ട്. ചരണങ്ങൾ അതായത് ഗാനസാഹിത്യത്തിന്റെ അവസാന ഭാഗങ്ങൾ ഭിന്നമായ ഭാവാംശമുള്ള സാഹിത്യരചനയിൽ ഉള്ളതും മൂന്ന് മുതൽ എട്ടുവരെ വരികൾ ഉള്ളതും പാടുമ്പോൾ ഓരോ വരികളും ഒന്നു മുതൽ നാല് തവണ ആവർത്തിക്കുകയും ചെയ്യുന്നവയാണ്..

സ്വരജതികളിൽ ചിലതിന് അനുപല്ലവി എന്ന ഭാഗം ഇല്ലാത്തവയും ഉണ്ട്. സ്വരജതികളിലെ സാഹിത്യം ഈശ്വരസ്തുതിയോ, രാജസ്തുതിയോ, പുണ്യാത്മാക്കളെക്കുറിച്ചുള്ള പ്രകീർത്തനമോ പ്രണയാവേശം സ്ഫുരിക്കുന്ന ശൃംഗാരരചനയോ ആയിരിക്കും.

നാട്യകലയിൽ സ്വരജതി സാഹിത്യഗാനങ്ങൾ ഉപയോഗപ്പെടുത്തുന്നുണ്ട്. മോഹിനിയാട്ടം, ഭരതനാട്യം, കൂടാതെ കഥകളി സംഗീതം എന്നിവ ഉദാഹരണം. ശ്യാമശാസ്ത്രി മുതലായവർ മനോജ്ഞങ്ങളായ സ്വരജതികളുടെ കർത്താക്കളായിരുന്നു. പണ്ട് നിലവിലുണ്ടായിരുന്ന സ്വരജതികളിൽ അനുപല്ലവിയുടെ അവസാന ഭാഗം വർണങ്ങളിൽ ഉള്ളതുപോലെ ഒരു മുക്തായി സ്വരവും അതിനോട് ചേർത്ത് സാഹിത്യം, സ്വരം, ജതി എന്നിവയും ഇവ

മൂന്നും കൂടി ചേർന്നൊരു മാതൃഘടകം ഉണ്ടായിരുന്നതായി പറയപ്പെടുന്നുണ്ട്. ഇന്ന് പ്രചാരമുള്ള ഗാനങ്ങളിലൊന്നും തന്നെ ജതി എന്നത് പ്രയോഗത്തിലില്ല.

ജതിസ്വരം

ജതിസ്വര ക്രിയകൾ സ്വരജതിയിലുള്ള രീതി തന്നെയാണെങ്കിലും ഇതിൽ ഗാനസാഹിത്യം ഒഴിവാക്കപ്പെട്ടിരിക്കുന്നു. അതായത് സ്വരജതിയിൽ നിന്നും സാഹിത്യം ഒഴിവാക്കി സ്വരങ്ങൾ മാത്രം ഉപയോഗിച്ച് ഗാനം ചെയ്താൽ അത് ജതിസ്വരമാകും. അതിനാൽ ജതിസ്വരം സ്വരപല്ലവി എന്ന പേരിലും അറിയപ്പെടുന്നുണ്ട്. നാട്യകലകളിലാണ് അധികമായി ജതിസ്വര പ്രയോഗങ്ങളുള്ളത്. നൃത്തനൃത്യങ്ങളിൽ താളത്തിനനുസരിച്ചാണ് ജതിസ്വരങ്ങൾ ആലപിക്കുന്നത്. അതിനാൽ ജതിക്കും സ്വരത്തിനും തുല്യപ്രാധാന്യം ഉള്ള സംഗീതം ജതിസ്വരങ്ങൾ എന്ന പേരിൽ പറയപ്പെടുന്നു.

1. സാ... നീധാപാ ഗമപാ, കല്യാണി രാഗം, ത്രിപുട താളം, (സ്വാതി തിരുനാൾ).
2. സാ... സാനീ ധാപാ മാ, തോടി രാഗം, ആദിതാളം, (സ്വാതി തിരുനാൾ).

ജതിസ്വരം, സ്വരജതിയേയും ജതിസ്വരത്തേയും ഭേദം കല്പിക്കാതെ തന്നെ സ്വരജതികൾ എന്ന് സാധാരണക്കാർ പറയുന്നുണ്ട്. അതിനാൽ അഞ്ച് രാഗങ്ങളിലായി സ്വാതി തിരുനാളിന്റെ പഞ്ചരാഗസ്വരജതി എന്ന ജതിസ്വരം മനസ്സിലാക്കുകയും പഠിക്കുകയും വേണം.

○○

ഏഴ്
വർണം

വർണമെന്ന പേരിൽ ഒരു ഗാനരൂപം തന്നെ നിലവിൽ ഉണ്ട്. അത് ഒരു രാഗത്തിലെ വിശേഷ പ്രയോഗങ്ങളെയും രാഗം മനസ്സിലുണർത്തുന്ന അനുഭവങ്ങളെയും, വർണനാതീതമായ രീതിയിൽ പ്രതിഫലിപ്പിക്കുന്നതിനാൽ വർണം എന്നു പറയുന്നു. ഇതിൽ ഗായകർ ആലാപന വൈദഗ്ദ്ധ്യം കൊണ്ടു പ്രകടമാക്കുന്ന മനോരഞ്ജക പ്രയോഗങ്ങൾ, വിശേഷമായ സഞ്ചാരങ്ങൾ, ധാട്ട് പ്രയോഗങ്ങൾ എന്നിവ ഉണ്ടായിരിക്കും. സാഹിത്യം വളരെ കുറഞ്ഞ ഗാനരൂപമായ വർണത്തിൽ 'അ' കാരം, 'ആ' കാരം, 'ഇ' കാരം, 'ഈ' കാരം, 'ഉ' കാരം ഇവ പാടിയാണ് ഗാനരൂപം പൂർണമാക്കുന്നത്. ഇതിലെ സാഹിത്യ വിഷയം ഭക്തിയോ പ്രശംസയോ, ശൃംഗാരമോ ആയിരിക്കും. ഇങ്ങനെയുള്ള വർണത്തിലെ ധാതുവിനെ പൂർവാംഗമെന്നും ഉത്തരാംഗമെന്നും രണ്ടായി വിഭജിച്ചിട്ടുണ്ട്. ആദ്യ ഭാഗത്തിൽ പല്ലവി, അനുപല്ലവി, മുക്തായി സ്വരം എന്നിവയും രണ്ടാം ഭാഗത്തിൽ ചരണവും (എത്തുക്കട പല്ലവി അല്ലെങ്കിൽ ഉപപല്ലവി), ചിട്ട സ്വരങ്ങളും ഉൾപ്പെടുന്നു.

ഇതിൽ സാധാരണയായി പല്ലവി, അനുപല്ലവി എന്നിവ ഈ രണ്ടാവർത്തിയും മുക്തായി സ്വരം രണ്ടോ നാലോ തവണ പാടുകയും ചരണവും തുടർന്നു വരുന്ന എത്തുക്കട സ്വരങ്ങൾ ഒന്നു മുതൽ ആറുവരെ ആവർത്തിക്കാൻ തക്കവിധവുമാണ് രൂപപ്പെടുത്തിയിരിക്കുന്നത്. മുക്തായി സ്വരം പാടി കഴിഞ്ഞാൽ പല്ലവി ഒരാവർത്തി പാടുകയും തുടർന്ന് ചരണവും എത്തുക്കട സ്വരങ്ങളും, എത്തുക്കട സ്വരങ്ങളുടെ ഓരോന്നിന്റെയും അവസാനത്തിൽ ചരണം പാടുകയും വേണം. ഇതിനാലാണ് ഗാനരൂപമായ വർണത്തിന് പൂർവ്വാംഗവും ഉത്തരാംഗവും കൃത്യവും വ്യക്തതയും ഉള്ള രണ്ട് ഭാഗങ്ങൾ ഉള്ളത്. വർണങ്ങൾ അധികവും രചിച്ചിരിക്കുന്ന

ത് ആദിതാളം, അടതാളം എന്നിവയിലാണ്. രൂപകം, ഝംമ്പ എന്നീ താളങ്ങളിൽ വളരെ അപൂർവം വർണങ്ങളും ഉണ്ട്.

താന വർണങ്ങളും പദവർണങ്ങളും

1) താനവർണങ്ങൾ

താനവർണത്തിൽ പല്ലവി, അനുപല്ലവി, ചരണം എന്നിവയിൽ സാഹിത്യം മാത്രം ഉൾക്കൊള്ളുകയും ശേഷം വരുന്ന ഭാഗം സ്വരാധിഷ്ഠിതവുമായിരിക്കും. താന വർണങ്ങളെല്ലാം മധ്യകാലത്തിലാണ് രചിക്കപ്പെട്ടിട്ടുള്ളത്. എല്ലാ സംഗീതക്കച്ചേരികളും സാധാരണയായി താനവർണത്തോടെയാണ് ആരംഭിക്കുക. പ്രമുഖ സംഗീതജ്ഞന്മാർ എല്ലാവരും വിവിധ താനവർണങ്ങൾ രചിച്ചിട്ടുണ്ട്.

1. പട്ടണം സുബ്രഹ്മണ്യ അയ്യരുടെ 'ഏറാനാപൈ', രാഗം തോഡി, ആദിതാളം.
2. പല്ലവി ഗോപാല അയ്യരുടെ 'വനജാക്ഷി', രാഗം കല്യാണി, അടതാളം.
3. സ്വാതി തിരുനാളിന്റെ 'സരസിജനാഭ', രാഗം കാംഭോജി, അടതാളം.
4. വീണാ കുപ്പയ്യരുടെ 'സ്വാമി നിന്നെ', രാഗം ശങ്കരാഭരണം, ആദി താളം എന്നിവയെല്ലാം താനവർണങ്ങളിൽ ഉൾപ്പെടുന്നു.

പദവർണം

സ്വരങ്ങളും സാഹിത്യവും സമന്വയിച്ചിട്ടുള്ളതാണ് പദവർണം. ചൗക്ക കാലത്തിലാണ് ഇത് എല്ലാവരും ആലപിക്കുന്നത്. അതിനാൽ പദവർണത്തെ ചൗക്ക വർണം എന്നും പറയാറുണ്ട്. ചൗക്ക കാലത്തിൽ അഥവാ വിളംഭിത ലയത്തോടെ പാടുവാൻ ഗായകർക്ക് കഴിയുന്നതിനാൽ ഗാനസാഹിത്യ ഭാവം ശ്രോതാക്കൾക്ക് ആസ്വാദ്യമാകും. വിളംബിത കാലത്തിലുള്ള പദവർണങ്ങളെ നാട്യകലകളിൽ ഉപയോഗപ്പെടുത്തുന്നുണ്ട്.

രാമസ്വാമി ദീക്ഷിതർ, മഹാവൈദ്യനാഥയ്യർ, സ്വാതി തിരുനാൾ, സുബ്ബരാമ ദീക്ഷിതർ മുതലായവർ പദവർണങ്ങൾ രചിച്ചിട്ടുണ്ട്. പദവർണങ്ങളിൽ ഇഷ്ടദേവതാസ്തുതിയോടു കൂടിയ രചനകളും ഉണ്ട്. ഇങ്ങനെ ദൈവീക സ്തുതികളായ വർണങ്ങളെ 'സ്തവ വർണങ്ങൾ' എന്ന് പറയുന്നു.

ഇരിയിമ്മൻ തമ്പിയും സ്വാതി തിരുനാളും സ്തവ വർണങ്ങൾ രചിച്ചിട്ടുണ്ട്.

പദജാതി വർണങ്ങൾ (ധരു വർണങ്ങൾ)

വർണങ്ങളിൽ മുക്തായി സ്വരങ്ങൾ, എത്തുക്കട സ്വരങ്ങൾ, ജതികൾ ഇവ എല്ലാം കൂടി ചേർന്നതോ അതല്ലെങ്കിൽ ജതികൾ മാത്രം ഉൾപ്പെട്ടവയുമായിരിക്കും. ഇങ്ങനെയുള്ള വർണങ്ങളാണ് പദജാതി വർണങ്ങൾ. മുത്തയ്യ ഭാഗവതരുടെ 'ശ്രീ രാജരാജേശ്വരി' എന്ന വർണം, പദജാതിവർണമാണ്.

ഒരു എത്തുക്കട സ്വരത്തിന്റെ ആരംഭത്തിൽ രാഗതാള ചേർച്ചയോടു കൂടി തുടങ്ങുന്ന ഒരു വരിശയിലെ സ്വരങ്ങൾ തുടർന്നു വരുന്ന ഭാഗങ്ങളിൽ ഒരേ ക്രമത്തിലിരിക്കുന്ന പദസ്വര വർണത്തെ 'ആദ്യന്തം' എന്നു പറയുന്നു.

ത്യാഗരാജ സ്വാമി ഘനപഞ്ചകത്തിൽ രചിച്ചിട്ടുള്ള പഞ്ചരത്ന കൃതികൾ, രാമനാഥപുരം ശ്രീനിവാസ അയ്യങ്കാരുടെ 'നിന്നുകോരി' എന്ന ആദിതാള വർണത്തിൽ, ഗഗരിഗരിസരി, ഗാഗപധധസരി, ഗാഗഗധപഗരി, ഗാഗ സധപഗരി, ഗാ ഗാരി. എന്നിവയും, കുന്റക്കുടി (കുന്നക്കുടി) കൃഷ്ണയ്യരുടെ 'കമലാക്ഷി നിന്ന' എന്ന വർണത്തിൽ (രാഗം കാംഭോജി താളം ഝംമ്പ) ധാനി പധമപനി, ധാനിപധഗമനി, ധാനിപധരിഗരി, ധാനിപധസപസ, ധാനിപധമപധ, നീധാ പാ എന്ന ഭാഗവും ഉദാഹരണമാണ്.

സംഗീതപാഠങ്ങളിൽ വർണങ്ങൾക്കുള്ള പ്രാധാന്യം

സംഗീത അഭ്യസനത്തിലെ പ്രാധാന്യമുള്ള പാഠഭാഗം വർണങ്ങളാണ്. ഇവ വളരെ ശ്രദ്ധയോടെ, ചിട്ടയോടെ ആഭ്യസിക്കാൻ തയ്യാറാക്കിയ ഗാനരൂപങ്ങളാണ്. ഏതൊരു രാഗത്തിന്റെയും പൂർണമായ നാദസ്വരൂപം മനസ്സിലാക്കി ഗാനങ്ങൾ ഭംഗിയോടെ അവതരിപ്പിക്കാൻ വർണങ്ങളുടെ അഭ്യസനം കൊണ്ട് പ്രാപ്തി കൈവരുന്നു.

വർണങ്ങൾ എല്ലാ സംഗീതജ്ഞർക്കും രചിക്കാൻ കഴിയുന്ന ഒന്നല്ല. സംഗീത ശാസ്ത്രാവബോധവും സാഹിത്യത്തിൽ അഗാധമായ ജ്ഞാനവും കവിത്വവും ജീവിതാനുഭവങ്ങളും ഉള്ളവർക്കേ വർണങ്ങൾ രചിക്കാൻ കഴിയൂ.

കീർത്തനങ്ങൾ, കാവ്യഗീതികൾ പലതരം ഗാനങ്ങൾ പലരും എഴുതിയിട്ടുണ്ടെങ്കിലും, വർണങ്ങൾ രചിച്ചിട്ടുള്ളവർ കുറച്ചു പേർ മാത്രമേ ഉള്ളു. ഒരു ഗാനരചയിതാവിന്റെ അഗാധമായ സംഗീത പാണ്ഡിത്യത്തിന്റെ പരമകാഷ്ഠ പ്രതിഫലിപ്പിക്കപ്പെടുന്നത് അവർ ചിട്ടപ്പെടുത്തിയ വർണങ്ങളിലൂടെയാണ്.

എട്ട്
കീർത്തനം

ഈശ്വരസ്തുതികളെയും ദുരിതങ്ങളിൽ നിന്നും മോചനം തേടുവാനുള്ള പ്രാർത്ഥനാ ഗാനങ്ങളെയും കീർത്തനങ്ങൾ എന്ന് പറയുന്നു. കീർത്തനങ്ങൾക്ക് പല്ലവി, അനുപല്ലവി, ചരണം എന്നീ മൂന്നു ഘടകങ്ങൾ ഉണ്ട്. ചില കീർത്തനങ്ങൾക്കു പല്ലവി കഴിഞ്ഞ് അനുപല്ലവി ഉണ്ടാവാറില്ല. എന്നാൽ ചരണം എന്ന ഭാഗം ഉണ്ടാകും. ഇത്തരത്തിൽ പല്ലവിക്കു ശേഷം ഒരു ചരണം മാത്രമുള്ള ഗാനസാഹിത്യത്തെ 'സമഷ്ടിചരണം' എന്നാണു പറയുന്നത്. കീർത്തനങ്ങൾക്ക് സാധാരണ രാഗങ്ങളും ലഘുവായ താളവുമാണ് ഉപയോഗിക്കുക.

കീർത്തനങ്ങൾ, ഭജനഗീതങ്ങൾ ഇവയ്ക്ക് സാഹിത്യത്തിനാണ് പ്രാധാന്യം. ശ്രുതിക്കു പുറമേ താളവാദ്യങ്ങൾ മൃദുശബ്ദത്തിലേ ഉപയോഗിക്കാൻ പാടുള്ളു. എന്നാൽ ഇതിനു വിപരീതമായി കീർത്തനങ്ങൾ ഭജനഗീതങ്ങൾ ഇവയൊക്കെ താളവാദ്യോപകരണങ്ങളുടെ ശബ്ദഗരിമയ്ക്ക് പ്രാധാന്യം കൊടുത്തുള്ള ഗാനരൂപങ്ങളായി തീർന്നിരിക്കുന്നു ഇന്ന്.

കൃതി

കൃതി എന്നതുകൊണ്ട് സംഗീതശാഖയിൽ അർത്ഥമാക്കുന്നത് ഗീതം, കീർത്തനം, ഗാനം എന്നിവയൊക്കെയാണ്. സംഗീതം നാദബ്രഹ്മവും, സാഹിത്യം അക്ഷരബ്രഹ്മവും ആണെന്നിരിക്കെ സംഗീതത്തിന് സ്വരങ്ങൾ മാത്രം ഉള്ളതിനാൽ സ്വതന്ത്രമായി നിൽക്കാൻ സാദ്ധ്യമല്ല. സാഹിത്യം കൂടിച്ചേരാതെ ഗായകർ പാടുന്ന സംഗീതത്തിന് നിലനില്പില്ല. എന്നാൽ കൃതികൾക്ക് സംഗീതത്തിന്റെ കൂട്ട് വേണമെന്നില്ല. കൃതികൾ സ്വതന്ത്രമാണ്.

കൃതികൾ വായിക്കാനും രചിക്കാനും സമയകാല നിബന്ധന

കൾ ഒന്നും ആർക്കും ആവശ്യമില്ല. എന്നാൽ സ്വരങ്ങൾ മാത്രം പാടിയും സംഗീതോപകരണം വായിച്ചു കേൾപ്പിക്കുന്നതുമായ സംഗീതം എത്ര പേർ ആസ്വദിക്കും? 'ചുമരുണ്ടെങ്കിലേ ചിത്രമെഴുതാൻ പറ്റൂ' എന്ന മൊഴി പോലെ സാഹിത്യം ഉണ്ടെങ്കിലേ സംഗീതത്തിന് ജീവനുള്ളു. സമ്പുഷ്ട സാഹിത്യരചനകൾ മികച്ച രാഗങ്ങളിൽ പാടുന്നതു കൊണ്ടല്ലേ സർവ്വ രാഗങ്ങളും കൃതികളുടെ പേരുകളാൽ പ്രസിദ്ധങ്ങളായത്. 'വാതാപി ഗണപതിം', 'ക്ഷീരസാഗര ശയനാ', 'സാമജ വരഗമന' എന്നിവ കൃതികളുടെ മഹത്വത്തിന് ഉദാഹരണമാണ്.

പൂർണ്ണമായും ശാസ്ത്രീയ രാഗത്തിലുള്ള ചലച്ചിത്രഗാനങ്ങളും ഗസലുകളും ജനങ്ങൾ അവരുടെ സ്മൃതിയിൽ സൂക്ഷിക്കുന്നുവെങ്കിൽ അതിനു കാരണം അവയുടെ രചനാ വിശേഷമാണ്.

ഉദാഹരണമായി ഒരു ചലചിത്ര ഗാനവും ഒരു ഗസൽ ഗാനവും എഴുതുന്നു.

1) ദേവി എന്ന ചിത്രത്തിൽ ഖരഹരപ്രിയ രാഗത്തിന് ജനപ്രീതി നേടി കൊടുത്തത് 'സാമ്യമകന്നൊരുദ്യാനമേ' എന്ന പ്രസിദ്ധ ഗാനസാഹിത്യത്തിന്റെ പ്രൗഢി കൊണ്ടുകൂടിയാണ്.

2) പ്രശസ്തമായ ഉറുദു ഗസൽ ഗാനം. മഹാ സംഗീത വിദ്വാൻ ഗുലാം അലി സാഹേബ് പാടിയ കാഫി രാഗത്തിലുള്ള ഗസൽ. ചുപ്കേ, ചുപ്കേ രാത്ത് ദിൻ, മൗലാന ഹസ്രത്ത് മൊഹാനി എന്ന ഉറുദു കവിയുടെ വിശേഷ കൃതിയുടെ മഹത്വം കൊണ്ടാണ് ഗാനം പ്രസിദ്ധമായത്. അതിനാൽ കൃതികൾ എന്നത് സംഗീതത്തിനു വേണ്ടി തയ്യാറാക്കിയ രചനകളാണെന്ന് വിചാരിക്കുന്ന സംഗീത വിദ്വാന്മാരോട് സഹതപിക്കാനേ കഴിയൂ.

സംഗീതകൃതികളിൽ പല്ലവി, അനുപല്ലവി, ചരണം എന്നിങ്ങനെ മൂന്ന് ഖണ്ഡങ്ങളുണ്ട്. ഇവയിൽ സാഹിത്യ(കാവ്യ)ങ്ങളും ഉണ്ട്. കൃതിയും കീർത്തനവും തമ്മിൽ പ്രകടമായ വ്യത്യാസം കാണാത്തവർ കൃതി എന്നത് കീർത്തനം തന്നെയെന്ന് പറയുന്നു. എന്നാൽ കൃതിയും കീർത്തനവും തമ്മിൽ ഭേദമുണ്ട്. കൃതികൾ മുഖ്യമായും സംഗീതരാഗ പ്രധാനമാണ്. കീർത്തനങ്ങളിൽ സാഹിത്യത്തിന് പ്രാധാന്യം നൽകുകയും ചെയ്യുന്നു.

സംഗീതത്തിൽ പറയപ്പെടുന്ന കൃതികൾ ഭക്തികീർത്തനങ്ങളിൽ നിന്നും പിറന്നതായ ഗാനങ്ങളാണെന്ന് വിചാരിക്കാം. ക്രിസ്തുവിന് മുൻപ് പുരന്ദരദാസന്റെ കാലഘട്ടത്തിൽ തന്നെ കീർത്തനം നിലവിൽ ഉണ്ടായിരുന്നുവത്രെ. എന്നാൽ ഇന്നുള്ള ഉത്കൃഷ്ടമായ

അനശ്വരകീർത്തനങ്ങളുടെ രചയിതാക്കൾ സംഗീത ത്രിമൂർത്തികൾ ആണ്.

ഒരു ഗായകന് മനോധർമ്മത്തിൽ പാടാൻ സൗകര്യപ്പെടുത്തുന്നതു കൃതിയാണ്. ഗാനരചയിതാവിനു ഭാഷാപരിജ്ഞാനം പ്രതിഫലിപ്പിക്കാനും കൃതികൾ ഇടം നൽകുന്നു.

ഓരോ രചയിതാവിന്റെയും ശൈലി പ്രത്യേകമായി കൃതികളിൽ ഉണ്ടായിരിക്കും. കച്ചേരികളിൽ ഭൂരിഭാഗം പേരും പാടുന്നത് കൃതികളാണല്ലോ. ഓരോ കൃതിയിലും അതിന്റെ കർത്താവിന്റെ രചനാമുദ്ര ഉണ്ടായിരിക്കും. കർണാടക സംഗീതത്തിലുള്ള കൃതികൾ അധികവും തെലുങ്ക് ഭാഷയിലുള്ളതാണ്. ദക്ഷിണേന്ത്യൻ സംഗീതത്തിനു കർണാടകസംഗീതമെന്ന് പറയുന്നതും ഈ കാരണം കൊണ്ടായിരിക്കണം.

തെലുങ്ക് കൃതികൾ സംസ്കൃത പദങ്ങളും കൂട്ടി ചേർത്ത സങ്കര സാഹിത്യരൂപമാണ്. മലയാളഭാഷയും സംസ്കൃതവും ചേർന്നുള്ള മണിപ്രവാള ശൈലി പോലെയാണത്. ഈശ്വരസ്തുതിക്കോ പ്രാർത്ഥനകൾക്കോ യാതൊരു പ്രാധാന്യം നൽകാത്ത ഭൗതിക വിഷയമായ കൃതികളും ഉണ്ട്.

ത്യാഗരാജ സ്വാമിയുടെ 'സൊഗ സുഗാ' എന്ന കൃതി സംഗീത ലക്ഷണത്തെക്കുറിച്ചുള്ള രചനയാണെങ്കിൽ 'എന്ത ഭാഗ്യമു' എന്നത് സ്വന്തം അനുഭവങ്ങളെക്കുറിച്ചുള്ളതാണ്.

വേണുഗാനത്തെക്കുറിച്ചുള്ള 'മോഹന മയി' എന്ന രചനയും 'രാസവിലാസ' രാസക്രീഢാ വർണനയും സ്വാതിതിരുനാളിന്റെ മികച്ച കൃതികളാണ്.

കൃതി സമുച്ചയം

വിഭിന്നരാഗങ്ങളിൽ ഉള്ള കൃതികളിലും കീർത്തനങ്ങളിലും പ്രാർത്ഥനാ ഗീതങ്ങളിലും വിഷയസാമ്യം പ്രകടമാക്കുന്നവയെ കൃതി സമുച്ചയങ്ങൾ എന്നു വിളിക്കുന്നു. കൃതി സമുച്ചയങ്ങളെ കീർത്തനാവലി അഥവാ സമുദായ കൃതികൾ എന്നും സൂചിപ്പിക്കാറുണ്ട്. പ്രത്യേക മതവിഭാഗത്തിന്റേത് എന്നൊരു സൂചന സമുദായ കൃതികൾ എന്ന വാക്ക് ധ്വനിപ്പിച്ചിരുന്നതു കൊണ്ടാകാം പിൽക്കാലത്ത് കർണാടക സംഗീതത്തിന് സാധാരണ ജനസമൂഹം ഒരു പരിഗണനയും നൽകാത്തതെന്ന് കരുതാവുന്നതാണ്.

മുത്തുസ്വാമി ദീക്ഷിതരുടെ 'കമലാംബാ നവാവരണം', സ്വാതിതിരുനാളിന്റെ നവരാത്രി കീർത്തനങ്ങൾ, ചെന്നൈയ്ക്കു സമീപം

തിരുവൊറ്റിയൂർ ദേശത്തെ പ്രസിദ്ധമായ ക്ഷേത്രത്തിലെ ത്രിപുര സുന്ദരിയെക്കുറിച്ചുള്ള പഞ്ചരത്ന കൃതികൾ 'തിരുവൊറ്റിയൂർ പഞ്ചരത്നം' എന്നാണറിയപ്പെടുന്നത്. 'ദിവ്യനാമ കീർത്തനങ്ങൾ', ശ്യാമ ശാസ്ത്രിയുടെ മീനാക്ഷി സ്തുതിയായ നവരത്നമാലിക, കോവൂർ പഞ്ചരത്നം എന്നിവയെല്ലാം കൃതി സമുച്ചയങ്ങളിൽ ഉൾപ്പെടുന്നവയാണ്.

ചെന്നൈ കോവൂർ ക്ഷേത്രത്തിലെ ശിവനെ സ്തുതിച്ചുള്ള ത്യാഗരാജ സ്വാമിയുടെ കൃതികൾ.

1) ശംഭോ മഹാദേവ, രാഗം പന്തുവരാളി, താളം രൂപകം.
2) ഈ വസുധ, രാഗം ശഹാന, താളം ആദി.
3) കോരി സേവിമ്പ, രാഗം ഖരഹരപ്രിയ, ആദിതാളം.
4) നമ്മി വെച്ചന, രാഗം കല്യാണി, താളം രൂപകം.
5) സുന്ദരേശ്വരു, രാഗം ശങ്കരാഭരണം, ആദിതാളം.

തിരുവൊറ്റിയൂർ ക്ഷേത്രത്തിലെ ത്രിപുരസുന്ദരിയെക്കുറിച്ചുള്ള പഞ്ചരത്നകൃതികൾ (ത്യാഗരാജസ്വാമി രചിച്ചവ)

1) സുന്ദരി നീ, രാഗം കല്യാണി ആദിതാളം.
2) സുന്ദരി നന്നി, രാഗം ബേഗഡ താളം രൂപകം.
3) ദാരിനി തെലുസു, രാഗം ശുദ്ധ സാവേരി, താളം ആദി.
4) സുന്ദരി നിനു, രാഗം ആരഭി, താളം ത്രിപുട.
5) കന്നതല്ലി, രാഗം സാവേരി താളം ആദി.

നവഗ്രഹ കൃതികൾ

മുത്തുസ്വാമി ദീക്ഷതർ പ്രിയശിഷ്യന്റെ രോഗനിവാരണത്തിനായാണ് നവഗ്രഹകൃതികൾ രചിച്ചത് എന്നു പറയപ്പെടുന്നു.

1) സൂര്യ മൂർത്തേ, രാഗം സൗരാഷ്ട്രം, ധ്രുവതാളം
2) ചന്ദ്രം ഭജ, രാഗം അസാവേരി, മഠ്യതാളം
3) അംഗാരകം, രാഗം സുരുട്ടി, രൂപകതാളം
4) ബുധമാശ്രയാമി, രാഗം നാട്ടക്കുറിഞ്ചി, ഝംമ്പ താളം
5) ബൃഹസ്പതേ, രാഗം അഠാണ, ത്രിപുട താളം.
6) ശ്രീ ശുക്ര ഭഗവന്തം, രാഗം പരസ്, അടതാളം.
7) ദിവാകര തനുജം, രാഗം യദുകുല കാംഭോജി, ഏക താളം
8) സ്മരാമ്യഹം, സദാരാഗം രാമമനോഹരി, രൂപക താളം
9) മഹാസുരം, രാഗം ചാമരം (ഷൺമുഖപ്രിയ), രൂപകതാളം.

നവരത്നമാലിക

അർച്ചനം, ആത്മനിവേദനം, സ്മരണം, വന്ദനം, കീർത്തനം, ശ്രവണം, പാദസേവനം, സഖ്യം, ദാസ്യം എന്നീ ഒമ്പതു വിധത്തിലുള്ള ഭക്തി പ്രതിപാദനമായ കൃതികളുടെ ഗാനസമുച്ചയമാണ് നവരത്നമാലിക. സ്വാതി തിരുനാളും ശ്യാമ ശാസ്ത്രിയും രചിച്ച നവരത്ന മാലിക പ്രസിദ്ധങ്ങളാണ്.

നവരാത്രിയും കീർത്തനങ്ങളും

ഓരോ നവരാത്രി കാലം വരുമ്പോഴും എന്റെ ബാല്യകാലങ്ങളിലെ ഒമ്പത് പുണ്യദിനങ്ങളാണ് ഓർമ്മ വരുന്നത്. വീട്ടിൽ സഹോദരിമാർ വായിച്ചിരുന്ന ഹാർമോണിയം, സംഗീത ഗ്രന്ഥങ്ങൾ, മറ്റു പാഠ്യപുസ്തകങ്ങൾ, വേദഗ്രന്ഥങ്ങൾ ഇവയൊക്കെ ഗുരുവായൂരപ്പ വിഗ്രഹത്തിന്റെയും സരസ്വതി രൂപത്തിന്റേയും അരികിൽ പൂജയ്ക്കൊരുക്കും. അർച്ചനകൾക്കും ആരതികൾക്കും പിന്നാലെ അമ്മയുണ്ടാക്കിയ പഞ്ചാമൃതം നിവേദിച്ചതു നുണയുമ്പോഴുള്ള രുചിയും ഗുരുനാഥനും സഹോദരിമാരും ചേർന്ന് പാടുന്ന ഭക്തിനിർഭരമായ ഭജനകളും അച്ഛന്റെ ഇഷ്ട കീർത്തനമായ 'ഓം ജയ ജഗതിശ ഹരേ സ്വാമി ജയ് ജഗദീശ ഹരേ! ഭക്തജനോം കീ സങ്കട് ദാസ് ജനോം കീ സങ്കട് ക്ഷൺ മേം ദൂര് കരേ! ഓം ജയ് ജദീശ് ഹരേ' ഇവയൊന്നും ഒരിക്കലും മറക്കാൻ കഴിയില്ല. അച്ഛന്റെ ആലാപന സ്വരം ഇന്നും പ്രതിധ്വനിക്കുന്നുണ്ട്. ഗുരുവും മാതാപിതാക്കന്മാരും മൺമറഞ്ഞുവെങ്കിലും മനസ്സിലിന്നും വിശുദ്ധ നവരാത്രി നൽകിയ പുണ്യം ജീവശ്വാസം പോലെ കൂടെയുണ്ട്.

നവരാത്രി ദിനങ്ങളിൽ സരസ്വതി ദേവിയുടെ അക്ഷരസംഗീതാമൃത സ്തനങ്ങളായ അക്ഷരബ്രഹ്മത്തിൽ നിന്നും സാഹിത്യവും നാദബ്രഹ്മത്തിൽ നിന്നു സംഗീതവും ഭജനം പാർത്തു ഭുജിക്കാം. നവരാത്രികാലത്ത് ദിവസവും ഉള്ളിലെ നിറകുടം പുറത്തേയ്ക്ക് തുള്ളി തുളുമ്പാതെ കാത്ത് സൂക്ഷിക്കുന്നൊരു ഗാനമുണ്ട്.

'നക്ഷത്ര ദീപങ്ങൾ തിളങ്ങി;
നവരാത്രി മണ്ഡപമൊരുങ്ങി!
രാജധാനി വീണ്ടും സ്വാതി തിരുനാളിൽ
രാഗസുധാ സാഗരത്തിൽ നീരാടി'

ബിച്ചു തിരുമലയുടെ ഉജ്ജ്വലമായ കൃതി!

ഗൗരീ മനോഹരി, ശങ്കരാഭരണം, ആഭോഗി എന്നീ രാഗങ്ങളിൽ പ്രസിദ്ധ വിദ്വാന്മാരായ ജയ വിജയന്മാർ ചിട്ടപ്പെടുത്തിയ ഗാനം.

രാജകാല സംഗീതഗന്ധം ഉണർത്തുന്ന കർണാടക സംഗീതത്തിന് സ്വർണ സുഗന്ധം ചാർത്തിയ ഗാനം ഞാൻ വിസ്മരിക്കില്ല.

തിരുവനന്തപുരം വലിയ കൊട്ടാരത്തിലെ പൂജപ്പുര മണ്ഡപത്തിൽ നവരാത്രി കാലത്ത് ദിവസവും ഓരോ കീർത്തനം പാടുന്നതിനായി സ്വാതിതിരുനാൾ രചിച്ച കൃതികളെയാണ് നവരാത്രി കീർത്തനങ്ങൾ എന്ന് പറയുന്നത്.

ഒമ്പത് കീർത്തനങ്ങൾ ഉള്ളതിൽ 1 മുതൽ 6 വരെയുള്ളത് സരസ്വതി ദേവിയേയും ബാക്കിയുള്ള 3 കീർത്തനങ്ങൾ പാർവ്വതി ദേവിയേയും സ്തുതിക്കുന്നവയാകുന്നു.

നവരാത്രി കീർത്തനങ്ങൾ

1) ദേവി ജഗദ്	- ശങ്കരാഭരണം	- താളം ആദി.
2) പാഹിമാം ശ്രീ	- കല്യാണി	- താളം ആദി.
3) ദേവി പാവനേ	- സാവേരി	- താളം ആദി.
4) ഭാരതി മാമവ	- തോഡി	- താളം ആദി.
5) ജനനി മാമവ	- ഭൈരവി	- താളം ത്രിപുട
6) സരോരുഹാസ	- പന്തുവരാളി	- താളം ആദി.
7) ജനനീ	- ശുദ്ധസാവേരി	- താളം ത്രിപുട.
8) പാഹി	- നാട്ടക്കുറിഞ്ചി	- താളം ത്രിപുട.
9) പാഹി പർവ്വത	- ആരഭി	- താളം ആദി.

പദം

ഓരോ വിഷയങ്ങളെയും ആസ്പദമാക്കി എഴുതുന്ന ഗാനസാഹിത്യങ്ങളെയാണ് പദം എന്നത് കൊണ്ട് അർത്ഥമാക്കുന്നത്. കഥകളിലെ നായികാനായകന്മാർ അനുഭവിക്കുന്ന വിവിധ മാനസികാവസ്ഥകളെ പറ്റിയും; നാടകം, കഥകളി തുടങ്ങിയവയിലൊക്കെ ഗാനാവിഷ്കാരത്തിലൂടെ അവതരിപ്പിക്കാൻ തക്കവിധം എഴുതുന്ന കാവ്യങ്ങളാണ് പദങ്ങൾ.

ചലചിത്രങ്ങളിലെയും പുരാണകഥകളിലെയും നായികയും നായകനും അകലേക്ക് വേറിട്ട് താമസിക്കേണ്ടി വരുന്ന അവസ്ഥകളിലെ വിപ്രലംഭ ശൃംഗാരം- നായികയ്ക്ക് ഉണ്ടാവുന്ന വിരഹ ദുഃഖം എന്നിവയെക്കുറിച്ച് പ്രതിപാദിക്കുന്നതെല്ലാം പദങ്ങളാകുന്നു. നാട്യപ്രധാനമായ കലകൾക്കാണ് പദങ്ങളുടെ രസം അനുഭവഭേദ്യമാക്കുവാൻ കഴിയുക. ബാലെ, കഥാപ്രസംഗം, നാടകം, കഥകളി തുടങ്ങിയവയിലെ ഗാനങ്ങൾക്കെല്ലാം പദം എന്നു പറയുന്നു.

പന്ത്രണ്ടാം നൂറ്റാണ്ടിൽ ജീവിച്ചിരുന്ന ജയദേവകവി ആണ് പദങ്ങളുടെ ഉപജ്ഞാതാവെന്ന് പറയപ്പെടുന്നത്. ശ്രീകൃഷ്ണന്റെയും രാധയുടെയും ശൃംഗാരം, രാസലീലാ തുടങ്ങിയവയെ ആസ്പദമാക്കി രചിച്ചിട്ടുള്ള പദങ്ങളുടെ സമ്പുഷ്ടമായ കൃതി 'ഗീതഗോവിന്ദം' വളരെ പ്രസിദ്ധമാണ്. പദങ്ങളുടെ മറ്റൊരു ഭേദമാണ് ജാവലി. ജാവലികൾ മുഖ്യമായും ഗ്രാമ്യാവിഷ്കാരവും ലൗകികജീവിതഗന്ധിയുമായ വിഷയത്തിൽ ചാലിച്ച രചനകളുമാണ്.

പ്രബന്ധം

ആധുനിക സംഗീതത്തിൽ പ്രബന്ധം എന്നു പറയുന്നത് ഉത്സവവിശേഷങ്ങൾ പൗരാണിക കലകൾ നാട്ടാചാരങ്ങൾ എന്നിവയെകുറിച്ച് പ്രതിപാദിയ്ക്കുന്ന താളക്രമങ്ങൾ ഒന്നുമില്ലാതെ ചൊല്ലാൻ രചിച്ചിട്ടുള്ള കവനങ്ങളാണ്. ഉദാഹരണമായി സ്വാതി തിരുനാളിന്റെ ഉത്സവ പ്രബന്ധം, ഹരികഥാപ്രസംഗത്തിനായി രചിച്ച കുചേലോപാഖ്യാനം.

ത്യാഗരാജ സ്വാമിയുടെ 'നൗകാ ചരിത്രം, പഞ്ചരത്ന കൃതികൾ, ഇരയിമ്മൻ തമ്പിയുടെ നവരാത്രി പ്രബന്ധം എന്നിവയാണ്.

നാടൻ പാട്ടുകൾ

നാടൻ പാട്ടുകൾക്ക് പ്രത്യേകിച്ച് യാതൊരു നിബന്ധനകളോ ഭാഷാശുദ്ധിയോ ഗായകന്റെ ശബ്ദശുദ്ധിയോ സംഗീതജ്ഞന്മാർ പറയുന്ന സംഗതികളോ, ഭൃഗകളോ ഒന്നും നിഷ്കർഷിക്കുന്നില്ല. നിത്യജോലി ചെയ്ത് അന്നം തേടുന്ന സാധാരണ ജനങ്ങളുടെ ഇടയിൽ പ്രചാരത്തിലുള്ളവയാണ് നാടൻപാട്ടുകൾ. തൊഴിലിടങ്ങളിലെ വിരസത മാറ്റാൻ സംഘം ചേർന്ന് തൊഴിലുമായി ബന്ധപ്പെട്ട കാര്യങ്ങൾ സംസാരഭാഷയിൽ ഒരു ഈണത്തിൽ ദീർഘിപ്പിച്ചും കുറുക്കിയും ഇടയ്ക്ക് സമീപത്തുള്ള പണി ആയുധങ്ങളിൽ താളം തട്ടിയും കൈകൾ തമ്മിൽ കൊട്ടിയും പാടുന്ന ഗാനങ്ങളാണ് ഇവ. നാടൻ പാട്ടുകൾ പലവിധമുണ്ട്. പുഞ്ചപ്പാട്ട്, ഞാറ് നടുമ്പോൾ കർഷക സ്ത്രീകൾ പാടുന്ന ഞാറ്റുവേല പാട്ട്, പാടത്ത് കന്ന് പൂട്ടുമ്പോൾ പാടുന്ന പാട്ട്, പുഞ്ചയ്ക്ക് വെള്ളം തേവുമ്പോൾ പാടുന്ന തേക്ക് പാട്ട്, കൊയ്ത്ത് പാട്ട്, മുക്കുവന്മാർ വല വലിക്കുമ്പോൾ ആയാസം കിട്ടുവാനായ് പാടുന്ന 'ഹൈലേലസ' പാട്ട്, ഖലാസിമാർ ഭാരം വലിക്കുമ്പോൾ പാടുന്ന ഒത്തുപിടി പാട്ട്, ഗ്രാമോത്സവങ്ങളിൽ പാടുന്ന തിരുവാതിര പാട്ട്, വിവിധ സമുദായങ്ങ

ളിലെ കല്യാണ പാട്ട്, മാപ്പിളപ്പാട്ട്, ഒപ്പനപ്പാട്ട്, മാർഗ്ഗംകളി പാട്ട്, വില്ലുപാട്ട്, വില്ലടിച്ചാംപാട്ട് - ഇത് തമിഴ്നാട്ടിലും തെക്കൻ കേരളത്തിലും ഇപ്പോഴും പ്രചാരത്തിലുണ്ട്.

(വിൽപ്പാട്ട് ഞാൻ ആദ്യം കേൾക്കുന്നത് ആറ്റിങ്ങൽ പാലസ് റോഡിലെ മുത്തുമാരി അമ്മൻകോവിൽ ഉത്സവത്തിനാണ്.) എന്തൊരു വശ്യമായ അവതരണം, വില്ല് കൊട്ടി ശ്രുതിലയത്തോടെ പാടുകയും ഭാഗവതകഥ പറയുക എന്നതും നല്ല പരിശീലനം സിദ്ധിച്ചവർക്കേ കഴിയൂ.

നാടൻ പാട്ടിൽ ഉൾപ്പെട്ടവ ഇനിയും ഉണ്ട്. കാവടിചിന്ത്, ഉറക്ക് പാട്ട്, കുമ്മിപ്പാട്ട്, കളംപാട്ട്, കോൽക്കളിപ്പാട്ട്, കായൽ പാട്ട്, വഞ്ചിപ്പാട്ട് - ഇത് ജലോത്സവം നടക്കുമ്പോൾ മാത്രമേ എല്ലാവരും കേൾക്കുന്നുള്ളു. വഞ്ചിപ്പാട്ടിന് ജനകീയ ശ്രദ്ധ കിട്ടുവാൻ ഒരു കാരണം, 'കുട്ടനാടൻ പുഞ്ചയിലെ' എന്ന പ്രശസ്ത സിനിമാ ഗാനത്തിന്റെ ഈണമാണ്.

കടത്തുതോണിപ്പാട്ടു പണ്ടുണ്ടായിരുന്നു. കായലിന്റെ അഗാധതയും കുഞ്ഞോളങ്ങളുടെ മറവിൽ ചതിച്ചുഴിയുടെ ചലനങ്ങളും അറിഞ്ഞവനാണ് കടത്തുകാരൻ. വള്ളത്തിൽ ആളു കേറാൻ അവൻ പാടും.

'അക്കരെയിക്കരെ നിന്നാലെങ്ങിനെ ആശ തീരും നിങ്ങടെ ആശ തീരും' കടത്തുകാരൻ കരക്കാരുടെ കരളിന്റെ നൊമ്പരം അറിഞ്ഞ് ജീവിതനൗക തുഴയുന്നവനാണ്. കാലം മാറി കഥ മാറി, പാട്ടും മട്ടും മാറി. ഇന്ന്, 'ഇക്കരെ നിന്നക്കരെയ്ക്കൊരു പാലം' എല്ലാ കടവിലും വന്നു. നല്ലതു തന്നെ. പക്ഷേ, കടവത്തെ പാലത്തിന് ചോട്ടിലെ പൂഴി മണ്ണിൽ കമിഴ്ന്ന് കിടക്കുന്ന തോണിയും ആരോഗ്യം നശിച്ച കടത്തുകാരനും ആകാശം നോക്കി ദുഃഖിച്ച് കിടക്കുമ്പോൾ നമ്മുടെ കണ്ണുകൾ ഈറനണിയില്ലേ?

പുള്ളുവൻ പാട്ട് രണ്ട് വിധമുണ്ടായിരുന്നു. പുള്ളുവനും പുള്ളോത്തിയും ഒന്നിച്ചിരുന്ന് പാടുന്നതും പുള്ളുവൻ നാഗശാപ ദുരിതങ്ങൾ മാറ്റുവാൻ വേണ്ടി വീണ വായിച്ച് പാടുന്നതും പുള്ളോത്തി പുള്ളോർകുടം താളത്തിൽ മീട്ടി പാടുന്നതും വളരെ വിശേഷമായവയാണ്. കുട്ടികൾക്ക് ബാധിച്ച നാവേറ്, കണ്ണേറ് എന്നിവ മാറുവാൻ കുഞ്ഞുങ്ങളെ പുള്ളോത്തിയുടെ മടിയിൽ ഇരുത്തിയും ദൃഷ്ടിദോഷം മാറ്റാൻ പാടിയിരുന്നവർ. ഇപ്പോൾ, പുള്ളവന്മാരും പുള്ളോത്തിമാരും ഈ രംഗം കൈവെടിഞ്ഞിരിക്കുന്നു. 'നിർമ്മാല്യം' എന്ന സിനിമയ്ക്കു വേണ്ടി ഇടശ്ശേരിയുടെ രചനയിൽ ഒരു

പുളവൻ പാട്ടുണ്ട്. കെ.രാഘവൻ മാഷിന്റെ സംഗീതത്തിലുള്ള 'ശ്രീ മഹാദേവൻ തന്റെ ശ്രീ പുള്ളോർക്കുടം കൊണ്ട്' എന്ന ഗാനം പുള്ളവൻ പാട്ടിന്റെ തനിമയുള്ളതാണ്. ബ്രഹ്മാനന്ദന്റെ ശബ്ദം തികച്ചും നാടൻ പാട്ടുകൾക്കും നാടക ഗാനങ്ങൾ പാടാനും വളരെ അനുയോജ്യമായതായിരുന്നു. നാടൻപാട്ടിൽ തന്നെയുള്ളതാണ് അയ്യപ്പൻ പാട്ട്, ഉടുക്കു പാട്ട് എന്നിവ. ഉടുക്ക് പാട്ടിന്റെ ശൈലി നഷ്ടപ്പെടുത്താതെ ദേവരാജൻ മാസ്റ്റർ 'ചെമ്പരത്തി' എന്ന സിനിമിയിലെ ഒരു ഗാനത്തിൽ പ്രയോഗിച്ചിട്ടുണ്ട്.

'ശരണമയ്യപ്പാ സ്വാമി ശരണമയ്യപ്പാ' എന്ന ഗാനം ശ്രദ്ധിക്കുന്ന പഴയ തലമുറയിലുള്ള ആളുകൾക്കതു മനസ്സിലാവും. മലയാള ചലചിത്രങ്ങളിൽ വേറെയും ഗാനങ്ങൾ നാടൻ പാട്ടിന്റെ ഈണത്തിലുള്ളതുണ്ട്. അവയിലധികവും സലിൽ ചൗധരിയാണ് സംഗീതം നിർവ്വഹിച്ചിട്ടുള്ളത്.

ചെമ്മീൻ എന്ന ചിത്രത്തിലെ

കടലിനക്കരെ പോണോരേ, പെണ്ണാളേ പെണ്ണാളേ...., പുത്തൻ വലക്കാരേ പുന്നപുറക്കാരേ...

നെല്ല് എന്ന ചിത്രത്തിലെ

കദളി ചെങ്കദളി..., ഹൊയ് ഹൊയ് കയ്യോട് കൈ മെയ്യോട് മെയ്യ് ചെമ്പാ ചെമ്പാ...

വിഷുക്കണി എന്ന ചിത്രത്തിലെ

കാള വരുന്നേ കലപ്പ വരുന്നേ..ഹോയ് മുന്നോട്ട് മുന്നോട്ട് കാളേയ്

റൗഡി രാമു എന്ന ചിത്രത്തിനു

വേണ്ടി ശ്യാം സംഗീതം നൽകിയ

നേരം പോയ് നേരം പോയ് നട കാളേ...

തോണി പാട്ടിന്റെ ഈണം ഓർമ്മിപ്പിക്കുന്ന ത്രിവേണി എന്ന സിനിമയിലെ

കൈതപ്പുഴ കായലിലെ....

ഇവയെല്ലാം നാടൻപാട്ടിന്റെ മധുരിമയിൽ ചാലിച്ചെടുത്തതാണ്. ഇപ്പോൾ നാടൻ പാട്ടുകൾ എന്ന പേരിൽ പാടുന്നതൊന്നും തന്നെ തനിമയിൽ ഉള്ളതല്ല. വായിൽ വരുന്ന വാക്കുകൾ പരസ്പരം ചേർത്ത് ഹൊയ്, ഹായ്, ഉം ഉം, ശബ്ദങ്ങൾ ഉണ്ടാക്കി ചെണ്ടയും കൊട്ടിയുള്ള ആക്രോശങ്ങളായി മാറിയിരിക്കുന്നു. ശരിയായ നാടൻ പാട്ടുകൾ പാടുന്നവരും അതിനായി പ്രയത്നിക്കുന്നവരും ഉണ്ടെങ്കിലും നാടൻ പാട്ട് ജനഹൃദയങ്ങൾക്ക് നൽകിയത് അഭിനയപ്രതി

ഭയായിരുന്ന കലാഭവൻ മണിയാണ്. ലോകത്തിന്റെ ഏതു കോണിൽ വസിക്കുന്നവരും നാടൻ പാട്ടുകളുടെ ആസ്വാദകരാണ്. ലോക സംഗീതത്തിൽ ശാസ്ത്രീയത്തിന് എത്ര പ്രാധാന്യമുണ്ടോ, അത്രയും പ്രചാരം ലോക ഫോക് മ്യൂസിക് രംഗത്തിനുമുണ്ട്. ലോകത്തിലെ എല്ലാ സംഗീതശൈലിയും ആസ്വദിക്കാനും ഹൃദയപൂർവം സ്വീകരിക്കാനും തയ്യാറായാൽ മനുഷ്യമനസ്സിനു ലഭിക്കുന്ന ശ്രേഷ്ഠമായ ആനന്ദമായിരിക്കും അത്.

൦൦

ഒമ്പത്
താളം

ഒരു ഗാനം കേൾക്കുമ്പോൾ അതിന്റെ കാലപരിണാമത്തിന്റെ അവസ്ഥയ്ക്കനുസരിച്ച് കൈവിരൽ കൊണ്ടോ ചർമവാദ്യങ്ങളിലോ അടിച്ചുകൊണ്ട് ശബ്ദം സൃഷ്ടിക്കുന്നതിനെ താളം എന്ന് പറയുന്നു. സർവ്വഗീതങ്ങളുടേയും മാതാവ് ശ്രുതിയും പിതാവ് താളവും ആകുന്നു. സംഗീതത്തിൽ താളത്തിനുള്ള പ്രാധാന്യം ഏവർക്കും അറിയാവുന്നതാണല്ലോ?

സർവ്വഗാനങ്ങളെയും താളമാണ് നിയന്ത്രിച്ച് ശ്രവണസുഖമാക്കി നൽകുന്നത്. താളനിയമം പാലിക്കാതെയുള്ള ഗായകരുടെ ആലാപനം ആരും ഇഷ്ടപ്പെടുന്നില്ല. ദശപ്രാണങ്ങളുടെ നിത്യസ്പന്ദനം കൊണ്ട് ഊർജ്ജസ്വലമായിരിക്കുന്നതാണ് താളം. മനുഷ്യശരീരത്തിൽ പ്രാണൻ, അപാനൻ, വ്യാനൻ, ഉദാനൻ, സമാനൻ എന്നീ അഞ്ച് മഹാപ്രാണങ്ങളും നാഗൻ, കൂർമ്മൻ, കൃകരൻ, ദേവദത്തൻ, ധനഞ്ജയൻ എന്നീ അഞ്ച് ഉപപ്രാണങ്ങളും ഉള്ളതുപോലെയാണ് താളത്തിലെ ദശപ്രാണങ്ങളുടെ സ്ഥിതിയും എന്ന് മനസ്സിലാക്കണം. അതായത് സ്വന്തം ജീവസ്പന്ദനം തിരിച്ചറിയാൻ ശ്രമിക്കുകിൽ താളപ്രമാണങ്ങളും ബോധ്യമായിടും എന്നർത്ഥം.

താളത്തിലെ ദശപ്രാണങ്ങൾ

കാലം, മാർഗ്ഗം, ക്രിയ, അംഗം, ഗ്രഹം, ജാതി, കല, ലയം, യതി, പ്രസ്താരം എന്നിവയാണ്.

1) കാലം

സമയത്തിന്റെ അളവിനെ കാലം എന്നതു കൊണ്ട് അർത്ഥമാക്കുന്നു. കാലത്തിന്റെ ഏറ്റവും ചെറിയ സമയ പരിണാമമാണ് ഒരു ക്ഷണം എന്ന് പറയുന്നത്. നൂറു താമരദളങ്ങളെ ഒന്നിനു മേൽ

ഒന്നു വീതം അടുക്കി വെച്ചിട്ട് അവയിൽ കൂടി ഒരു നേരിയ വണ്ണ ത്തിലുള്ള ഒരു സൂചി കുത്തി ഇറക്കുമ്പോൾ ഒരു ഇതളിൽ നിന്നും താഴെയുള്ള ഇതളിലേക്ക് സൂചിമുന കടക്കുന്നതിന് എത്ര സമയ മാണോ വേണ്ടി വരുന്നത് അതിനെ ക്ഷണം എന്ന് പറയുന്നു.

2) മാർഗം

ഒരു മാത്ര അനുസരിച്ച് കാലത്തിന്റെ വ്യവച്ഛേദനത്തെ മാർഗ മെന്നു പറയുന്നുണ്ട്. സംഗീത രത്നാകരം എന്ന ഗ്രന്ഥത്തിൽ അഞ്ച് ഹ്രസ്വാക്ഷരങ്ങൾ ഉച്ചരിക്കാൻ എടുക്കുന്ന കാലമാണ് ഒരു മാത്രയെന്ന് രേഖപ്പെടുത്തിയിട്ടുണ്ട്. എന്നാൽ ഈ കാലഘട്ടത്തിൽ അത് അപ്രായോഗികമാണെന്ന് പറയേണ്ടതില്ലല്ലോ. ഇന്നത്തെ പ്രാ യോഗിക സംഗീതത്തിൽ നാലക്ഷരകാലത്തെയാണ് ഒരു മാത്ര യായി കണക്കാക്കപ്പെട്ടിരിക്കുന്നത്.

താളത്തിലെ ഷൺമാർഗ്ഗങ്ങളെ ആധുനിക സംഗീതത്തിൽ 'ഷട് കാലം' എന്നു പറയുന്നു. ഉദാഹരണമായി സരളി വരിശകൾ ഒന്നാം കാലത്തിൽ പാടുമ്പോൾ ഒരു നിശ്ചിത കാല അളവിൽ എത്ര സ്വരങ്ങൾ ഉണ്ടോ അതിന്റെ ഇരട്ടി അതേ കാലയളവിൽ തന്നെ രണ്ടാം കാലത്തിലും, രണ്ടാം കാലത്തിന്റേതിനും ഇരട്ടി മൂന്നാം കാലത്തിലും, അതുപോലെ നാലാം കാലത്തിലും കാണ പ്പെടും. ലളിതമായി പറഞ്ഞാൽ ഒന്നാം കാലത്തിൽ ഒരു സ്വരത്തി നുള്ള കാലദൈർഘ്യത്തിന്റെ പകുതി മാത്രമേ രണ്ടാം കാലത്തിൽ ഒരു സ്വരത്തിനുള്ളു. രണ്ടാം കാലത്തിൽ പകുതിയുള്ള തൽസ്വര ത്തിന്റെ പകുതി മാത്രമേ മൂന്നാം കാലത്തിൽ ഉള്ള സ്വരത്തിൽ നാം കേൾക്കുന്നുള്ളു.

3) ക്രിയ

ഒരു ഗാനം കേൾക്കുമ്പോഴോ മനസ്സിൽ ഒരു ഈണം തോന്നു മ്പോഴോ കൈകൾ തമ്മിൽ കൊട്ടുക, ഇരിക്കുന്നതിന് സമീപമുള്ള മേശയിൽ തട്ടുക, ചുവരിലെ ഘടികാരത്തിന്റെ ടിക്, ടിക് ശബ്ദത്തി ന് അനുസരണമായി വിരൽ ഞൊടിക്കുക, വിരൽ എണ്ണുക എന്നി പ്രവൃത്തികൾ ചെയ്യുന്നതിനെ ക്രിയ എന്ന് പറയുന്നു. ഇത്തരത്തിൽ സംഗീതത്തിലുള്ള ക്രിയകൾ രണ്ടു വിധത്തിലുണ്ട്.

ഒന്ന് ശബ്ദവും മറ്റൊന്ന് നിശ്ശബ്ദവുമാണ്. ഏതൊരു പ്രവൃത്തി യിൽ നിന്നാണ് ഒരു ശബ്ദം കേൾക്കുന്നുവോ അത് ശബ്ദവും ഏതൊരു പ്രവൃത്തിയിൽ ശബ്ദമില്ലാതെ കാണുന്നുവോ അത്

നിശ്ശബ്ദക്രിയയും ആകുന്നു.

ശബ്ദക്രിയക്ക് ഉദാഹരണം:

കൈകൾ തമ്മിൽ കൊട്ടി താളമുണ്ടാക്കുന്നത്. നിശ്ശബ്ദക്രിയക്ക് ഉദാഹരണം : കൈ ഇടം വലം വീശുന്നതും, പെരുവിരൽ കൊണ്ട് മറ്റു വിരലുകളെ തൊട്ട് എണ്ണുന്നതും. ക്രിയയെ മാർഗം, ദേശി എന്നിങ്ങനെ വീണ്ടും രണ്ടു വിധത്തിൽ ക്രമപ്പെടുത്തിയിട്ടുണ്ട്.

1) മാർഗക്രിയ

ശബ്ദം. ഇതിൽ ധ്രുവം, ശമ്യാ, താലം, സന്നിപാതം എന്നിങ്ങനെ 4 വിധമുണ്ട്.

1) ധ്രുവം: വിരലുകൾ ചിമിട്ടി (ഞൊട്ടി) ശബ്ദമുണ്ടാക്കുന്നത്.

പെരുവിരലിന്റെയും നടുവിരലിന്റെയും അഗ്രങ്ങൾ തമ്മിൽ ശക്തിയായി ഉരസി ശബ്ദമുണ്ടാക്കുന്ന രീതി

2) ശമ്യാ: വലതു കൈപത്തിയാൽ തട്ടുന്നത്.

വലത് കൈപത്തിയുടെ ഉൾഭാഗം കൊണ്ട് ഇടതു കയ്യിലോ തുടയിലോ തട്ടുന്നത്.

3) താലം: ഇടതു കൈ കൊണ്ട് തട്ടുന്നത്. ഇടത് കൈപ്പത്തിയുടെ ഉൾഭാഗം കൊണ്ട് വലതു കയ്യിലോ വലതു തുടയിലോ തട്ടുന്നത്

4) സന്നിപാതം: രണ്ട് കൈകളും തലയ്ക്ക് മുകളിലേക്ക് ഉയർത്തി വിരലുകൾ തമ്മിൽ ചേർത്ത് കൊട്ടുന്നത്.

നിശ്ശബ്ദം. ഇതിൽ ആവാപം, നിഷ്ക്രാമം, വിക്ഷേപം, പ്രവേശകം എന്ന നാല് വിധം ഉണ്ട്.

1) ആവാപം: കൈ നിവർത്തി വിരലുകൾ മടക്കുന്നത്.

2) നിഷ്ക്രാമം: കൈ പത്തി കമിഴ്ത്തി മടക്കിയ വിരലുകൾ നിവർത്തുന്നത്.

3) വിക്ഷേപം: കൈ നിവർത്തി വലതു ഭാഗത്തേയ്ക്ക് വീശുന്നത്

4) പ്രവേശം: കൈ കമിഴ്ത്തി വിരലുകൾ മടക്കുന്ന രീതി.

2) ദേശ ക്രിയ

ദേശ ക്രിയ എട്ട് വിധം ഉണ്ട്. ധ്രുവകാ, സർപ്പിണി, കൃഷ്ണാ, പത്മിനീ, വിസർജിതാ, വിക്ഷിപ്താ, പതാകാ, പതീതാ എന്നിവയാണ്.

1) ധ്രുവകാ: ശബ്ദക്രിയയുടെ നാമം. വിരലുകൾ (പെരുവിരലും

നടുവിരലും) ചിമിട്ടുന്നതു കൊണ്ടോ രണ്ടുകൈപത്തികൾ തമ്മിൽ തട്ടി ഉണ്ടാക്കുന്ന ശബ്ദം മാത്രമേ ദേശ ക്രിയയിൽ ശബ്ദ പ്രകാര ത്തിൽ ഉൾക്കൊള്ളിച്ചിട്ടുള്ളു.

2) സർപ്പിണി: കൈ ഇടതു ഭാഗത്തേക്ക് വീശുക.

3) കൃഷ്ണാ: കൈ വലതു ഭാഗത്തേക്ക് വീശുക.

4) പത്മിനി: കൈ താഴോട്ട് വീശുക

5) വിസർജ്ജിതാ: കൈ മുന്നോട്ട് വീശുക.

6) വിക്ഷിപ്ത: വിരലുകൾ മടക്കുക.

7) പതാക: കൈ ഉയർത്തുക

8) പതീതാ: കൈ താഴോട്ട് കൊണ്ട് വരുക.

ഷഡാംഗങ്ങൾ

താളത്തിന്റെ അംഗങ്ങൾ ആറെണ്ണമാണ്.

അനുദ്രുതം, ദ്രുതം, ലഘു, ഗുരു, പ്ലുതം, കാക പാദം എന്നിവ യാകന്നു.

ഗ്രഹം

ഒരു താളവട്ടത്തിന്റെ ഏതു സ്ഥാനത്തു നിന്ന് ആലാപനം ആരംഭിക്കുന്നുവോ അതിനെ ഗ്രഹം എന്നും സാധാരണ ശൈലി യിൽ ഇതിനെ 'എടുപ്പ്' എന്നുമാണ് പറയുന്നത്.

ഗ്രഹം (എടുപ്പ്) രണ്ടു വിധം ഉണ്ട്.

ഒന്ന് സമം. രണ്ടാമത് വിഷമം. വിഷമം എന്നതും രണ്ടു വിധ ത്തിലുണ്ട്. ഒന്നാമത്തേതിനെ അതീതം എന്നും രണ്ടാമത്തേതിനെ അനാഗതം എന്നും പറയുന്നു.

സമം: പാട്ടും താളവും ഒരുമിച്ച് തുടങ്ങുന്ന ക്രിയയാണ്. അഥ വാ 'സമഗ്രഹം' എന്നും പറയും.

ഗീതങ്ങൾ, ആദിതാളത്തിലുള്ള വർണ്ണങ്ങൾ കീർത്തനങ്ങൾ എന്നിവ സമഗ്രഹത്തിൽ ഉൾപ്പെടുന്നവയാണ്.

അതീതം: പാട്ട് ആരംഭിച്ചതിനു ശേഷം താളം ചേർന്ന് തുടങ്ങു ന്നതിനെ അതീതം എന്ന് പറയുന്നു. ഉദാഹരണമായി സ്വാതി തിരുനാളിന്റെ 'സ്മര ജനക' ബിഹാക് രാഗത്തിലുള്ള കീർത്തനം.

അനാഗതം: ഗാനം ആലപിക്കുന്നതിന് മുൻപ് താളത്തിന് തുട ക്കം കുറിക്കുന്ന ക്രിയയെ അനാഗത ഗ്രഹം എന്ന് പറയുന്നു. ഉദാ ഹരണമായി അടതാള വണ്ണങ്ങൾ, ത്യാഗരാജ സ്വാമിയുടെ ചില കൃതികളും ഉണ്ട്. അതീത ഗ്രഹവും അനാഗത ഗ്രഹവും ആപേ

ക്ഷികങ്ങളായ രണ്ടു് സംജ്ഞകളാണ്. ഒരു താളവട്ടത്തെ തുല്യമായി വിഭജിച്ചതിനു ശേഷം തിരിച്ചിട്ടാൽ ഗാനത്തിന്റെ പൂർവ്വ ഭാഗത്തിൽ ആരംഭത്തിനു ശേഷം തുടങ്ങിയാൽ അത് അനാഗത ഗ്രഹമെന്നും ഉത്തരഭാഗത്തിൽ തുടങ്ങിയാൽ അതിനെ അതീത ഗ്രഹമെന്നും പറയുന്നത് ശരിയാകും.

കീർത്തനങ്ങളിലെ പല്ലവി പാടുന്നതിന് എടുക്കുന്ന ഭാഗങ്ങൾ സാധാരണ അതീത ഗ്രഹത്തിലോ അനാഗത ഗ്രഹത്തിലോ ആയിരിക്കും. ഇങ്ങനെയുള്ളവയിൽ ഗ്രഹം താളത്തിന്റെ ആരംഭത്തിൽ നിന്നും എത്ര അക്ഷരകാലം അകന്നിരിക്കുന്നു എന്നത് കൃത്യമായി കണക്കാക്കാൻ സാധിക്കും.

ആധുനിക സംഗീത താള സമ്പ്രദായത്തിൽ കാലിടം, അരയിടം, മുക്കാലിടം എന്നൊക്കെ താളത്തിൽ പ്രയോഗങ്ങളുണ്ട്. ഇത് സാധാരണയായി താളത്തിലെ ഏതെങ്കിലും ഒരു നിശ്ചിത ക്രിയയിലെ സ്ഥാനത്തെ ആശ്രയിച്ചാണ് പ്രയോഗവൽക്കരിക്കുന്നത്.

ഏത് ക്രിയാ സ്ഥാനത്തെ ആശ്രയിച്ചുള്ള എടുപ്പിനെ സൂചിപ്പിക്കുന്നുവോ അതിനും അതിന്റെ സമീപവുമുള്ള ക്രിയാ സ്ഥാനത്തിൻ മദ്ധ്യേയുള്ള കാലത്തെ നാല് ഭാഗങ്ങളായി വിഭജിച്ചതിൽ 2, 3, 4 എന്നീ ഭാഗങ്ങളിൽ തുടക്കം കുറിക്കുന്നതിനെ ആദ്യ ക്രിയാ സ്ഥാനത്തു നിന്നും യഥാക്രമം 1/4, 1/2, 3/4 എന്നിങ്ങനെ എടുപ്പുകൾ പറയുന്നു.

താളങ്ങളെക്കുറിച്ച് സംഗീത ഗ്രന്ഥങ്ങൾ വായിച്ച് പഠിക്കാനുള്ള പരിശ്രമം വിജയലക്ഷ്യത്തിലെത്തുമെന്ന് കരുതരുത്. ഗുരുവിന്റെ കീഴിലെ അഭ്യസനം പ്രധാനമാണ്.

പുരന്ദരദാസന്റെ സൂളാദി താളങ്ങൾ

സംഗീത സംബന്ധിയായ വിശേഷ കൃതിയിൽ പുരന്ദരദാസന്റേതായി അനേകം സൂളാദികൾ ഉണ്ട്. ഈ ഗ്രന്ഥത്തിൽ പ്രതിപാദിപ്പിക്കപ്പെട്ട താളങ്ങൾ 'സൂളാദി താളങ്ങൾ' എന്ന പേരിൽ അറിയപ്പെടുന്നു. ഇപ്പോഴത്തെ സംഗീതത്തിനായ് ഉപയോഗിച്ച് വരുന്ന താളങ്ങൾ അധികവും പുരന്ദരദാസന്റെ സൂളി താളങ്ങൾ തന്നെയാണ്. അവ ധ്രുവം, മഠ്യം, രൂപകം, ഝംമ്പ, ത്രിപുട, അട, ഏകം എന്നീ ഏഴു വിധം താളങ്ങളാണ്. സപ്തതാളങ്ങൾ എന്ന പേരിലും സൂളാദി താളങ്ങളെ പറയാറുണ്ട്.

○○

ഭാഗം രണ്ട്

സംഗീതമെന്നാൽ രാഗങ്ങളാണ് എന്നും പറയാം. രാഗങ്ങൾ ശ്രുതി ചേർത്തു താളത്തിൽ പാടുമ്പോൾ അതു കേൾവിക്ക് അനുഭൂതി നൽകും. സാധാരണക്കാരെ സംബന്ധിച്ച് കേൾക്കാൻ ഇമ്പമുണ്ടാകണം എന്നതാണ് പ്രധാനം. എന്നാൽ അല്പം കൂടിക്കടന്ന് കുറച്ചൊരു ശ്രദ്ധയോടെ ഗാനങ്ങളെ സമീപിക്കുമ്പോൾ രാഗവും താളവും ശ്രുതിയും പ്രധാനമാണെന്ന് മനസ്സിലാക്കാൻ പ്രയാസമില്ല. നമ്മുടെ ഏറ്റവും പ്രിയപ്പെട്ട പാട്ട് ഏതു രാഗത്തിലാണ് ചിട്ടപ്പെടുത്തിയിരിക്കുന്നതെന്നും, സാധാരണ കേൾക്കുന്ന കീർത്തനങ്ങൾ ആരു രചിച്ചതാണെന്നും ഏതു രാഗത്തിലുള്ളതാണെന്നുമുള്ള അറിവ് രസകരമാണ്. പല രാഗങ്ങളും ജനകീയമായത് അതേ രാഗത്തിലുള്ള സിനിമാഗാനങ്ങളിലൂടെയാണ്. ഒരു കാലത്ത് നാടകഗാനങ്ങളും, വിവിധ രാഗങ്ങളെ ജനമനസ്സിൽ ചിരപ്രതിഷ്ഠ നടത്തുന്നതിൽ മുഖ്യപങ്കുവഹിച്ചു. ചില പ്രധാനരാഗങ്ങളും അവയുടെ പ്രത്യേകതകളും അവയിലെ പ്രധാന കൃതികളും ഒപ്പം ആ രാഗത്തിലെ ജനപ്രിയ ചലചിത്രഗാനങ്ങളുമാണ് ഇനി കൊടുക്കുന്നത്.

ഒന്ന്
മായാമാളവഗൗള

പതിനഞ്ചാമത് മേളകർത്താരാഗം

ആ: സ രി1 ഗ3 മ1 പ ധ1 നി3 സ

അവ: സ നി3 ധ1 പ മ1 ഗ3 രി1 സ

ഷഡ്ജം, ശുദ്ധ ഋഷഭം, അന്തര ഗാന്ധാരം, ശുദ്ധമധ്യമം, പഞ്ചമം ശുദ്ധ ധൈവതം, കാകളിനിഷാദം

ജീവസ്വരങ്ങൾ: ഗ, നി.

കർണാടകസംഗീതത്തിൽ വായ്പാട്ട്, വീണ, വയലിൻ/ ഫിഡിൽ തുടങ്ങിയ സംഗീതോപകരണങ്ങൾ അഭ്യസിക്കുന്നതിന് പ്രാഥമികപാഠങ്ങൾക്കായി വളരെക്കാലങ്ങളായി മായാമാളവഗൗളരാഗമാണ് ദക്ഷിണഭാരതത്തിൽ ഉപയോഗിക്കുന്നത്.

മായാമാളവഗൗളരാഗത്തിലെ പ്രധാനകൃതികൾ

ത്യാഗരാജസ്വാമിയുടെ 'വിദുലകു മൊക്രെട', 'മേരു സമാന', എന്നീ കീർത്തനങ്ങളും, 'രവികോടി തേജ' എന്ന ലക്ഷണഗീതവും ഈ രാഗത്തിലുള്ളതാണ്.

ശ്യാമശാസ്ത്രിയുടെ 'നീലായതാക്ഷി', മുത്തുസ്വാമി ദീക്ഷിതരുടെ 'ശ്രീ നാഥാദി ഗുരുഗുഹോ ജയതി', പാപനാശം ശിവന്റെ 'ഉൻപാദമേ...' പൊന്നയ്യ പിള്ളയുടെ 'മായാതീത സ്വരൂപിണീ' എന്നീ കൃതികളും ഈ രാഗത്തിലുള്ളതാണ്.

മായാമാളവഗൗള രാഗത്തിൽ ചിട്ടപ്പെടുത്തിയ ചില ചലച്ചിത്ര ഗാനങ്ങൾ

1. ചിത്രം: ഭാര്യ
   ഗാനം: മുൾക്കിരീടമിതെന്തിനു നൽകി
2. ചിത്രം: ഒതേനന്റെ മകൻ
   ഗാനം: രാമായണത്തിലെ സീത
3. ചിത്രം: സേതു ബന്ധനം

ഗാനം: മഞ്ഞക്കിളി... സ്വർണ്ണകിളി
4. ചിത്രം: വിയറ്റ്നാം കോളനി
ഗാനം: പവനരച്ചെഴുതുന്നു കോലങ്ങളിന്നും...
5. ചിത്രം: പൊന്മുടിപ്പുഴയോരത്ത്
ഗാനം: ഒരുചിരി കണ്ടാൽ കണികണ്ടാൽ അതുമതി.
6. ചിത്രം: ചിന്നതമ്പി (തമിഴ്)
ഗാനം: കുയിലപ്പിടിച്ച് കൂട്ടിലടച്ച്..

രണ്ട്

ഭൂപാളം

എട്ടാം മേളകർത്താരാഗമായ ഹനുമതോടിയുടെയും പതിനഞ്ചാം മേളകർത്താരാഗമായ മായാമാളവഗൗളയുടേയും ജന്യമാണ് ഭൂപാളം എന്ന് അഭിപ്രായങ്ങളുണ്ട്.

ആ: സ രി ഗ പ ധ സ

അവ: സ ധ പ ഗ രി സ

ഷഡ്ജം, ശുദ്ധ ഋഷഭം, അന്തര ഗാന്ധാരം, പഞ്ചമം, ശുദ്ധ ധൈവതം എന്നിങ്ങനെയാണ് സ്വരസ്ഥാനം.

ഇപ്പോൾ നടപ്പിലുള്ള രീതി അനുസരിച്ച് ഈ രാഗത്തിനു ബൗളിരാഗത്തിൽ നിന്നും സാരമായ മാറ്റമൊന്നുമില്ല. ബൗളിരാഗത്തിൽ ഉള്ള നിഷാദ സ്വരം ഭൂപാളത്തിൽ ഇല്ല. ബൗളി രാഗത്തിൽത്തന്നെ നിഷാദം വളരെ കുറച്ചേ ഉപയോഗിക്കാറുള്ളൂ. മഹാ വാഗേയകാരനായിരുന്ന വെങ്കിടമഖിയുടെ കൃതികളിൽ സാധാരണ ഗാന്ധാരമാണു ഉപയോഗിച്ചിട്ടുള്ളത്. പിന്നീടാകണം അന്തര ഗാന്ധാരത്തിലേക്കു മാറ്റം ചെയ്യപ്പെട്ടിട്ടുണ്ടാകുക.

മുത്തുസ്വാമി ദീക്ഷിതരുടെ 'സദാചലേശ്വരം' എന്ന കൃതി ഭൂപാളത്തിലും, 'ശ്രീപാർവ്വതീ പരമേശ്വര' എന്ന കൃതി ബൗളിയിലും ആണു ചിട്ടപ്പെടുത്തിക്കാണുന്നത്. ഇതിനാൽത്തന്നെ ദീക്ഷിതർ, ഭൂപാളവും ബൗളിയും രണ്ടു രാഗങ്ങളായാണു കരുതിപ്പോന്നിരുന്നതെന്നു മനസ്സിലാക്കാം. ഭൂപാളരാഗത്തിലെ അന്തര ഗാന്ധാരം പിൽക്കാലത്ത് എല്ലാവരും അംഗീകരിച്ചതുകൊണ്ട് 'രേവഗുപ്തി' എന്ന പേരിൽക്കൂടി അറിയപ്പെടാറുണ്ട്. പ്രഭാതത്തിന്റെ ഉഷ്മളത മനസ്സിനേകുന്ന രാഗമാണിത്. കഥകളിയിലും ഗ്രാമീണഗാനങ്ങളിലും നാടൻപാട്ടുകളിലും ഭൂപാളരാഗം ധാരാളമായി ഉപയോഗിച്ചു വരുന്നു.

'സാധു വിഭാത' എന്ന സ്വാതിതിരുനാൾ കൃതിയും ഈ രാഗത്തിലുള്ളതാണ്.

ഭൂപാള രാഗത്തിലുള്ള സിനിമാഗാനങ്ങൾ

1. ചിത്രം: പ്രേതങ്ങളുടെ താഴ്‌വര
   ഗാനം: സുപ്രഭാതമായി സുമകന്യകേ
2. ചിത്രം: രാക്കുയിലിൻ രാഗ സദസ്സിൽ
   ഗാനം: ഗോപാലക പാഹിമാം

മൂന്ന്
ബൗളി

പതിനഞ്ചാമത് മേളകർത്താരാഗമായ മായാമാളവഗൗളവയുടെ ജന്യരാഗം

ആ: സ രി1 ഗ3 പ ധ1 സ

അവ: സ നി3 ധ1 പ ഗ3 രി1 സ

ശുദ്ധ ഋഷഭം, അന്തര ഗാന്ധാരം, പഞ്ചമം, ശുദ്ധ ധൈവതം, കാകളി നിഷാദം. (നി എന്ന സ്വരം അപൂർവമായി മാത്രമേ ഉപയോഗിക്കാറുള്ളു.) മംഗളകർമ്മങ്ങൾക്കുചിതമായ രാഗമാണിത്. ഭൂപാള രാഗത്തോടു വളരെ സാമ്യമുണ്ട്. ത്യാഗരാജ സ്വാമി രചിച്ച 'മേലുകോവയ്യ' എന്നൊരു കീർത്തനവും മുത്തുസ്വാമി ദീഷിതരുടെ 'ശ്രീ പാർവ്വതി പരമേശ്വരൗ' എന്ന കൃതിയുമാണ് ഏറെ പ്രചാരത്തിലുള്ളത്.

ബൗളി രാഗത്തിലുള്ള സിനിമാഗാനങ്ങൾ

1. ചിത്രം: തുടർക്കഥ
   ഗാനം: ആതിര വരവായി
2. ചിത്രം: കൊടുങ്ങല്ലൂരമ്മ
   ഗാനം: ചോറ്റാനിക്കര ഭഗവതീ
3. ചിത്രം: സ്വാതിതിരുനാൾ
   ഗാനം: പാർവ്വതി നായക...
4. ചിത്രം: ചിത്രമേള
   ഗാനം: ചെല്ലച്ചെറുകിളിയേ..എൻ ചിത്തിര പൈങ്കിളിയേ.
5. ചിത്രം: അച്ഛനും ബാപ്പയും
   ഗാനം: ദൈവമേ കൈ തൊഴാം
6. ചിത്രം: ദേവാസുരം
   ഗാനം: ഗംഗാ തരംഗ...

നാല്
ഗൗള

പതിനഞ്ചാമതു മേളകർത്താരാഗമായ മായാമാളവഗൗളയുടെ ജന്യരാഗമാണിത്.

ആ: സ രി മ പ നി സ

അവ: സ നി പ മ രി ഗ മ രി സ

ഷഡ്ജം, ശുദ്ധ ഋഷഭം, അന്തര ഗാന്ധാരം, ശുദ്ധ മധ്യമം, പഞ്ചമം കാകളി നിഷാദം.

ജീവ സ്വരങ്ങൾ : രി, മ, നി

ഈ രാഗത്തിലെ 'രി' എന്ന സ്വരം ശുദ്ധ ഋഷഭ ശ്രുതിയിൽ നിന്നും അൽപം കുറഞ്ഞിരിക്കും. ഈ പ്രത്യേക ഋഷഭസ്വരസ്ഥാനം മറ്റു രാഗങ്ങൾക്കില്ലാത്തതിനാൽ ഗൗളരാഗത്തിലെ ഋഷഭം, ഗൗള ഋഷഭം അഥവാ ഏകശ്രുതി ഋഷഭം എന്നും അറിയപ്പെടുന്നു.

വിശേഷ സ്വരഗതികൾ

പമഗമരിഗമരിസ, സനിപമരിസ, സരിഗമരിസ എന്നിവ വിശേഷ രാഗസഞ്ചാരങ്ങളാണ്.

ഘനപഞ്ചകം എന്നറിയപ്പെടുന്ന രാഗത്തിലെ രണ്ടാമത്തെ രാഗവുമാണു ഗൗള രാഗം. താനം പാടുന്നതിനു വളരെ അനുയോജ്യമായ രാഗമാണിത്. എന്നാൽ ദീർഘനേരം രാഗാലാപനത്തിന് ഈ രാഗം യാതൊരു നിലയ്ക്കും ഗായകനു വഴങ്ങുന്ന ഒന്നല്ല.

ഗൗള രാഗത്തിലുള്ള കൃതികൾ

ത്യാഗരാജ സ്വാമിയുടെ പഞ്ചരത്നത്തിലുള്ള 'ദുഡുകുഗല', മുത്തുസ്വാമിദീക്ഷിതരുടെ 'ശ്രീമഹാഗണപതി', വാസുദേവാചാര്യരുടെ 'പ്രണമാമ്യഹം', സ്വാതിതിരുനാളിന്റെ 'കാമജനക', വീണാകുപ്പയ്യരുടെ 'പലുമാരു നാതോ' എന്ന വർണം ഇവ കീർത്തികേട്ടവയാണ്. മലയാള ചലചിത്രഗാനങ്ങൾ ശ്രദ്ധയിൽപ്പെട്ടിട്ടില്ല.

അഞ്ച്
വസന്ത

പതിനേഴാമതു മേളകർത്താരാഗമായ സൂര്യകാന്തരാഗജന്യം.

ആ: സ ഗ മ ധ നി സ

അവ: സ നി ധ മ ഗ രി സ

ഷഡ്ജം, ശുദ്ധഋഷഭം, അന്തരഗാന്ധാരം, ശുദ്ധമധ്യമം, ചതുഃശ്ര

തി ധൈവതം, കാകളി നിഷാദം. പഞ്ചമസ്വര വർജരാഗമാണിത്.

ജീവസ്വരങ്ങൾ : ഗ, മ, ധ, നി

സുബ്ബരാമ ദീക്ഷിതർ ഈ രാഗത്ത മായാമാളവഗൗളയുടെ ജന്യമായി വിശേഷിപ്പിച്ചു കാണുന്നുണ്ട്. വസന്തരാഗം മുൻപ് സമ്പൂർണ്ണ ആരോഹാണാവരോഹണങ്ങളുള്ള രാഗമായിരുന്നിരിക്കണം. ശുദ്ധധൈവതം സുബ്ബരാമദീക്ഷിതരുടെ കാലത്ത് നടപ്പിലുണ്ടായിരുന്നിരിക്കാം. ഇപ്പോൾ ശുദ്ധധൈവത പ്രയോഗാലാപനം നിലവിലില്ല. ആലാപനവേളയിൽ ഈ രാഗത്തിലെ ചതുഃശ്രുതി ധൈവതം അൽപം ശ്രുതി കുറച്ചേ പാടാവൂ. ഉത്തരേന്ത്യൻ സംഗീതത്തിലെ ഭൈരവ് ധാട്ടിനു തുല്യമാണു വസന്തരാഗം.

വസന്തരാഗത്തിലുള്ള കൃതികൾ

ത്യാഗരാജസ്വാമികളുടെ 'സീതമ്മ മായമ്മ', മുത്തുസ്വാമി ദീക്ഷിതരുടെ 'രാമചന്ദ്രം ഭാവയാമി', 'ഹരിഹരപുത്രം', ഗോപാലകൃഷ്ണ ഭാരതിയുടെ 'നടനമാടിനാർ', സ്വാതിതിരുനാളിന്റെ 'പരമ പുരുഷ ജഗദീശ്വര' എന്നീ കൃതികൾ വസന്തരാഗത്തിലുള്ളവയാണ്.

വസന്തരാഗത്തിലുള്ള സിനിമാഗാനങ്ങൾ

1. ചിത്രം: ഗുരുവായൂർ കേശവൻ
   ഗാനം: സുന്ദരസ്വപ്നമേ നീയെനിക്കേകിയ
2. ചിത്രം: ഏയ് ഓട്ടോ
   ഗാനം: സുന്ദരി..സുന്ദരി ഒന്നൊരുങ്ങിവാ
3. ചിത്രം: സ്വാതിതിരുനാൾ
   ഗാനം: പരമപുരുഷ
4. ചിത്രം: അയൽക്കാരി
   ഗാനം: വസന്തം നിന്നോട്

ആറ്
ചക്രവാകം

പതിനാറാമത് മേളകർത്താരാഗമാണ് ചക്രവാകം. ആരോഹണാവരോഹണ സ്വരങ്ങൾ ക്രമസമ്പൂർണ്ണം. ഷഡ്ജം, ശുദ്ധ ഋഷഭം, അന്തര ഗാന്ധാരം, ശുദ്ധമധ്യമം, ചതുഃശ്രുതി ധൈവതം, കൈശികി നിഷാദം. ജീവസ്വരങ്ങൾ: രി, നി. വിശേഷ പ്രയോഗ സ്വരങ്ങൾ: ഗമരീസ, പമധ എന്നിവയാണ്. ഉത്തരേന്ത്യൻ സംഗീതത്തിൽ ചക്രവാകരാഗത്തെ 'ആഹീർ ഭൈരവി' എന്നാണു പറയുന്നത്.

ചക്രവാകത്തിലുള്ള കൃതികൾ

ത്യാഗരാജ സ്വമിയുടെ 'എടുലബ്രോതുവോ, സുഗുണമുലെ', മുത്തുസ്വാമിദീക്ഷിതരുടെ 'ഗജാനനയുതം ഗണേശ്വരം', 'വീണാ പുസ്തക ധാരിണി', 'വാരാഹീം വൈഷ്ണവീം', 'വിനായക വിഘ്ന വിനാശക', പാപനാശം ശിവന്റെ 'ഈശനെ ഇന്തൈക്കു', മുത്തയ്യ ഭാഗവതരുടെ 'മധുരാപുര നായികേ', സ്വാതിതിരുനാളിന്റെ 'സരോജനാഭ ദയാർണ്ണവ മാമവ'.

ചക്രവാക രാഗത്തിൽ ഉള്ള സിനിമാഗാനങ്ങൾ

1. ചിത്രം: ചേട്ടത്തി
   ഗാനം: ആദിയിൽ വചനമുണ്ടായ് ആ വചനം രൂപമായി..
2. ചിത്രം: ലൈൻ ബസ്
   ഗാനം: അദ്വൈതം ജനിച്ച നാട്ടിൽ
   ആദിശങ്കരൻ ജനിച്ച നാട്ടിൽ.
3. ചിത്രം: വിഷുക്കണി
   ഗാനം: എന്റെ കൈയിൽ പൂത്തിരി
4. ചിത്രം: സഞ്ചാരി
   ഗാനം: ആയിരം കാതമകലെയാണെങ്കിലും
5. ചിത്രം: ചില്ല്
   ഗാനം: ചൈത്രം ചായം ചാലിച്ചു.
6. ചിത്രം: ചന്ദ്രകാന്തം
   ഗാനം: സ്വർഗ്ഗമെന്ന കാനനത്തിൽ
7. ചിത്രം: രാത്രിവണ്ടി
   ഗാനം: വിജനതീരമേ... എവിടെ..എവിടെ.
8. ചിത്രം: ഹം ദിൽ ദേ സനം ചുകേ സനം
   ഗാനം: അലു ബേലാ സജനു
9. ചിത്രം: മേരി സൂരത്ത് ആൻഖെൻ
   ഗാനം: പൂഛോ നാ കൈസെ മേയ്നേ റെയ്ൻ ബിടായ്

ഏഴ്

ഭൈരവി

ഇരുപത്താറാമത് മേളകർത്താരാഗമായ നഠഭൈരവിയുടെ ജന്യം.

ആ: സ രി ഗ മ പ (ധ+)നി സ.

അവ: സ നി ധ പ മ ഗ രി സ

പ്രാചീനകാലഘട്ടം മുതൽ പ്രചാരമുള്ള രാഗം. സ്വതഃസിദ്ധമായ ധൈവതം ശുദ്ധമാണെങ്കിലും ആരോഹണത്തിൽ ചതുഃശ്രു

തി ധൈവതം പ്രയോഗത്തിൽ പലപ്പോഴും നിയതമായി വരുന്നതു കൊണ്ട് ഭാഷാംഗരാഗ ഗണത്തിൽപ്പെടുന്നതാണ്.

ഷഡ്ജം, ചതുഃശ്രുതി ഋഷഭം, സാധാരണ ഗാന്ധാരം, പഞ്ചമം, ശുദ്ധ മധ്യമം, കൈശികി നിഷാദം.

പ ധ നി സ, പ ധ നി ധ നി സ, നി ധനി സ ആരോഹണത്തിലുള്ള സ്വരപ്രയോഗത്തിലാണു ചതുഃശ്രുതി ധൈവതം ഉപയോഗിച്ചുവരുന്നത്.

എന്നാൽ പ ധ നി ധ പ എന്ന് പാടുമ്പോൾ ശുദ്ധധൈവതമാണ് ഉപയോഗിക്കുന്നത്.

'രി, ഗ, മ, നി' എന്നീ സ്വരങ്ങൾ ജീവസ്വരങ്ങളാണ്.

സഗരിഗമ, രിമഗാരിസ, പധനിധമാ, മപഗാരിസ എന്നിവ വിശേഷപ്രയോഗസ്വരങ്ങളാണ്. വളരെയധികം സമയം വിസ്തരിച്ചു പാടാൻ അനുകൂലമായ രാഗമാണു ഭൈരവി.

ഹിന്ദുസ്ഥാനി സംഗീതജ്ഞന്മാർ സംഗീതപരിപാടിയുടെ അവസാനം പാടുന്ന രാഗമാണ് ഭൈരവി. ഹിന്ദുസ്ഥാനി ഭൈരവിയും കർണ്ണാടിക് ഭൈരവിയും രണ്ടുവിധമാണ്. പാശ്ചാത്യസംഗീതരംഗത്ത് പള്ളികളിലെ പ്രാർത്ഥനാഗീതങ്ങൾ ഭൈരവിരാഗത്തിന്റെ സ്വരങ്ങളുടെ സഞ്ചാരരീതി സ്വീകരിക്കുന്നുണ്ട്. 1500 വർഷങ്ങളായി പ്രചാരത്തിലുള്ള രാഗമാണിതെന്നു കരുതുന്നു. ഭൈരവി രാഗത്തിൽ എല്ലാ സംഗീതജ്ഞരും കൃതികൾ രചിച്ചിട്ടുണ്ട്.

ഭൈരവി രാഗത്തിലുള്ള കൃതികൾ

ത്യാഗരാജ സ്വാമിയുടെ 'ഉപചാര മൂലുനു ചേകോന വയ്യ', 'രക്ഷബെട്ടരെ ഗൊരകു', 'തനയുനി ബ്രോവ ജനനി', 'കൊലു വൈയുന്നാഡെ', 'ശ്രീ രഘുവര സുഗുണാലയ', 'നാഥ ബ്രോവവേ രഘുനാഥ' എന്ന ദിവ്യനാമ കീർത്തനം, ശ്യാമശാസ്ത്രിയുടെ 'കാമാക്ഷി...' എന്ന സ്വരജതി (തൃപുട/മിശ്ര ഏകം).

മുത്തുസ്വാമി ദീക്ഷിതരുടെ 'ചിന്തയമാകന്ദ മൂലകന്ദം', 'ബാലഗോപാല പാലയാശുമാം', 'ത്രിലോചന മോഹിനീം', ഇരയിമ്മൻ തമ്പിയുടെ 'തവ സാഭിമതാ കാമിനി' (രൂപകം താളവർണം), 'ഭവജലനിധി ഭയഹരണം', ക്ഷേത്രജ്ഞന്റെ 'മുന്തടി വലെനാപൈ' എന്നപദം, സ്വാതിതിരുനാളിന്റെ 'ജനനീ മാമവ' (നവരാത്രി കൃതി), 'ഭവതീയ കഥാ' (നവരത്ന കൃതി), വീണാകുപ്പയ്യരും വലാജപ്പേട്ട വെങ്കിടെരമണ ഭാഗവതരും കൂടി എഴുതിയ 'സരസ കരകു' എന്ന ആദിതാളത്തിലുള്ള വർണം എന്നിവ പ്രസിദ്ധമാണ്.

ഭൈരവി രാഗത്തിലുള്ള സിനിമാഗാനങ്ങൾ

1. ചിത്രം: സ്വാമി അയ്യപ്പൻ
   ഗാനം: തിരുപ്പാർക്കടലിൽ പള്ളികൊണ്ട്രണ്ടായേൻ.
2. ചിത്രം: പ്രശ്നം ഗുരുതരം.
   ഗാനം: സുഖമോ ദേവി സുഖമോ
3. ചിത്രം: അപൂർവ്വ രാഗങ്ങൾ

പല്ലവിയുടെ ആദ്യ വരികൾ കഴിഞ്ഞ് വരുന്ന വരികളായ,

'ഒരു പുറം പാർത്താൽ മിതിലെയൻ മൈഥിലി
മറുപുറം പാർത്താൽ കാമിനി മാധവി
മുഖം മട്ടും പാർത്താൽ നിലവിൻ എതിരൊളി
മുഴുവനും പാർത്താൽ അവളൊരു ഭൈരവി.'

എട്ട്
മുഖാരി

ഇരുപതാം മേളകർത്താരാഗമായ നഠഭൈരവിയുടെ ജന്യമെന്നും ഇരുപത്തിരണ്ടാം മേളകർത്താരാഗം ഖരഹരപ്രിയയുടെ ജന്യമെന്നും പറയുന്നുണ്ട്. നഠഭൈരവിയുടെ ജന്യപ്രകാരം,

ആ: സ രി മ പ ധ സ
അവ: സനിധ പ മഗരിസ.
ഹരികാംബോജിയുടെ ജന്യപ്രകാരം.
ആ: സരിമപ ധനിധസ
അവ: സനിധപ മഗരിസ

ഷഡ്ജം, ചതുഃശ്രുതി ഋഷഭം, സാധരണ ഗാന്ധാരം, പഞ്ചമം, ശുദ്ധമധ്യമം, ശുദ്ധ ധൈവതം, കൈശികി നിഷാദം. ശുദ്ധ ധൈവതം ഉള്ളതിനാൽ ഭാഷാംഗരാഗ ഗണത്തിൽപ്പെടുന്നു.

ജീവസ്വരങ്ങൾ: രി, മ, നി എന്നും പ ധ സ എന്നത് വിശേഷ പ്രയോഗ സ്വരങ്ങളുമാണ്.

ഭൈരവിയിലുള്ള പോലെ ഈ രാഗത്തിലും ആരോഹണത്തിൽ ചതുഃശ്രുതി ധൈവതവും അവരോഹണത്തിൽ ശുദ്ധധൈവതവും ആണ് വരുന്നത്. ആരോഹണത്തിലും അവരോഹണത്തിലും വരുന്ന ധൈവതസ്വരത്തെ അന്യസ്വരമായി നിർദ്ദേശിക്കാമെന്നതുകൊണ്ട് ചിലർ ഈ രാഗത്തെ 22-ാമത് മേളത്തിന്റെ ജന്യമായി സ്വീകരിക്കുന്നു. ആരോഹണത്തിലെ സ്വരങ്ങൾ 'സരിമപധസ' എന്നാണെന്നും 'സരിമപ നിധസ' എന്ന വക്രസ്വര പ്രയോഗമാണു ശരിയെന്നും ചിലർ വാദിക്കുന്നുണ്ട്.

മുഖാരി രാഗത്തിലുള്ള കൃതികൾ

ത്യാഗരാജസ്വാമികളുടെ 'ക്ഷീണമൈതിരുക', 'എന്തനിന്നെ വണ്ണിം തുനു', 'സംഗീത ശാസ്ത്രജ്ഞാനമു', 'സരസീരുഹാസന രാമ', മുത്തുസ്വാമി ദീക്ഷിതരുടെ 'പാഹിമാം രത്നാചലനായക', ശ്യാമശാസ്ത്രിയുടെ 'പാലിം പവമ്മ', ഇരയിമ്മൻ തമ്പിയുടെ 'അടിമലരിണ തന്നെ', പാപനാശം ശിവന്റെ ചാപ്പ് താളത്തിലുള്ള 'ശരണമയ്യപ്പ', വീണാകുപ്പയ്യരുടെ 'നന്നു ബ്രോവ', സ്വാതിതിരുനാളിന്റെ 'പാലയ ശ്രീപത്മനാഭ', കെ.സി. കേശവപിള്ളയുടെ 'കാത്തരുൾചെയ്തീടുക' എന്നീ കൃതികളും പ്രസിദ്ധങ്ങളാണ്.

മുഖാരി രാഗത്തിലുള്ള സിനിമാഗാനങ്ങൾ

1. ചിത്രം: ശ്രീഗുരുവായൂരപ്പൻ.
   ഗാനം: ഈശ്വരൻ മനുഷ്യനായവതരിച്ചു
   ഈ മണ്ണിൻ ദുഃഖങ്ങൾ സ്വയംവരിച്ചു.
2. ചിത്രം: ജഗദ് ഗുരു ആദിശങ്കരൻ.
   ഗാനം: ഭജഗോവിന്ദം..ഭജഗോവിന്ദം
3. ചിത്രം: ദേവാസുരം
   ഗാനം: മാപ്പു നൽകൂ മഹാമതേ
4. ചിത്രം: മായ
   ഗാനം: വലംപിരിശംഖിൽ തീർത്ഥവുമായി

ഒമ്പത്

മോഹനം

മോഹനരാഗം, ആ പേരുപോലെ എല്ലാവരുടെയും മനസ്സിനെ സന്തോഷിപ്പിക്കുന്ന രാഗമാണ്. ഇരുപത്തെട്ടാമത് മേളകർത്താരാഗമായ ഹരികാംബോജിയുടെ ജന്യരാഗമാണ് മോഹനം.

ആ: സ രി ഗ പ ധ സ

അവ: സ ധ പ ഗ രി സ.

ഷഡ്ജം, ചതുഃശ്രുതി ഋഷഭം, അന്തര ഗാന്ധാരം, പഞ്ചമം ചതുഃശ്രുതി ധൈവതം. ദ്വാപരയുഗത്തോളം പഴക്കമുള്ള രാഗമാണിത്. ജീവ സ്വരങ്ങൾ: രി, ഗ, ധ

ജണ്ഡവരിശകൾ, ധാട്ട് വരിശകൾ എന്നിവ സാധകം ചെയ്യുവാൻ സാധാരണ ഈ രാഗ സ്വരങ്ങൾ ഉപയോഗിക്കാറുണ്ട്. ഉത്തരേന്ത്യൻ സംഗീതത്തിൽ മോഹനരാഗം ഭൂപാൾ/ഭൂപാളി എന്ന് അറിയപ്പെടുന്നു. ജപ്പാൻ സംഗീതജ്ഞരും പെന്റടോണിക് സ്വരവിശേഷമായ

മോഹനരാഗത്തിൽ സംഗീതം രചിക്കാറുണ്ട് 65–ാമത് മേളകർത്താ രാഗമായ മേചകല്യാണിയുടെ ജന്യമാണെന്നും പറയുന്നവരുണ്ട്

മോഹനരാഗത്തിലുള്ള കൃതികൾ

അപ്പയ്യദീക്ഷിതരുടെ സംസ്കൃതഭാഷയിലുള്ള സരസ്വതീഗീതം 'വരവീണാ മൃദുപാണി', വീണാകുപ്പയ്യരുടെ 'സരസീജാക്ഷി നിന്നെകോരി', രാമനാഥപുരം ശ്രീനിവാസ അയ്യങ്കാരുടെ 'നിന്നു കോരി' എന്നീ വർണങ്ങൾ.

ത്യാഗരാജ സ്വാമിയുടെ 'മോഹന രാമ', 'രാമാ നിന്നു നമ്മിന വാരമു', 'എവരുരാ നിന്നുവിനാ', മുത്തുസ്വാമി ദീക്ഷിതരുടെ 'രക്ത ഗണപതിം ഭജേഹം', 'പാഹിമാം പാർവ്വതി പരമേശ്വരി', മഹാകവി കുട്ടമത്തിന്റെ 'കാളിയ മർദ്ദനലാലസ നർത്തന', ഇരയിമ്മൻ തമ്പിയുടെ 'പവന സുതകൃപയാ', പുരന്ദര ദാസന്റെ 'കണ്ടു.. കണ്ടു', സ്വാതിതിരുനാളിന്റെ 'പരിപാഹിമാം നൃഹരേ', 'മോഹനം തവ' മുതലായവ ഈ രാഗത്തിലുള്ള പ്രചാരമേറിയ കൃതികളാണ്.

മോഹന രാഗത്തിലുള്ള ചലച്ചിത്രഗാങ്ങൾ.

1. ചിത്രം: പാലാട്ട് കോമൻ
   ഗാനം: ഗുരുവായൂർ അമ്പല നടയിൽ
   ഒരു ദിവസം ഞാൻ പോകും.
2. ചിത്രം: വിവാഹിത
   ഗാനം: ദേവലോക രഥവുമായ് തെന്നലേ
3. ചിത്രം: നദി
   ഗാനം : കായാമ്പൂ കണ്ണിൽ വിടരും
4. ചിത്രം: അനാഛാദനം
   ഗാനം: മധുച്ചന്ദ്രികയുടെ ഛായത്തളികയിൽ
5. ചിത്രം: പണി തീരാത്ത വീട്
   ഗാനം: നീലഗിരിയുടെ സഖികളേ
6. ചിത്രം: ഭാര്യ
   ഗാനം: പെരിയാറേ.. പെരിയാറേ
7. ചിത്രം: നിഴലാട്ടം
   ഗാനം: സ്വർഗ്ഗപുത്രീ.. നവരാത്രി
8. ചിത്രം: കടൽപ്പാലം
   ഗാനം: ഉജ്ജയനിയിലെ ഗായിക
9. ചിത്രം: കള്ളിച്ചെല്ലമ്മ

ഗാനം: കരിമുകിൽ കാട്ടിലെ

10. ചിത്രം: നഖക്ഷതങ്ങൾ
ഗാനം: നീരാടുവാൻ നിളയിൽ നീരാടുവാൻ,
ആരേയും ഭാവ ഗായകനാക്കും,
മഞ്ഞൾ പ്രസാദവും നെറ്റിയിൽ...
11. ചിത്രം: തച്ചോളി മരുമകൻ ചന്തു
ഗാനം: വൃശ്ചികപ്പൂനിലാവേ
12. ചിത്രം: പരിണയം
ഗാനം: പാർവ്വണേന്ദുമുഖി പാർവ്വതി
13. ചിത്രം: ആലിബാബയും നാൽപത് കള്ളന്മാരും.
ഗാനം: റംസാനിലെ ചന്ദ്രികയോ
14. ചിത്രം: ശകുന്തള
ഗാനം: മാലിനി നദിയിൽ കണ്ണാടി
15. ചിത്രം: കളിത്തോഴൻ
ഗാനം: മഞ്ഞലയിൽ മുങ്ങിതോർത്തി

മോഹനരാഗത്തിൽ ഇനിയും അനവധി ഗാനങ്ങളുണ്ട്

പത്ത്
ധീരശങ്കരാഭരണം

കർണാടകസംഗീതത്തിലെ ഇരുപത്തൊമ്പതാം മേളകർത്താരാഗമാണ് ധീരശങ്കരാഭരണം, അഥവാ ശങ്കരാഭരണം. വിവിധ സംഗീത ശൈലികളിൽ ശങ്കരാഭരണത്തിനു തത്തുല്യമായ രാഗങ്ങൾ നിലവിലുണ്ട്. ഉദാഹരണത്തിന് ഹിന്ദുസ്ഥാനി സംഗീതത്തിലെ ബിലാവൽ, പാശ്ചാത്യസംഗീതത്തിലെ സി മേജർ സ്കെയിലിൽ ഉള്ള സംഗീതരൂപകങ്ങൾ എന്നിവ.

എന്റെ അഭിപ്രായത്തിൽ സംഗീത അഭ്യസനത്തിനു തുടക്കം കുറിക്കാൻ ശങ്കരാഭരണരാഗമാണ് ഏറ്റവും അനുയോജ്യം. മേജർ സ്കെയിലിൽ പഠിച്ചുകഴിഞ്ഞാൽ മൈനർ സ്കെയിൽ എളുപ്പമാകും എന്നതാണു വാസ്തവം. മായാമാളവഗൗള രാഗത്തിലല്ല യഥാർത്ഥത്തിൽ സംഗീത അഭ്യസനം തുടങ്ങേണ്ടത്. (ഇത് എന്റെ അഭിപ്രായമാണ്. ഇതിനെതിരേ വാക്ശരങ്ങളും യോഗ്യതാന്വേഷണവുമായി വാഗ്ഗേയധാരികൾ നിന്ദിക്കാൻ വരേണ്ടതില്ല) ധീരശങ്കരാഭരണത്തിലെ സ്വരങ്ങൾ:

ഷഡ്ജം, ചതുഃശ്രുതി ഋഷഭം, അന്തര ഗാന്ധാരം, പഞ്ചമം ചതുഃശ്രുതി ധൈവതം, കാകളി നിഷാദം. എല്ലാ സ്വരങ്ങളും രാഗ

ഛായക്ക് അനുഗുണമാണ്.

ജണ്ഡ വരിശകൾ, ധാട്ട് വരിശകൾ, വക്ര വരിശകൾ, ഇവ സംഗീതപഠിതാക്കൾക്ക് പ്രയോഗിക്കാൻ ഉചിതമായ രാഗസ്വരങ്ങളാണ്. ഋഷഭ, ധൈവത സ്വരങ്ങൾ ഗുണകരമായ സ്വരങ്ങളാണ്. അതിനാൽത്തന്നെ വളരെ ദീർഘസമയം ആലപിക്കാവുന്ന രാഗമാണിത്. ഷഡ്ജനിഷദപഞ്ചമ സ്വരങ്ങൾ (സ, നി, പ) വിശേഷ പ്രയോഗ സ്വരങ്ങളാണ്.

ശങ്കരാഭരണരാഗത്തിലുള്ള കൃതികൾ

ത്യാഗരാജ സ്വാമിയുടെ 'ശംഡ ശിവ ശങ്കര ഗുരു', 'ശ്രീ രഘുവര ദാശരഥെ', 'രാമാരമണ രാര ഓ', 'സ്വര രാഗ സുധാരസ', മുത്തുസ്വാമി ദീക്ഷിതരുടെ 'അക്ഷയ ലിംഗ വിഭോ', 'സദാശിവം ഉപാസ്മഹൈ', 'താരകേശ്വര ദയാനിധേ', ശ്യാമശാസ്ത്രിയുടെ 'ദേവി മീനലോചിനി', കെ.സി.കേശവപിള്ളയുടെ 'ആർത്തപരായണ ശംഭോ', 'സത്യ സ്വരൂപ വിഭോ', മുത്തയ്യ ഭാഗവതരുടെ 'സഹജ ഗുണാരാമാ', ഇരയിമ്മൻ തമ്പിയുടെ 'കുലശേഖര നൃപ സോദരി', 'കാർത്ത്യായിനി ദേവി', 'പാഹിമഹേശ', വീണകുപ്പയ്യരുടെ 'സ്വാമി നിന്നെ കോരി', ക്ഷേത്രജ്ഞന്റെ 'ഇന്ത മോഹമേ..മിറാ', സ്വാതി തിരുനാളിന്റെ 'ചലമേല, സഖിഹേ നീ ക്ഷമിക്ക', 'ഇന്ദുമുഖീ നിശമയ' എന്നീ അടതാള വർണങ്ങളും, 'ദേവീജഗത് ജനനീ...' എന്ന ആദി താളത്തിലുള്ള കൃതിയും ശങ്കരാഭരണത്തിലുള്ള രചനകളാണ്.

ശങ്കരാഭരണ രാഗത്തിലുള്ള സിനിമ ഗാനങ്ങൾ

1. ചിത്രം: റോസി
   ഗാനം: അല്ലിയാമ്പൽ കടവിലന്നരയ്ക്കു...
2. ചിത്രം: നൃത്തശാല
   ഗാനം: പൊൻവെയിൽ മണിക്കച്ച...
3. ചിത്രം: മിനിമോൾ
   ഗാനം: കേരളം...കേരളം കേളികൊട്ടു...
4. ചിത്രം: ശങ്കരാഭരണം
   ഗാനം: ഓംകാര നാദാനു
5. ചിത്രം: വരവേൽപ്പ്
   ഗാനം: വെള്ളരപ്പൂമല മേലെ
6. ചിത്രം: നോക്കെത്താദൂരത്ത് കണ്ണുംനട്ട്

ഗാനം: ആയിരം കണ്ണുമായ്

7. ചിത്ര: അദ്വൈതം
ഗാനം: അമ്പലപ്പുഴ ഉണ്ണിക്കണ്ണനോട്

8. ചിത്രം: പഞ്ചവൻ കാട്
ഗാനം: രാജശിൽപി നീയെനിക്കൊരു

9. ചിത്രം: ഈ പുഴയും കടന്ന്
ഗാനം: ദേവ കന്യക സൂര്യ തംബുരു

10. ചിത്രം: ഓർമ്മകൾ മരിക്കുമോ
ഗാനം: തൃപ്രയാറപ്പാ ശ്രീരാമ...

11. ചിത്രം: മൂടൽമഞ്ഞ്
ഗാനം: നീ മധു പകരൂ മലർ ചൊരിയൂ...

പതിനൊന്ന്
ആരഭി രാഗം

ഇരുപത്തൊമ്പതാമത് മേളകർത്താ രാഗമായ ധീരശങ്കരാഭരണത്തിന്റെ ജന്യം.

ആ: സ രി മ പ ധ സ

അവ: സനിധപമഗരിസ

ഷഡ്ജം, ചതുഃശ്രുതി ഋഷഭം, അന്തര ഗാന്ധാരം, ശുദ്ധ മധ്യമം, പഞ്ചമം ചതുഃശ്രുതി ധൈവതം, കാകളി നിഷാദം.

രി, മ, ധ എന്നിവ ജീവസ്വരങ്ങൾ.

വിശേഷസ്വരങ്ങളായ 'മാഗരിസരി' എന്നത് മനോരഞ്ജക പ്രയോഗമാണ്. അവരോഹണ ആലാപന വേളയിൽ നിഷാദവും ഗാന്ധാരവും അൽപ്പമൊന്നു സ്പർശിക്കുന്ന രീതിയിലേ പ്രയോഗിക്കാവൂ. ജണ്ഡസ്വരപ്രയോഗവും ധാട്ട് വരിശപ്രയോഗങ്ങളും സാധാരണമാണ്. എപ്പോൾ വേണെങ്കിലും പാടാവുന്ന രാഗം.

ആരഭി രാഗത്തിലുള്ള കൃതികൾ

ത്യാഗരാജ സ്വാമിയുടെ 'സാദിഞ്ചെനെ' ആദി താളത്തിലുള്ള പഞ്ചരത്നകൃതി, 'അംബ നിന്നു നമ്മിതി', 'ചാല കല്ലലാഡു', 'നാദ സുധാരസം', മുത്തുസ്വാമി ദീക്ഷിതരുടെ 'ശ്രീ സരസ്വതി നമോസ്തുതേ', പല്ലവി ദൊരസ്വാമി അയ്യരുടെ 'സരസിജ മുഖിരോ' എന്ന ആദിതാള വർണം, ഇരയിമ്മൻ തമ്പിയുടെ 'അംബ ഗൗരി ഗിരികന്യേ', സ്വാതിതിരുനാളിന്റെ 'പാഹി പർവ്വതനന്ദിനി' എന്ന ആദിതാളത്തിലുള്ള നവരാത്രി കൃതിയും ആരഭി രാഗത്തി

ലുള്ളവയാണ്.

ആരഭി രാഗത്തിലുള്ള സിനിമ ഗാനങ്ങൾ

1. ചിത്രം: ആരോമലുണ്ണി
   ഗാനം: പുത്തൂരം വീട്ടിൽ ജനിച്ചോരെല്ലാം..
2. ചിത്രം: തിരുവോണം
   ഗാനം: തിരുവോണപ്പുലരിതൻ തിരുമുൽ..
3. ചിത്രം: ഗുരുവായൂർ കേശവൻ
   ഗാനം: നവകാഭിഷേകം കഴിഞ്ഞു..

പന്ത്രണ്ട്

ഹംസധ്വനി

ഇരുപത്തൊമ്പതാമത് മേളകർത്തരാഗമായ ധീരശങ്കരാഭരണത്തിന്റെ ജന്യം. മുത്തുസ്വാമി ദീക്ഷിതരുടെ പിതാവായ രാമസ്വാമി ദീക്ഷിതരാണു ഹംസധ്വനി രാഗം സൃഷ്ടിച്ചത്.

ആ: സരിഗപനിസ

അവ: സനിപഗരിസ

ഷഡ്ജം, ചതുഃശ്രുതി ഋഷഭം, അന്തര ഗാന്ധാരം, പഞ്ചമം, കാകളി നിഷാദം.

ജീവരങ്ങൾ ഗ, നി എന്നിവയാണ്

ഹംസധ്വനി രാഗത്തിലെ പ്രധാനകൃതികൾ

മുത്തുസ്വാമി ദീക്ഷിതരുടെ 'വാതാപി ഗണപതിം ഭജേഹം', ത്യാഗരാജ സ്വാമിയുടെ 'അഭീഷ്ടവരദ ശ്രീമഹാഗണപതേ', 'രഘുനോ', മുത്തയ്യ ഭാഗവതരുടെ 'ഗം ഗണപതെ', പുരന്ദരദാസന്റെ 'ഗജവദനാ ബേഡുവേ', മഹാവൈദ്യനാഥ അയ്യരുടെ 'മഹാഗണപതേ', തുളസീവനം രചിച്ച 'ഭജാമഹെ ശ്രീവിനായകം', മാനമ്പുച്ചാവടി വെങ്കിട സുബ്ബയ്യരുടെ 'ജലജാക്ഷ' എന്ന വർണം,

വീണാകുപ്പയ്യരുടെ 'വിനായകാ നിന്നുവിനാ' എന്നീ കൃതികൾ പ്രസിദ്ധങ്ങളാണ്. എന്നാൽ മുത്തുസ്വാമി ദീക്ഷിതരുടെ വാതാപി ഗണപതിം ഭജേഹം എന്ന കൃതി ലോകസംഗീത മനസ്സുകളിൽ സ്ഥിരപ്രതിഷ്ഠ നേടിയ കൃതിയാണ്.

ഹംസധ്വനി രാഗത്തിലുള്ള സിനിമാഗാനങ്ങൾ

1. ചിത്രം: ഹലോ ഡാർലിംഗ്
   ഗാനം: അനുരാഗമേ.. അനുരാഗമേ

2. ചിത്രം: ഏതോ ഒരു സ്വപ്നം
   ഗാനം: ശ്രീപദം വിടർന്ന സരസീരുഹത്തിൽ
3. ചിത്രം: വെള്ളം
   ഗാനം: സൗരയൂഥപഥത്തിലെങ്ങോ
4. ചിത്രം: രാഗം താനം പല്ലവി
   ഗാനം: പാർവ്വതിസ്വയം വരം കഴിഞ്ഞരാവിൽ
5. ചിത്രം: ചന്ദ്രകാന്തം
   ഗാനം: പുഷ്പാഭരണം വസന്തദേവന്റെ-
   തിരുവാഭരണം.

പതിമൂന്ന്

ബിലഹരി (ബലഹരി)

ഇരുപത്തൊമ്പതാമതു മേളകർത്താരാഗമായ ധീരശങ്കരാഭരണത്തിന്റെ ജന്യം.

ആ: സരിഗപധസ

അവ: സനിധപമഗരിസ

ധ സ-രി2-ഗ3-പ-ധ2-സ

സ-നി3-ധ2-പ-മ1-ഗ3-രി2-സ പ

ആരോഹണത്തിൽ മോഹനരാഗത്തിന്റെ സഞ്ചാരവും (പെന്റ ടോണിക് സ്കെയിൽ) അവരോഹണത്തിൽ ശങ്കരാഭരണത്തിന്റെ സ്വരസഞ്ചാരവും ചേർന്നുള്ള മിശ്രസ്വര രാഗമാണ്.

ഷഡ്ജം, ചതുഃശ്രുതി ഋഷഭം, അന്തര ഗാന്ധാരം, പഞ്ചമം, ശുദ്ധ മധ്യമം, ചതുഃശ്രുതി ധൈവതം, കാകളി നിഷാദം.

ജീവസ്വരങ്ങൾ രി, ധ, നി എന്നിവയാകുന്നു.

പധനിപ, പനിധപ, പധനി, പധാനിധപ എന്നിങ്ങനെ പാടുമ്പോൾ കൈശികി നിഷാദം പ്രയോഗത്തിൽ വരുന്നതിനാൽ ഭാഷാംഗ രാഗത്തിൽ ഉൾപ്പെടുന്നു. സധനിസനിധപാ, ധാനിസനീധപ എന്നിവ വിശേഷ ആലാപനത്തിനുള്ള സഞ്ചാര സ്വരപ്രയോഗങ്ങളാണ്. അവരോഹണത്തിൽ സനിപ എന്ന അലാപനം വളരെ അപൂർവ്വമാണ്.

വീരരസം പ്രദാനം ചെയ്യുന്ന രാഗമാണിത്. ജണ്ഡപ്രയോഗങ്ങളും ധാട്ട് പ്രയോഗങ്ങളും ആലാപനവേളയിൽ സാധാരണയായി ഉള്ളതാണ്.

ഉദാ: രിരി, ഗഗ, പപ എന്നിങ്ങനെ പാടുമ്പോൾ ബിലഹരി കൂടുതൽ മനോഹരമാണ്.

ബിലഹരി രാഗത്തിലുള്ള കൃതികൾ

ഈ രാഗത്തിൽ വളരെ മുൻപേ തന്നെയുള്ള പ്രസിദ്ധമായ ജതിസ്വരമാണ്,

'സാരിഗപ, ധസനിധ, പാധപ,
മഗരിസ, രിസനിധ, സാാാ'

ഇത് അജ്ഞാതനായ ഒരുവാഗ്ഗേയകാരന്റേതെന്നും അതല്ല, പട്ടണം സുബ്രഹ്മണ്യ അയ്യരുടേതാണന്നും പറയപ്പെടുന്നുണ്ട് ഏവരുടേയും മനസ്സിന് ആനന്ദമേകുന്ന ജതിസ്വരത്തിൽ സന്നിവേശിപ്പിക്കപ്പെട്ട ഗാനസാഹിത്യം തെലുങ്ക് ഭാഷയിലുള്ളതാണ്.

'രാര വേണു ഗോപബാല രാജിത സദ് ഗുണ ജയ ശീലാ...'

വീണാകുപ്പയ്യരുടെ ആദിതാള വർണ്ണം, 'ഇന്ത ചൗക്കസേയ', ത്യാഗരാജസ്വാമിയുടെ 'നാജീവാധാര നാനോമു ഫലമാ', 'തൊലിജന്മ മുനജേയു', 'ഇന്തകന്നാനന്ദമേമി', മുത്തുസ്വാമിദീക്ഷിതരുടെ 'ശ്രീ ബാലസുബ്രഹ്മണ്യ', 'ഏകദന്തം ഭജേഹം', പട്ടാഭി രാമയ്യായുടെ 'പാരി പോവലേറാ നീരജാക്ഷുഡു' എന്ന ജാവളി, അരയാക്കുടി രാമാനുജ അയ്യങ്കാരുടെ 'ധീം തരതരതാനി നാതൃതൃതധീം' എന്ന ആദി താളത്തിലുള്ള തില്ലാന, പട്ടണം സുബ്രഹ്മണ്യ അയ്യരുടെ 'പരിദാനമിച്ചിതെ' ഖണ്ഡ ചാപ്പ് താളത്തിലുള്ള കൃതി.

സ്വാതിതിരുനാളിന്റെ 'സ്മര സദാമാനസ', 'പാഹിമാം പത്മനാഭ' എന്നീ കൃതികളും ബിലഹരിയിലുള്ളവയാണ്.

ബിലഹരി രാഗത്തിലുള്ള സിനിമാഗാനങ്ങൾ

1. ചിത്രം: ശകുന്തള
   ഗാനം: പ്രിയതമാ.. പ്രിയതമാ
   പ്രണയലേഖനം എങ്ങനെയെഴുതണം
2. ചിത്രം: കർത്തവ്യം
   ഗാനം: കതിർമണ്ഡപം സപ്ത സ്വരമണ്ഡപം
3. ചിത്രം: കാവ്യമേള
   ഗാനം: ജനനി ജഗദ്ജനനി
4. ചിത്രം: നീലക്കുയിൽ
   ഗാനം: ഉണരുണരൂ....ഉണ്ണിപ്പൂവേ
5. ചിത്രം: കുമാര സംഭവം.
   ഗാനം: നല്ല ഹൈമവതഭൂമിയിൽ
6. ചിത്രം: അങ്കത്തട്ട്
   ഗാനം: അല്ലിമലർക്കാവിൽ വേല കണ്ടു

7. ചിത്രം: കണ്ണപ്പനുണ്ണി
   ഗാനം: ആയിരം ഫണമെഴും ആദിശേഷരേ..
8. ചിത്രം: ലേഡീസ് ഹോസ്റ്റൽ
   ഗാനം: കാട്ടരുവി ചിലങ്കകെട്ടി
9. സി.ഐ.ഡി. ഉണ്ണികൃഷ്ണൻ
   ഗാനം: ആരറിവും താനേ ഏഴുസ്വരങ്ങളെ
10. ചിത്രം: കമലദളം
   ഗാനം: ആനന്ദ നടനം ആടിനാൻ.

പതിനാല്
മധ്യമാവതി

ഇരുപത്തിണ്ടാമത് മേളകർത്താരാഗമായ ഖരഹരപ്രിയയുടെ ജന്യമെന്നും ഇരുപത്തെട്ടാമതു മേളകർത്താരാഗമായ ഹരികാംബോജിയുടെ ജന്യമെന്നും പറയുന്നുണ്ട്. ഇവിടെ ഖരാഹരപ്രിയയുടെ ജന്യമായി സ്വീകരിച്ചിരിക്കുന്നു.

ആ: സരിമപനിസ

അവ: സനിപമരിസ

ഷഡ്ജം, ചതുഃശ്രുതിഋഷഭം, ശുദ്ധമധ്യമം, പഞ്ചമം, കൈശികി നിഷാദം. ആരോഹണത്തിലും അവരോഹണത്തിലും അഞ്ചുസ്വരങ്ങൾ ഉള്ളതിനാൽ ഔഢവ രാഗവിഭാഗത്തിൽ ഉൾപ്പെടുന്നു. മധ്യകാലത്തിലും ദ്രുതകാലത്തിലും പാടുമ്പോഴാണു രാഗരസം കൂടുതൽ അനുഭവപ്പെടുക.

ഈ രാഗത്തിലെ രി, മ, പ, നി എന്നീ സ്വരങ്ങളെ ആധാരഷഡ്ജമാക്കി ശ്രുതിഭേദം ചെയ്ത് പാടുമ്പോൾ ക്രമത്തിൽ, ഹിന്ദോളം, 'ശുദ്ധ സാവേരി, ശുദ്ധ ധന്യാസി, മോഹനം എന്നീ രാഗങ്ങൾ ലഭിയ്ക്കും. ഉത്തരേന്ത്യൻ സംഗീതത്തിൽ 'മധുമത് സാരംഗ്' എന്നു പറയുന്നു.

പ്രാചീനകാലം മുതൽക്ക് എല്ലാം മംഗളകരമായി ഭവിക്കാൻ ഈ രാഗം സംഗീതജ്ഞരേക്കൊണ്ട് പാടിപ്പിക്കുകയോ വാദ്യോപകരണങ്ങളിൽ വായിച്ച് ശുഭപര്യവസാനിപ്പിക്കുകയോ ചെയ്യുന്ന പതിവുണ്ടായിരുന്നു. അതിനാൽത്തന്നെ മധ്യമാവതി രാഗത്തെ മംഗളം, സുരാഗം എന്നീ പേരുകളിലും പരാമർശിക്കാറുണ്ട്. പണ്ട് മധ്യാഹ്നത്തിൽ പാടേണ്ടുന്ന രാഗമായാണു മധ്യമാവതിയെ ഗ്രന്ഥങ്ങളിൽ പരാമർശിച്ചിട്ടുള്ളത്. പ്രഭാതം മുതൽ ആരംഭിക്കുന്ന ക്ഷേ

ത്രസംഗീതോത്സവത്തിൽ പങ്കെടുക്കുന്ന വാഗ്ഗേയകാരന്മാർക്കും സദസ്യർക്കും ഒരു വിശ്രമവേളക്കായി പാടി അവസാനിപ്പേക്കേണ്ട രാഗമായി തീരുമാനിച്ചതാവാം. ഇപ്പോഴുള്ള സരസന്മാരായ സംഗീതജ്ഞർക്ക്, മധ്യാഹനത്തിൽ മധ്യമാവതി എന്നും പറയാം. മധ്യമാവതിയുടെ ഋഷഭ, മധ്യമ, നിഷാദ സ്വരങ്ങൾ ജീവസ്വരങ്ങളാകുന്നു.

മധ്യമാവതി രാഗത്തിലുള്ള കൃതികൾ

തിരുവെറ്റിയൂർ ത്യാഗയ്യരുടെ 'സരഗുണ' എന്ന ആദിതാളത്തിലുള്ള വർണം, ത്യാഗരാജസ്വാമിയുടെ 'വിനായകു നിവെലുനു ബ്രോവവെ', 'നാദുപൈ ബലികേറുനരുലു', 'വെങ്കിടേശനിന്നു സേവിംപനുപദി', മുത്തുസ്വാമിദീക്ഷിതരുടെ 'മഹാത്രിപുര സുന്ദരി മാമവ', 'പന്നഗശയന പത്മനാഭ', മുത്തയ്യ ഭാഗവതരുടെ 'ശ്രീരമ ജയഭൗമ', ശ്യാമശാസ്ത്രിയുടെ 'പാലിംത്സു കാമാക്ഷി', സ്വാതിതിരുനാളിന്റെ 'സാരസമുഖ സരസിജനാഭ', ഇരയിമ്മൻ തമ്പിയുടെ 'ദേവകീ സുത പാഹിമാം' ഇവ കൂടാതെ നിരവധി കഥകളി പദങ്ങളും ഈ രാഗത്തിലുണ്ട്.

മധ്യമാവതി രാഗത്തിലുള്ള സിനിമാഗാനങ്ങൾ

1. ചിത്രം: അരനാഴികനേരം
   ഗാനം: ദൈവപുത്രനു വീഥിയൊരുക്കുവാൻ
2. ചിത്രം: ഓതേനന്റെ മകൻ
   ഗാനം: കദളീവനങ്ങൾക്കരികിലല്ലോ
3. ചിത്രം: ചീനവല
   ഗാനം: തളിർ വലയോ താമരവലയോ
4. ചിത്രം: ശങ്കരാഭരണം
   ഗാനം: ശങ്കരാ..നാദശരീരാപരാ
5. ചിത്രം: നായിക
   ഗാനം: കസ്തൂരി മണക്കുന്നല്ലോ
6. ചിത്രം: ഒരു മിന്നമിനുങ്ങിന്റെ നുറുങ്ങുവട്ടം
   ഗാനം: പൂവേണം പൂപ്പടവേണം
7. ചിത്രം: പുനർജ്ജന്മം
   ഗാനം: സൂര്യകാന്ത കൽപടവിൽ
8. ചിത്രം: ഇന്ദ്രജാലം
   ഗാനം: കുഞ്ഞിക്കിളിയേ കൂടെവിടെ

9. ചിത്രം: സ്വാമി അയ്യപ്പൻ
ഗാനം: ഹരിവരാസനം വിശ്വമോഹനം.

പതിനഞ്ച്
ശുദ്ധസാവേരി

ഇരുപത്തൊമ്പതാമത് മേളകർത്താരാഗമായ ശങ്കരാഭരണത്തിന്റെ ജന്യം.

അ: സരിമപധസ

അവ: സധപമരിസ

ഷഡ്ജം, ചതുഃശ്രുതി ഋഷഭം, അന്തര ഗാന്ധാരം, പഞ്ചമം, ശുദ്ധമധ്യമം, ചതുഃശ്രുതി ധൈവതം, കാകളി നിഷാദം.

ഋഷഭവും, ധൈവതവും ജീവസ്വരങ്ങളാകുന്നു.

ഈ രാഗത്തിൽ ജണ്ഡസ്വര പ്രയോഗങ്ങളും ധാട്ട് സ്വരപ്രയോഗങ്ങളും നടത്താറുണ്ട്. സാധാരണ മധ്യകാലത്തിൽ പാടുമ്പോഴാണു രാഗഭാവം കൂടുതൽ പ്രകടമാക്കുവാൻ കഴിയുക. ശുദ്ധസാവേരി ത്യാഗരാജസ്വാമിയുടെ സമ്പ്രദായത്തിൽ ശങ്കരാഭരണത്തിന്റേയോ ഹരികാംബോജിയുടേയോ ജന്യമാകുന്നു. എന്നാൽ മുത്തുസ്വാമിദീക്ഷതരുടെ ശൈലിയിൽ കനകാംഗി രാഗത്തിന്റെ ജന്യമാണ് ശുദ്ധസാവേരി. ദീക്ഷിതരുടെ സമ്പ്രദായത്തിലുള്ള ശുദ്ധ സാവേരിയെ കർണാടക ശുദ്ധസാവേരി എന്നും ത്യാഗരാജ സമ്പ്രദായത്തിലുള്ളതിനെ ദേവക്രിയ എന്നും പറയുന്നു.

ഉത്തരേന്ത്യൻ സംഗീതത്തിൽ 'ദുർഗ്ഗേ' എന്നാണു പറയുന്നത്. യക്ഷഗാനം പോലുള്ളവയിൽ ഈ രാഗം ഉപയോഗിക്കുന്നുണ്ട്. ഭക്തിരസപ്രദായകമായ രാഗമാണ്.

ശുദ്ധ സാവേരി രാഗത്തിലുള്ള കൃതികൾ

ത്യാഗരാജസ്വാമിയുടെ 'ദാരിനി തെലുസുകൊണ്ടി', 'നീ കെവരിബോധന', 'കാലഹരണ മേലറാഹരേ', മുത്തയ്യ ഭാഗവതരുടെ ആദിതാള വർണം, മുത്തുസ്വാമി ദീക്ഷിതരുടെ 'ശ്രീഗുരുഗുഹ', സ്വാതിതിരുനാളിന്റെ നവരാത്രി കൃതിയായ 'ജനനീ പാഹി സദാ', രാമനാഥപുരം ശ്രീനിവാസ അയ്യങ്കാരുടെ 'സാമജ വരദാ' എന്ന രൂപക താളത്തിലുള്ള കൃതിയും ശുദ്ധസാവേരി രാഗത്തിലുള്ളവയാണ്.

ശുദ്ധസാവേരിയിലുള്ള സിനിമാഗാനങ്ങൾ

1) ചിത്രം: പഞ്ചവൻ കാട്
ഗാനം: കള്ളിപ്പാലകൾ പൂത്തു
2) ചിത്രം: ഗുരുവായൂർ കേശവൻ
ഗാനം: നവകാഭിഷേകം കഴിഞ്ഞു
3) ചിത്രം: സത്യവാൻ സാവിത്രി
ഗാനം: നീലാംബുജങ്ങൾ വിടർന്നു
4) ചിത്രം: വാഴ്‌വേമായം
ഗാനം: സീതാദേവി സ്വയംവരം തീർത്തൊരു
ത്രേതായുഗത്തിലെ ശ്രീരാമൻ
5) ചിത്രം: ചിലമ്പ്
ഗാനം: പുടമുറികല്ല്യാണം.
6) ചിത്രം: നീയെത്ര ധന്യ
ഗാനം: പുലരികൾ സന്ധികൾ
7) ചിത്രം : നഖക്ഷതങ്ങൾ
ഗാനം: നീരാടുവാൻ നിളയിൽ നീരാടുവാൻ

പതിനാറ്
കല്യാണി

അറുപത്തഞ്ചാം മേളകർത്താരാഗമാണ് കല്യാണി. മേളകർത്താലക്ഷണപ്രകാരം മേചകല്യാണി എന്നു പറയുന്നു. ഉത്തരഭാരതസംഗീതത്തിൽ 'യമൻ' എന്ന പേരിലാണ് ഈ രാഗം അറിയപ്പെടുന്നത്.

ഷഡ്ജം, ചതുഃശ്രുതി ഋഷഭം, അന്തര ഗാന്ധാരം, പ്രതിമധ്യമം, പഞ്ചമം, ചതുശ്രുതി ധൈവതം, കാകളി നിഷാദം.

ആ: സ രി2 ഗ2 മ2 പ ധ2 നി2 സ

അവ: സ നി2 ധ2 പ മ2 ഗ2 രി2 സ

രി ഗ മ പ ധ നി എന്നിവയെല്ലാം രാഗഛായാ സ്വരങ്ങളാണ്.

ജണ്ഡസ്വര, ധാട്ട് സ്വര പ്രയോഗങ്ങളും മധ്യസ്വരവർജ പ്രയോഗങ്ങളും നിലവിലുണ്ട്. ദീർഘനേരം ആലപിക്കാൻ അനുയോജ്യമായ രാഗമാണു കല്യാണി. കഥകളിസംഗീതത്തിലും ഈ രാഗം പ്രയോജനപ്പെടുത്തുന്നുണ്ട്. ഗസലുകളിലെ ഇശലുകൾക്ക് മാദക ഭാവഛായ നൽകുന്നതിനും ജുഗൽബന്ദികളിലും കല്യാണി നൽകുന്ന രാഗരസം മനോരജ്ഞകമാണ്.

കല്യാണി രാഗത്തിലുള്ള കൃതികൾ

ത്യാഗരാജസ്വാമിയുടെ 'ഏതാവുന്നറാ നിലകഡ നീതു', 'എന്തു കൊ നീമനസു കരഗതു', 'ശിവേ പാഹിമാം അംബികേ', 'ഭജരേ രഘുവീരം' എന്ന ദിവ്യനാമകീർത്തനം. 'കമജദള' എന്നഗീതം, മുത്തുസ്വാമി ദീക്ഷിതരുടെ 'കമലാംബാം ഭജരേ മാനസ', 'ഗണപതേ മഹാമതെ', 'ശിവകാമേശ്വരീംചിന്തയേഹം', ശ്യാമശാസ്ത്രിയുടെ 'ഹിമാദ്രി സുതേ', ശങ്കരി ശങ്കരി', വീണാകുപ്പയ്യരുടെ 'വനജാക്ഷി' ആദിതാള വർണം, പുരന്ദരദാസന്റെ 'ദയമാടൊ റങ്ക ദയമാടൊ' മുത്തയ്യ ഭാഗവതരുടെ സങ്കീർണ്ണ ചാപ്പ് താളത്തിലുള്ള 'ലംബോധര', പല്ലവി ഗോപാലഅയ്യരുടെ 'വനജാക്ഷി നിന്നെ കോരി' അടതാള വർണം, തഞ്ചാവൂർ പൊന്നയ്യയുടെ ജതിസ്വരം, ടൈഗർ വരദാചാരിയുടെ 'കരുണക്കടലെ', തരംഗം പാഡിപഞ്ചനദയ്യരുടെ 'ബിരാന ബ്രോവയീദി', പട്ടണം സുബ്രഹ്മണ്യഅയ്യരുടെ 'നീരജ ദാസ വരദോ', ഇരയിമ്മൻതമ്പിയുടെ 'സേവേസ്യാനന്ദുരേശാ', സ്വാതിതിരുനാളിന്റെ 'പാഹിമാം ശ്രീവാഗീശ്വരി' എന്ന നവരാത്രി കൃതി, 'പങ്കജ ലോചന', 'അദ്രിസുതാവര' എന്നീ കൃതികൾ കല്യാണി രാഗത്തിലുള്ളതാണ്.

മേചകല്യാണി രാഗത്തിലുള്ള കഥകളി പദങ്ങൾ

1) ബകവധം: സാദരമയീ തവമാതിരി ദാനീം...

2) ദക്ഷയാഗം: കണ്ണിണയ്ക്കാനന്ദം നൽകുന്നു പാരം, കുവലയ ലോചനേ കുമിദിനിയാകിയ...

3) നളചരിതം ഒന്നാം ദിനം: അംഗനമാർ മൗലേ-ബാലേ, കുണ്ഡിന നായക നന്ദിനിയെ...

ഘോരവിപിനം എന്നാലെഴു വരിക, ബാഹുക എന്നരികിൽ... എന്നീ പദങ്ങൾ ഈ രാഗത്തിലാണു ചിട്ടപ്പെടുത്തിയിട്ടുള്ളത്.

മേചകല്യാണി രാഗത്തിലുള്ള സിനിമാ ഗാനങ്ങൾ

1. ചിത്രം: ശ്രീമുരുകൻ
   ഗാനം: ജ്ഞാനപ്പഴം നീയല്ലേ വേൽമുരുക
2. ചിത്രം: സ്വാമി അയ്യപ്പൻ
   ഗാനം: മണ്ണിലും വിണ്ണിലും തൂണിലും
3. ചിത്രം: കുമാരസംഭവം
   ഗാനം: സത്യശിവസൗന്ദര്യങ്ങൾ തൻ
4. ചിത്രം: ലങ്കാദഹനം

ഗാനം: സ്വർഗ്ഗനന്ദിനീ സ്വപ്നവിഹാരിണീ
5. ചിത്രം: മഴക്കാർ
ഗാനം: പ്രളയപയോധിയിൽ ഉറങ്ങി..
6. ചിത്രം: ഭാര്യ
ഗാനം: പെരിയാറെ..പെരിയാറേ..
7. ചിത്രം: ഇരുട്ടിന്റെ ആത്മാവ്
ഗാനം: എത്ര ചിരിച്ചാലും ചിരിതീരുമോ
8. ചിത്രം: നദി
ഗാനം: പുഴകൾ മലകൾ പൂവനങ്ങൾ
9. ചിതം: മൂടുപടം
ഗാനം: തളിരിട്ട കിനാക്കൾ തൻ താമരമാല വാങ്ങാൻ
10. ചിത്രം: പരിണയം
ഗാനം: വൈശാഖ പൗർണ്ണമിയോ
11. ചിത്രം: പാവം പാവം രാജാകുമാരൻ
ഗാനം: പാതിമെയ് മറന്നതെന്തേ
12. ചിത്രം: ചന്ദ്രകാന്തം
ഗാനം: ആ നിമിഷത്തിന്റെ നിർവൃതിയിൽ
13. ചിത്രം: യക്ഷി
ഗാനം: സ്വർണ്ണ ചാമരം വീശിയെത്തുന്ന
14. ചിത്രം: ധ്വനി
ഗാനം: ജാനകി ജാനേ..രാമാ
15. ചിത്രം: ഞാൻ ഗൻഡർവ്വൻ
ഗാനം: ദേവാങ്കണങ്ങൾ കയ്യൊഴിഞ്ഞതാരകം.
16. ചിത്രം: ഒരു കുടക്കീഴിൽ
ഗാനം : അനുരാഗിണി ഇതായെൻ
17. ചിത്രം: അന്വേഷിച്ചു കണ്ടെത്തിയില്ല
ഗാനം: ഇന്നലെ മയങ്ങുമ്പോൾ

ഹിന്ദി സിനിമ ഗാനങ്ങൾ.

18. ചിത്രം: സരസ്വതി ചന്ദ്ര
ഗാനം: ചന്ദൻ സബദൻ
19. ചിത്രം: ചിറ്റ്ചോർ
ഗാനം: ജബ് ദീപ്ജലേ ആനാ

പതിനേഴ്
ഷണ്മുഖപ്രിയ

അമ്പത്താറാമത് മേളകർത്താരാഗമാണിത്. 'ചാമരം' എന്നൊരു പേരിലും അറിയപ്പെടുന്നുണ്ട്. മുത്തുസ്വാമി ദീക്ഷിതരുടെ ശൈലിക്ക് 'ചാമരം' എന്നാണു പറയപ്പെടുന്നത്.

ആ: സ രി2 ഗ2 മ2 പ ധ1 നി2 സ

അവ: സ നി2 ധ1 പ മ2 ഗ2 രി2 സ

ക്രമസമ്പൂർണ്ണമായ ആരോഹണാവരോഹണ സ്വരങ്ങൾ.

ഷഡ്ജം, ചതുഃശ്രുതി ഋഷഭം, സാധാരണ ഗാന്ധാരം, പ്രതി മധ്യമം, പഞ്ചമം, ശുദ്ധ ധൈവതം, കൈശികി നിഷാദം.

പഴനിയിൽ വാഴുന്ന ശ്രീ സുബ്രഹ്മണ്യ സ്വാമിയുടെ ഇഷ്ട രാഗമാണു ഷണ്മുഖപ്രിയ. ഭക്തിരസപ്രദായകവും മനസിനു ശാന്തിയുമേകുന്ന രാഗം.

ഷണ്മുഖപ്രിയ രാഗത്തിലുള്ള കൃതികൾ

ത്യാഗരാജ സ്വാമിയുടെ 'വദ്ദനേ വാരുലേരു', മുത്തുസ്വാമി ദീക്ഷിതർ എഴുതിയ പ്രസിദ്ധകൃതി 'സിദ്ധിവിനായകം അനിശം', മുത്തയ്യ ഭാഗവതരുടെ 'വള്ളീനായക നീവേഗതിയനി', പാപനാശം ശിവന്റെ 'ശരവണഭവ എന്റ്റു', 'ആണ്ടവനേ', വീണകൃഷ്ണമാചാരിയുടെ 'പങ്കജാക്ഷി' ആദിതാളത്തിലുള്ള വർണം, പട്ടണം സുബ്രഹ്മണ്യ അയ്യർ എഴുതിയ പ്രസിദ്ധമായ 'മരിവേരെ ദിക്കെവരയ്യ രാമ' എന്നീ കൃതികളും ഷണ്മുഖപ്രിയരാഗത്തിലുള്ളതാണ്.

ഷണ്മുഖപ്രിയ രാഗത്തിലുള്ള സിനിമാഗാനങ്ങൾ

1. ചിത്രം: വിലയ്ക്കു വാങ്ങിയ വീണ
   ഗാനം: കാട്ടിലെ പാഴ് മുളം തണ്ടിൽനിന്നും.
2. ചിത്രം: ഇന്റർവ്യൂ
   ഗാനം: ഉത്തര മഥുരാപുരിയിൽ
3. ചിത്രം: അരക്കള്ളൻ മുക്കാൽ കള്ളൻ
   ഗാനം: കനക സിംഹാസനത്തിൽ
4. ചിത്രം: കടത്തനാട്ട് മാക്കം
   ഗാനം: ആനന്ദനടനം
5. ചിത്രം: രാക്കുയിലിൻ രാഗസദസ്സിൽ

ഗാനം: എത്ര പൂക്കാലം
6. ചിത്രം: പ്രസാദം
ഗാനം: ഉഷസ്സേ നീയെന്നെ വിളിക്കുകില്ലെങ്കിൽ
7. ചിത്രം: ഹിസ് ഹൈനസ് അബ്ദുള്ള
ഗാനം: ദേവസഭാതലം

പതിനെട്ട്
ആഭേരി രാഗം

ഇരുപത്തിരണ്ടാമതു മേളകർത്താരാഗമായ ഖരഹരപ്രിയയുടെ ജന്യമാണ് ആഭേരിരാഗം.

ആഭേരി എന്ന പേരിൽ ഈ കാലഘട്ടത്തിൽ നാം പാടുന്നത് സത്യത്തിൽ കർണാടക ദേവഗാന്ധാരി രാഗമാണ്. ആരോഹണ സ്വരങ്ങൾ ശുദ്ധധന്യാസിക്കു സമാനമായും അവരോഹണസ്വരങ്ങൾ ഖരഹരപ്രിയരാഗത്തിനു സമാനമായും ഉള്ളതാണ്.

ആ: സ ഗ മ പ നി സ

അവ: സ നി ധ പ മ ഗ രി സ

ഷഡ്ജം, ചതു:ശ്രുതി ഋഷഭം, സാധാരണ ഗാന്ധാരം, ശുദ്ധ മധ്യമം, പഞ്ചമം, ചതു:ശ്രുതി ധൈവതം, കൈശികി നിഷാദം. ശുദ്ധ ധൈവത പ്രയോഗവും ഉണ്ട്. ഉത്തരേന്ത്യൻ സംഗീതത്തിൽ ആഭേരിക്ക് തുല്യമായുള്ള രാഗമാണു ബിംപ്ലാസി. ആഭേരി രാഗത്തെ നഠഭൈരവി രാഗത്തിന്റെ ജന്യമായ് മുത്തുസ്വാമി ദീക്ഷിതരുടെ സമ്പ്രദായത്തിൽ കാണുന്നു. അതായത് അന്യസ്വരങ്ങളൊന്നും ദീക്ഷിതർ സമ്പ്രദായപ്രകാരം ഇല്ല. ഉപാംഗരാഗമായ് ദീക്ഷിതരും ഭാഷാംഗരാഗമായി ത്യാഗരാജ സ്വാമിയും പറയുന്നു. രണ്ടു വാഗ്ഗേയകാരുടേയും അഭിപ്രായമനുസരിച്ച് ആഭേരിയിൽ ധൈവതം രണ്ടു തരത്തിലും പ്രയോഗിക്കുന്നു

ജീവസ്വരങ്ങൾ: ഗ, മ, നി എന്നിവയാണ്. അവരോഹണക്രമത്തിൽ ജണ്ഡസ്വരങ്ങൾ ആലപിക്കുന്നത് ഈ രാഗത്തിനു മാധുര്യവും ഗാംഭീര്യവും നൽകും.

ആഭേരി രാഗത്തിലുള്ള കൃതികൾ

ത്യാഗരാജസ്വാമിയുടെ 'നഗുമോ മുഗന ലേനി', ശ്യാമശാസ്ത്രിയുടെ 'നിന്നുവിനാ മരിഗലദാ', മൈസൂർ വാസുദേവാചാര്യരുടെ 'ഭജരേമാനസ', മുത്തുസ്വാമിദീക്ഷിതരുടെ 'വീണാഭേരി വേണുവാ

ദ്യാദി വിനോദിനി' എന്നീ കൃതികളും ആഭേരി രാഗത്തിലുണ്ട്

ആഭേരി രാഗത്തിലുള്ള സിനിമാഗാനങ്ങൾ

1. ചിത്രം: ഭാർഗ്ഗവിനിലയം
   ഗാനം: താമസമെന്തേ വരുവാൻ.
2. ചിത്രം: കൊഞ്ചും ചിലങ്കൈ(തമിഴ്)
   ഗാനം: ശിങ്കാര വേലനെ ദേവാ
3. ചിത്രം: ഗൻഡർവ്വ ക്ഷേത്രം
   ഗാനം: ഇന്ദ്രവല്ലരി പൂചൂടിവരും സുന്ദരഹേമന്ത രാത്രി...

പത്തൊമ്പത്

നാട്ട രാഗം

മുപ്പത്താറാമത് മേളകർത്താരാഗമായ ചലനാട്ടയുടെ ജന്യമാണ് നാട്ട രാഗം.

ആ: സ രി ഗ മ പ ധ നി സ

അവ: സ നി പ മ രി സ

ഷഡ്ജം, ഷഡ് ശ്രുതി ഋഷഭം, അന്തര ഗാന്ധാരം, ശുദ്ധമധ്യമം, പഞ്ചമം, ഷഡ് ശ്രുതി ധൈവതം, കാകളി നിഷാദം.

ജീവസ്വരങ്ങൾ : രി, മ, നി എന്നിവയാണ്.

സഗ, സമ, പനി എന്നിവ സാധാരണ ആലാപനപ്രയോഗ സ്വരങ്ങളാണ്. ധൈവത സ്വരം ചേർത്തുള്ള പ്രയോഗം വളരെക്കുറവാണ്. ധൈവത സ്വരം ഇല്ലാതുള്ള പല കൃതികളും ഈ രാഗത്തിലുണ്ട്. നാട്ടരാഗത്തിനു ധൈവതം ഉപയോഗിച്ചില്ലെങ്കിൽ കൂടി അത് രാഗത്തിനു ഒരു കുറവും വരുത്തുകയില്ല. ഘനപഞ്ചക രാഗത്തിലെ പ്രഥമരാഗമാണ് നാട്ട. മംഗളകരമായ ഈ രാഗം സംഗീതകച്ചേരിയുടെ ആരംഭത്തിൽ പാടുന്ന രാഗവും വീരരസ പ്രധാനവുമാണ്. നാട്ടരാഗത്തിനു തുല്യമായി ഉത്തരേന്ത്യൻ സംഗീതത്തിൽ 'ജോഗ്' എന്നൊരു രാഗം ഉണ്ട്

നാട്ട രാഗത്തിലുള്ള കൃതികൾ

സ്വാതിതിരുനാളിന്റെ 'സരസിജനാഭ' എന്ന വർണം, (ഈ വർണ്ണം പാലക്കാട് പരമേശ്വരഭാഗവതർ എഴുതി സ്വാതിതിരുനാളിനു സമർപ്പിച്ചതാണെന്നും അഭിപ്രായങ്ങളുണ്ട്.) ത്യാഗരാജസ്വാമിയുടെ പഞ്ചരത്ന കൃതിയിൽപ്പെട്ട 'ജഗദാനന്ദ കാരക', മുത്തുസ്വാമി ദീക്ഷിതരുടെ കീർത്തികേട്ട കൃതികളായ 'സ്വാമിനാഥ പരിപാല

യാശുമാം', 'മഹാഗണപതിം മനസാ സ്മരാമി', 'ഗംഭീര ഗജനായക', പലക്കാട് പരമേശ്വര ഭാഗവതരുടെ 'സരസിജനാഭ' അടതാള വർണം മുത്തയ്യ ഭാഗവതരുടെ 'ശക്തി ഗണപതിം ഭജേഹം' എന്നിവ നാട്ടരാഗത്തിലുള്ളവയാണ്.

നാട്ട രാഗത്തിലുള്ള സിനിമാ ഗാനങ്ങൾ

1. ചിത്രം: നാരായം
   ഗാനം: ശ്രീരാമ നാമം
2. ചിത്രം: ഭരതം
   ഗാനം: ഗോപാംഗനേ

ഇരുപത്

ഹരികാംബോജി

ഇരുപത്തെട്ടാമത് മേളകർത്താരാഗമാണ് ഹരികാംബോജി.

ഷഡ്ജം, ചതുഃശ്രുതി ഋഷഭം, അന്തര ഗാന്ധാരം, ശുദ്ധ മധ്യമം, പഞ്ചമം, ചതുഃശ്രുതി ധൈവതം, കൈശികി നിഷാദം

ആ: സ രി2 ഗ3 മ1 പ ധ2 നി2 സ

അവ: സ നി2 ധ2 പ മ1 ഗ3 രി2 സ

ഈ രാഗത്തിനു ഹരികേദാരഗൗള എന്നൊരു പേരുകൂടിയുണ്ട്. ത്യാഗരാജസ്വാമിയാണു ഹരികാംബോജി രാഗം പ്രചാരത്തിലത്തിച്ചതെന്നു ഗ്രന്ഥങ്ങളിൽ പറയുന്നു.

ഹരികാംബോജി രാഗത്തിലുള്ള കൃതികൾ

ത്യാഗരാജ സ്വാമിയുടെ 'രാമ നന്നു ബ്രോവറാ', 'എന്തുകു നിദ്രയ', 'ദിനമണി വംശതിലക', മൈസൂർ സദാശിവ റവുവിന്റെ 'സാകേത നഗര നാഥാ', കെ. വി. ശ്രീനിവാസ അയ്യങ്കാർ, ത്യാഗരാജ മുദ്ര ചേർത്ത് രചിച്ചകൃതി 'വിനതാസു വാഹനുഡൈ'.

ഹരികാംബോജി രാഗത്തിലുള്ള സിനിമാഗാനങ്ങൾ

1. ചിത്രം: ചെമ്മീൻ
   ഗാനം: കടലിന്നക്കരെ പോണോരെ
2. ചിത്രം: മയിലാടും കുന്ന്
   ഗാനം: സന്ധ്യമയങ്ങും നേരം
3. ചിത്രം: നീയെത്ര ധന്യ

ഗാനം: അരികിൽ നീയുണ്ടായിരുന്നെങ്കിൽ

4. ചിത്രം: ഓപ്പോൾ
ഗാനം: ഏറ്റുമാനൂർ അമ്പലത്തിൽ

5. ചിത്രം: നന്ദനം
ഗാനം: കാർമ്മുകിൽ വർണ്ണന്റെ...

6. ചിത്രം: മണിചിത്രത്താഴ്
ഗാനം: വരുവാനില്ലാരുമിന്നൊരു നാളും...

7. ചിത്രം: വീണ്ടും പ്രഭാതം
ഗാനം: ഊഞ്ഞാലാ..ഊഞ്ഞാലാ...

8. ചിത്രം: പളുങ്കു പാത്രം
ഗാനം: മാനേ... പേടമാനേ...

ഇരുപത്തൊന്ന്
ആനന്ദഭൈരവി

ഇരുപതാം മേളകർത്താരാഗമായ നഠഭൈരവി രാഗത്തിന്റെ ജന്യമായ രീതിയിലാണ് ആനന്ദഭൈരവി ഇപ്പോൾ എല്ലാവരും ആലപിക്കുന്നത്.

ഒന്നാമത്തെ രീതി
സഗരിഗമ പധപസ
സനിധ പ മഗരിസ

രണ്ടാമത്തെ രീതി
സഗരിഗമപധപസ
സനിധപമഗമപമഗരിസ.

മൂന്നാമത്ത രീതി
സഗമപധപസനിധനിസ
സനിധപമ ഗരിസ

ഇപ്പോൾ പ്രചാരത്തിലുള്ളത്, ആദ്യം കൊടുത്തിട്ടുള്ള ആരോഹണാവരോഹണ സമ്പ്രദായത്തിലുള്ളതാണ്. ജീവസ്വരങ്ങളായി സാധാരണ ഗാന്ധാരം, ശുദ്ധമധ്യമം, കൈശികി നിഷാദം എന്നിവയാകുന്നു. 'മഗമ' എന്നതിൽ അന്തര ഗാന്ധാരവും 'നിധനിസ' എന്നതിൽ കാകളി നിഷാദവും ധ്വനിക്കുന്നുണ്ട്. ഈ രാഗത്തിനു മന്ദ്രസ്ഥായി നിഷാദത്തിനു താഴോട്ട് സഞ്ചാരമില്ല. പധപസാ, പധനിധനിപ, സനിഗപ ഇങ്ങനെ പ്രയോഗിക്കുമ്പോൾ ചതുഃശ്രുതി ധൈവതവും വരുന്നതിനാൽ ഭാഷാംഗരാഗ ഗണത്തിൽപ്പെടുന്നുണ്ട്. ഇരുപതാം മേളത്തിലെ ശുദ്ധധൈവതത്തേക്കാൾ ചതുഃശ്രു

തി ധൈവതം ഗായകർ കൂടുതലായി ഉപയോഗിക്കുന്നുണ്ട്. അതു കാരണം ഇരുപത്തിരണ്ടാമത് മേളകർത്താരാഗമായ ഖരഹരപ്രിയ രാഗജന്യമാണെന്നും പറയാം. ഈ കാലഘട്ടമായപ്പോഴേയ്ക്കും രാഗരൂപത്തിനു വളരെ അധികം പരിഷ്കാരങ്ങൾ ഉണ്ടായിട്ടുണ്ട് അന്യസ്വര പ്രയോഗങ്ങൾ അങ്ങനെ സംഭവിച്ചതാണ്. തമിഴ്നാട്ടിലെ എല്ലാ ക്ഷേത്രങ്ങളിലും ആനന്ദഭൈരവി രാഗത്തിനു വളരെ പ്രാധാന്യം നൽകിയിട്ടുണ്ട് എന്നാൽ ത്യാഗരാജസ്വാമി വളരെകുറച്ചു കൃതികളേ ഈ രാഗത്തിൽ രചിച്ചിട്ടുള്ളു.

താരാട്ടുപാട്ടുകൾ, നാടൻപാട്ടുകൾ, തിരുവാതിര പാട്ടുകൾ ഇവയൊക്കെ ഈ രാഗത്തിലുണ്ട്

സംഗീതചികിത്സയിൽ ആനന്ദഭൈരവി

ആനന്ദഭൈരവി രാഗം, രക്തസമ്മർദ്ദം കൂടുതലുള്ളവർക്കു ഗുണംചെയ്യും. മനസ്സിനു സുഖവും ശാന്തതയും അനുഭവപ്പെടുത്തും. ഹൃദയത്തിന് ആനന്ദവും നൽകുന്ന ഈ രാഗത്തിനു സംഗീതചികിത്സയിൽ വളരെ പ്രാധാന്യമുണ്ട്.

ആനന്ദഭൈരവി രാഗത്തിലുള്ള കൃതികൾ

വീണകുപ്പയ്യരുടെ 'സാമിനീപൈ' എന്ന അടതാളവർണം,

സുബ്ബരാമ ദീക്ഷിതരുടെ 'സാരെകുനിടു' എന്ന ആദിതാളവർണം, ക്ഷേത്രജ്ഞന്റെ 'ഏമിനി തെലുപുദുനേ ലാഗു', 'പൂചിന തളിരുവലെനെ' എന്നീ പദങ്ങളും, ശ്യാമശാസ്ത്രിയുടെ 'മരിവേറെ ഗതി', 'ഓം ജഗദംബേ', 'ഹിമാചലതനയെ', ത്യാഗരാജസ്വാമിയുടെ 'ക്ഷീരസാഗര വിഹാര' ദിവ്യനാമകീർത്തനം, 'നീകെ തെലിയക ബോതെ...', മുത്തുസ്വാമിദീക്ഷിതരുടെ 'മാനസഗുരു ഗുഹ', 'പരദേവതെ നമസ്തേ', സ്വാതിതിരുനാളിന്റെ 'പാഹിത രക്ഷു പുരാലയ', 'മാനിനി വാമത മനസി', ഇരയിമ്മൻ തമ്പിയുടെ 'കൃഷ്ണ കരുണാ കദാനുതെ'

ആനന്ദഭൈരവി രാഗത്തിലുള്ള സിനിമാഗാനങ്ങൾ

1. ചിത്രം: ഓമനക്കുട്ടൻ
   ഗാനം: കണികാണും നേരം കമലനേത്രന്റെ
2. ചിത്രം: കുറ്റവാളി
   ഗാനം: കളഭമഴ പെയ്യുന്ന രാത്രി
3. ചിത്രം: അടിമകൾ

ഗാനം: ചെത്തിമന്ദാരം തുളസി
4. ചിത്രം: കരകാണാക്കടൽ
ഗാനം: ഇല്ലാരില്ലംകാട്ടിനുള്ളിൽ
5. ചിത്രം: ശാസ്ത്രം ജയിച്ചുമനുഷ്യൻ തോറ്റു
ഗാനം: ആറട്ടിനാനകൾ എഴുന്നെള്ളി
6. ചിത്രം: മാധവിക്കുട്ടി
ഗാനം: വീരവിരാട കുമാര
7. ചിത്രം: പൂജാപുഷ്പം
ഗാനം: കസ്തൂരിപ്പൊട്ട് മാഞ്ഞു നിന്റെ
8. ചിത്രം: ചട്ടക്കാരി (പഴയസിനിമ)
ഗാനം: നാരായണായ നമ നാരായണായ നമ
9. ചിത്രം: സ്വാമി അയ്യപ്പൻ
ഗാനം: ശബരിമയിൽ തങ്കസൂര്യോദയം
10. ചിത്രം: കിരീടം
ഗാനം: കണ്ണീർപ്പൂവിന്റെ കവിളിൽ
11. ചിത്രം: സ്നേഹം
ഗാനം: താനേപൂവിട്ടമോഹം
12. ചിത്രം: പിക് പോക്കറ്റ്
ഗാനം: പഴനിമലക്കോവിലിലെ പാൽക്കാവടി

ഇരുപത്തിരണ്ട്
ശ്രീരാഗം

ഇരുപത്തിരണ്ടാമത് മേളകർത്താരാഗമായ ഖരഹരപ്രിയയുടെ ജന്യമാണ് ശ്രീരാഗം.

ആ: സ രി മ പ നി സ

അവ: സനി പധനിപമ രിഗാ രിസ

അവ: സനിപമരിഗരിസ എന്ന രീതിയിലും ചിലർ പ്രയോഗിക്കുന്നുണ്ട്.

പുരാതനമായ രാഗമാണിത്. ഖരഹരപ്രിയ എന്നറിയപ്പെടുന്ന മേളകർത്താരാഗത്തിന്റെ പഴയ നാമം 'ശ്രീരാഗം' എന്നായിരുന്നുവെത്രെ. വെങ്കിടമഖിയുടെ ഇരുപത്തിരണ്ടാമത് മേളകർത്താരാഗമായ 'രാഗാംഗ' രാഗത്തിനേയും 'ശ്രീരാഗം' എന്ന് പറഞ്ഞിരുന്നു. ഘനരാഗങ്ങളിലെ ഒരു രാഗമാണു ശ്രീരാഗം. സമ്പൂർണ്ണമായ സ്വരക്രമങ്ങളോടെ ഖരഹരപ്രിയ എന്ന മേളകർത്തരാഗത്തിനു പ്രചാര

മേകിയത് ത്യാഗരാജ സ്വാമിയാണ്. ഇന്ന് ഖരഹരപ്രിയയുടെ ജന്യ രാഗങ്ങളെ എല്ലാം ശ്രീരാഗം എന്നാണു പറയുന്നത്. അതിനാൽ ത്തന്നെ ഖരഹരപ്രിയരാഗവും ശ്രീരാഗവും രണ്ടാണെന്നു സംഗീ തലോകത്തി അറിവേകിയത് ത്യാഗരാജ സ്വാമിയാണ്.

ഷഡ്ജം, ചതുഃശ്രുതി ഋഷഭം, സാധാരണ ഗാന്ധാരം, ശുദ്ധ മധ്യമം, പഞ്ചമം, ചതുഃശ്രുതി ധൈവതം, കൈശികി നിഷാദം എന്നിങ്ങനെയാണ് സ്വരസ്ഥാനങ്ങൾ. രി, നി എന്നിവ ജീവസ്വര ങ്ങളും രഞ്ജകപ്രയോഗങ്ങൾക്കായ് രിഗരിസ, പധനിപ എന്നീ സ്വരങ്ങളും ഉപയോഗിക്കുന്നു. ശ്രീരാഗം ശ്രീത്വത്തോടെ, അതിന്റെ സ്വരസഞ്ചാരവിശേഷത്തോടെ, ഗരിമയോടെ, രാഗലയത്തിന്റെ പ്രഭാവത്തോടു കൂടി എന്നും ഏതൊരു സംഗീതസദസ്സിലും പരി ലസിയ്ക്കും.

ശ്രീരാഗത്തിലുള്ള കൃതികൾ

ത്യാഗരാജ സ്വാമിയുടെ 'എന്ദരോ മഹാനു ഭാവുലു' പഞ്ചരത്ന കൃതി. ഇരയിമ്മൻ തമ്പിയുടെ 'കരുണ ചെയ്‌വാൻ എന്തു താമസം കൃഷ്ണാ' മുത്തുസ്വാമി ദീക്ഷിതരുടെ 'ശ്രീമൂലാധാര ചക്രവിനായ ക', 'ശ്രീകമലാംബെ ശിവ് പാഹി', ഗർഭപുരിയുടെ 'സ്വാമി നിന്നെ' എന്ന ആദിതാള വർണം എന്നിവയും ശ്രീരാഗത്തിലുള്ളവയാണ്.

ശ്രീരാഗത്തിലുള്ള സിനിമാഗാനങ്ങൾ

1. ചിത്രം: പാർവ്വതി
   ഗാനം: നന്ദസുതാവര
2. ചിത്രം: കുടുംബസമേതം
   ഗാനം: നീലരാവിലിന്നു നിന്റെ
3. ചിത്രം: മഴവിൽക്കാവടി
   ഗാനം: പള്ളിത്തേരുണ്ടോ..ചതുരംഗക്കളമുണ്ടോ

ഇരുപത്തിമൂന്ന്

ബേഗഡ

ഇരുപത്തൊമ്പതാമത് മേളകർത്താരാഗമായ ധീരശങ്കരാഭരണത്തി ന്റെ ജന്യരാഗമാണ് ബേഗഡ.

ആ: സഗരിഗമപധപസ

അവ: സനിധപമഗരിസ

ഷഡ്ജം, ചതുഃശ്രുതി ഋഷഭം, അന്തര ഗാന്ധാരം, ശുദ്ധമധ്യമം,

പഞ്ചമം, ചതുഃശ്രുതി ധൈവതം, കാകളി നിഷാദം. മുൻപ് രണ്ടു രീതിയിലുള്ള സ്വരസഞ്ചാരങ്ങൾ കൂടി പ്രചാരത്തിൽ ഉണ്ടായിരുന്നു. ആ സ്വരക്രമങ്ങൾ താഴെ കൊടുത്തിരിക്കുന്ന വിധമായിരുന്നു പാടിയിരുന്നത്.

1) സഗരിഗമപധനിധപസ
   സനീധപമാഗരിസ

2) സരിഗമപധനീധപസ
   സനീധ പ മാഗരിസ

ബേഗഡ രാഗത്തിന്റെ ജീവസ്വരങ്ങൾ മധ്യമവും ധൈവതവും നിഷാദവുമാണ് (മ, ധ, നി).

മറ്റുള്ള രാഗങ്ങളിൽ നിന്നും വ്യത്യസ്തമായി ഈ രാഗത്തിന്റെ മധ്യമസ്വരത്തിനു പ്രത്യേകതയുണ്ട് 'ധപമാ' എന്ന പ്രയോഗത്തിൽ മധ്യമം ശുദ്ധമധ്യമ സ്ഥാനത്തു നിന്നും അൽപം ഉയർന്ന ശ്രുതിയിൽ ആയിരിക്കും. അതായത് ശുദ്ധമധ്യമത്തിനും പ്രതിമധ്യത്തിനും ഇടയിലുള്ള ശ്രുതിയിൽ പാടണം. ഇതേപ്രകാരം പാധനീധപ, രീനിധപ എന്നീപ്രയോഗങ്ങളിൽ നിഷാദം കാകളി സ്ഥാനത്തു നിന്നും അൽപം കുറഞ്ഞിരിക്കും.

ഇങ്ങനെയുള്ള വിശേഷകാരണങ്ങൾ കൊണ്ട് ബേഗഡ മധ്യമം, ബേഗഡനിഷാദം എന്നു കൂടി മധ്യമത്തിനും നിഷാദത്തിനും പേരുണ്ട്. സാധാരണയുള്ള സ്വരപ്രയോഗങ്ങളിൽ മധ്യമ നിഷാദ സ്വരങ്ങൾ തത് ശുദ്ധഭാവത്തിൽത്തന്നെ നിലകൊള്ളുന്നു. 'നിധപ' എന്ന പ്രയോഗത്തിൽ നിഷാദം താരസ്ഥായി ഷഡ്ജത്തിനോട് അടുപ്പിച്ച് പാടണം.

മറ്റൊരു വിശേഷ സ്വരസഞ്ചാരം 'പധമാ' എന്നതാകുന്നു. ബേഗഡ രാഗം പാടുവാൻ അസാമാന്യമായ സ്വരശ്രുതി ജ്ഞാനവും പരിശീലനവും പ്രത്യേക വൈദഗ്ദ്ധ്യവും സംഗീതജ്ഞന്മാർ നേടിയിരിക്കണം. ജ്ഞാനികളായ സദസ്സിനു മുൻപിൽ പല വാഗ്ഗേയകാരന്മരേയും അടിയറവ് പറയിച്ചൊരു രാഗമാണിത്.

പട്ടണം സുബ്രഹ്മണ്യ അയ്യർ ബേഗഡ രാഗത്തിൽ പ്രത്യേകം പ്രാവിണ്യം നേടിയ മഹാസംഗീതജ്ഞനായിരുന്നു. കേരളത്തിൽ വി. ദക്ഷിണാമൂർത്തി സ്വാമിയും, ജി. ദേവരാജൻ മാസ്റ്ററും ഈ രാഗത്തെ വളരെ ലാഘവത്തോടെ, ലളിതമായി സംഗീത ആസ്വാദർക്കു മനസ്സിലാവും വിധം ചലച്ചിത്രഗാനങ്ങളിലൂടെ പരിചയപ്പെടുത്തിയ പ്രതിഭാധനരായിരുന്നു.

ബേഗഡ രാഗത്തിലുള്ള കൃതികൾ

പട്ടണം സുബ്രഹ്മണ്യ അയ്യരുടെ 'അഭിമാനമെന്നുഡു', ത്യാഗ രാജസ്വാമിയുടെ 'നാദോപാസന ചെയ്', 'നീപദ പങ്കജ മുലനെ നേര നമ്മിനാനു', മുത്തു സ്വാമി ദീക്ഷിതരുടെ 'ത്യാഗരാജായ നമ സ്തെ', ശ്യാമശാസ്ത്രിയുടെ 'ദയാനിധേ' എന്ന ആദിതാളത്തിലു ള്ള വർണം, സ്വാതി തിരുനാളിന്റെ 'കരുണാകര മാമവ', വീണാകു പ്പയ്യരുടെ 'ഇന്തചലമു' എന്ന ആദിതാളത്തിലുള്ള വർണം,

രാമനാഥപുരം ശ്രീനിവാസ അയ്യങ്കാരുടെ 'അനുദിനമുനു' എന്നീ കൃതികളും ധർമ്മപുരി സുബ്ബരായ്യരുടെ 'ഇദിനികു' എന്ന ജാവളിയും ക്ഷേത്രജ്ഞന്റെ 'ഇദ്ദരിവലെനെ' എന്ന പദവും കീർ ത്തികേട്ടവയാണ്.

ബേഗഡരാഗത്തിലുള്ള സിനിമാഗാനങ്ങൾ

1. ചിത്രം: ഉദയം
   ഗാനം: കലയുടെ ദേവി കരുണാമയി
2. ചിത്രം: സ്ത്രീ
   ഗാനം: ഇന്നലെ നീയൊരു സുന്ദര രാഗമായെൻ
3. ചിത്രം: നിങ്ങളെന്നെ കമ്മ്യൂണിസ്റ്റാക്കി
   ഗാനം: അമ്പലപറമ്പിലെ ആരാമത്തിലെ
4. ചിത്രം: നിത്യകന്യക
   ഗാനം: കൃഷ്ണാ ഗുരുവായൂരപ്പാ
5. ചിത്രം: ഇന്റർവ്യൂ
   ഗാനം: അച്ഛനുമമ്മയ്ക്കും കാരാഗൃഹം
6. ചിത്രം: കുമാരസംഭവം
   ഗാനം: തപസ്സിരുന്നു ദേവൻ

ഇരുപത്തിനാല്

കാപി (ഹിന്ദുസ്ഥാനി കാപി)

ഇരുപത്തിരണ്ടാം മേളകർത്താരാഗമായ ഖരഹരപ്രിയയുടെ ജന്യം. ദേശ്യകാപി, മിശ്രകാപി, ഹിന്ദുസ്ഥാനി കാപി ഈ പേരുക ളിലും അറിയപ്പെടുന്നു. കർണാടക കാപി എന്നൊരു രാഗവും നിലവിലുണ്ട്. ഉത്തരേന്ത്യൻ സംഗീതത്തിലെ കാഫി, പീലു എന്നീ രാഗങ്ങൾ തമ്മിൽ ചേർത്തു കൊണ്ടുവരുന്ന രാഗമധുരിമ കാപി രാഗത്തിനു മാത്രമേയുള്ളു. മേളജന്യരാഗ സ്വരങ്ങളിൽ നിന്നും അന്യസ്വരങ്ങളുടെ ആശ്ലേഷം കൊണ്ടും ലക്ഷണരാഗമായി പല

രും അംഗീകരിക്കില്ലങ്കിലും എല്ലാവർക്കും ഇഷ്ടം ഹിന്ദുസ്ഥാനി കാപിയാണ്.

ഇന്ന് കർണാടക കാപിരാഗത്തിനു വലിയ പ്രചാരമില്ല.

ഹിന്ദുസ്ഥാനി കാപിരാഗത്തിലെ സ്വരങ്ങൾ

ആ: സരിമപനിസ

അവ: സനിധനിപമഗരിസ

ഷഡ്ജം, ചതുഃശ്രുതി ഋഷഭം, സാധാരണ ഗാന്ധാരം, ശുദ്ധമധ്യമം, പഞ്ചമം, ചതുഃശ്രുതി ധൈവതം, കൈശികി നിഷാദം.

'മഗമാ' എന്ന സ്വര പ്രയോഗത്തിൽ അന്തരഗാന്ധാരവും 'പധപ മ' എന്ന പാടുമ്പോൾ ശുദ്ധ ധൈവതവും 'നിധനി' എന്ന പ്രയോഗത്തിൽ കാകളി നിഷാദവും ഉള്ളതിനാൽ ഭാഷാംഗ രാഗത്തിൽ ഉൾപ്പെടുന്നു. കർണാടക കാപിരാഗത്തിൽ അന്യസ്വരങ്ങളൊന്നും ചേർക്കുകയില്ല. മാത്രവുമല്ല ഗാന്ധാരം ദീർഘനേരം പിടിച്ചുപാടുന്ന ശൈലിയാണ് കണ്ടുവരുന്നത്.

ത്യാഗരാജ സ്വാമിയും മുത്തുസ്വാമി ദീക്ഷിതരും ക്ഷേത്രജ്ഞനും കർണാടക കാപിരാഗത്തിലാണു കൃതികൾ രചിച്ചിരുന്നത്. ഇന്നുള്ള വാഗ്ഗേയകാരന്മാർ ഹിന്ദുസ്ഥാനി കാപിയുടെ രാഗരഞ്ജകം അനുഭവംകൊണ്ടു മനസ്സിലാക്കിയിട്ടുണ്ട്. അതുകൊണ്ടാവാം അവരിന്ന് ത്യാഗരാജകൃതികൾ കൂടി ഹിന്ദുസ്ഥാനി കാപിയിൽ ആലപിക്കുന്നത്. സാധാരണ സംഗീതാസ്വാദകരുടെ ഹൃദയസരസ്സിലെ രാഗഹംസമാണു കാപി രാഗം. കാപി രാഗത്തിന്റെ രാഗമധുരിമ അനന്യമാണ്.

ഹിന്ദുസ്ഥാനി കാപിയിൽ ഉള്ള കൃതികൾ

ത്യാഗരാജസ്വാമിയുടെ 'മീവല്ല ഗുണദോഷ', 'ഇന്ത സൗഖ്യമനിനേ', സ്വാതിതിരുനാളിന്റെ 'വിരഹ മാനസരാമാ', എം.ഡി. രാമനാഥന്റെ കാപിരാഗ തില്ലാന, പാപനാശം ശിവന്റെ 'എന്നതവം ശൈതനൈ യശോദ' എന്നീ കൃതികളെല്ലാം ഹിന്ദുസ്ഥാനി കാപി രാഗത്തിൽ ആലപിക്കുന്നവയാണ്.

കാപി രാഗത്തിലുള്ള സിനിമാഗാനങ്ങൾ

1. ചിത്രം: രാജഹംസം
   ഗാനം: സന്യാസിനി നിൻ പുണ്യാശ്രമത്തിൽ
2. ചിത്രം: റസ്റ്റ് ഹൗസ്

ഗാനം: യദുകുല രതിദേവനെവിടെ
3. ചിത്രം: വിവാഹിത
ഗാനം: സുമംഗലി നീ ഓർമ്മിക്കുമോ
4. ചിത്രം: ഹലോ ഡാർലിംഗ്
ഗാനം: ദ്വാരകേ...ദ്വാരകേ
5. ചിത്രം: ചുവന്ന സൻഡ്യകൾ
ഗാനം: കാളിന്ദി..കാളിന്ദി കണ്ണന്റെ
6. ചിത്രം: കറുത്ത പൗർണ്ണമി
ഗാനം: ഹൃദയമുരുകി നീ കരയില്ലെങ്കിൽ
7. ചിത്രം: സവിധം
ഗാനം : മൗനസരോവരമാകെ ഉണർന്നു
8. ചിത്രം: ഓളങ്ങൾ
ഗാനം: തുമ്പിവാ തുമ്പക്കുടത്തിൽ
9. ചിത്രം: ചെങ്കോൽ
ഗാനം: മധുരം ജീവാമൃതബിന്ദു.
10. ചിത്രം : ഞാൻ ഏകനാണ്
ഗാനം: ഓ..മൃദുലേ ഹൃദയമുരളിയിൽ
11. ചിത്രം: ഇതു ഞങ്ങളുടെ കഥ
ഗാനം: സ്വർണ്ണമുകിലേ..സ്വർണ്ണമുകിലേ
12. ചിത്രം: പ്രണയ വർണ്ണങ്ങൾ
ഗാനം: വരമഞ്ഞളാടിയ രാവിന്റെ മാറിൽ
13. ചിത്രം: ഞാൻ ഗന്ധർവൻ
ഗാനം: പാലപ്പൂവേ നീയെൻ മംഗല്യതാലി തരൂ...

കൂടാതെ മയിൽപ്പീലി എന്ന തരംഗിണിയുടെ കാസറ്റിലെ 'ചന്ദനചർച്ചിത നീലകളേബരം' എന്ന ഗുരുവായൂരപ്പ ഭക്തിഗാനവും കാപ്പി രാഗത്തിൽ ചിട്ടപ്പെടുത്തിയവയാണ്.

ഇരുപത്തഞ്ച്

ഹിന്ദോളം

ഇരുപതാമത് മേളകർത്താരാഗമായ നഠഭൈരവിയുടെ ജന്യം. ചിലർ ഈ രാഗത്തെ ഹനുമതോടിയുടെ ജന്യമായും പറയുന്നു. എന്തായാലും ശരി രണ്ടു വിഭാഗത്തിലുള്ളവരും ഋഷഭ പഞ്ചമ സ്വരങ്ങൾ പ്രസ്തുതരാഗങ്ങളിൽ നിന്നും ഒഴിവാക്കിയാൽ ഹിന്ദോള രാഗമായിത്തീരും. ഉത്തരേന്ത്യൻ സംഗീതത്തിലുള്ള മാൽക്കോൺസ് രാഗം ഹിന്ദോള രാഗത്തിനോടു സാമ്യമുള്ള രാഗമാണ്.

ആ: സമഗമ ധനിസ
അവ: സനിധമ ഗസ

ഷഡ്ജം, സാധാരണ ഗാന്ധാരം, ശുദ്ധമധ്യമം, ശുദ്ധ ധൈവതം, കൈശികി നിഷാദം. എന്നിങ്ങനെയാണ് സ്വരസ്ഥാനങ്ങൾ. ഋഷഭ പഞ്ചമ (രി, പ) സ്വരങ്ങൾ ഉപയോഗിക്കുന്നില്ല. 'മ, ധ, നി' എന്നിവ ജീവസ്വരങ്ങളാകുന്നു. ഹിന്ദോളരാഗത്തിൽ അഞ്ചു സ്വരങ്ങളുള്ളതിനാൽ ഔഡവ രാഗമായും ആരോഹണാവരോഹണങ്ങളിൽ ഒരേ സ്വരങ്ങൾ ഉള്ളതിനാൽ സുഘടന രാഗമായും കണക്കാക്കുന്നു.

ഹിന്ദോള രാഗത്തിലുള്ള കൃതികൾ

രാമസ്വാമി ദീക്ഷിതരുടെ 'റമ്മനവേ ത്യാഗരാജ' എന്ന അട താള വർണം, ത്യാഗരാജ സ്വാമിയുടെ 'സാമജ വരഗമനാ', 'മനസു ലോനി മർമ മുലു', മുത്തുസ്വാമീ ദീക്ഷിതരുടെ 'നീരജാക്ഷി കാമാക്ഷി', 'ഗോവർദ്ധന', മൈസൂർ വാസുദേവാചാര്യാരുടെ 'മാമവതു ശ്രീസരസ്വതീ', സ്വാതിതിരുനാളിന്റെ 'പത്മനാഭ പാഹി', ജി.എൻ. ബാലസുബ്രഹ്മണ്യത്തിന്റെ 'സാമഗാനലോലേ' എന്നീ കൃതികളും ഹിന്ദോള രാഗത്തിലെ പ്രസിദ്ധ കൃതികളാണ്.

കഥകളിപ്പദം: എന്തിഹ മന്മാനസേ സന്ദേഹം വളരുന്നു എന്ന കലാമണ്ഡലം ഹൈദരാലിയുടെ വിശേഷ ആലാപനത്തിലുള്ള പദവും ഹിന്ദോള രാഗത്തിൽ ചിട്ടപ്പെടുത്തിയിട്ടുള്ളതാണ്.

ഹിന്ദോള രാഗത്തിലുള്ള സിനിമാഗാനങ്ങൾ

1. ചിത്രം: ഗായത്രി
   ഗാനം: തങ്കത്തളികയിൽ പൊങ്കലുമായ്...
2. ചിത്രം: ചുക്ക്
   ഗാനം: വെൺചന്ദ്രലേഖയൊരപ്സര സ്ത്രീ...
3. ചിത്രം: ജയിൽ
   ഗാനം: മുന്നിൽ മൂകമാം ചക്രവാളം
4. ചിത്രം: കൃഷ്ണാ ഗുരുവായൂരപ്പാ
   ഗാനം: ഭൂലോക വൈകുണ്ഠവാസനേ
5. ചിത്രം: കേളി
   ഗാനം : താരം വാൽക്കണ്ണാടി നോക്കി
6. ചിത്രം: ചമയം
   ഗാനം: രാജഹംസമേ മഴവിൽക്കുടിലിൽ

7. ചിത്രം: വൈശാലി
ഗാനങ്ങൾ:
1) തേടുവതേതൊരു
2) ഇന്ദ്രനീലിമയോലും

ഇരുപത്താറ്

ദേവഗാന്ധാരി

ഇരുപത്തൊമ്പതാമത് മേളകർത്താരാഗമായ ധീരശങ്കരാഭരണത്തിന്റെ ജന്യം.

1. ആ: സരിമപധസ
അവ: സനിധാനീ.... ധാപമാഗരിസ

ഷഡ്ജം, ചതുഃശ്രുതി ഋഷഭം, അന്തര ഗാന്ധാരം, ശുദ്ധമധ്യമം, പഞ്ചമം, ചതുഃശ്രുതി ധൈവതം, കാകളി നിഷാദം/ അന്യ സ്വരമായ് കൈശികി നിഷാദവും ഉൾപ്പെടുന്നുണ്ട്. അതിനാൽ തന്നെ ഏകാന്യസ്വര ഭാഷാംഗ രാഗവും ഔഡവവക്ര സമ്പൂർണ്ണ രാഗവും കൂടിയാണ്. രണ്ടു വിധത്തിലുള്ള ആരോഹണാവരോഹണ സമ്പ്രദായം കൂടി എഴുതുന്നു.

2. ആ: സരിമപധാനിസ
അവ: സനിധപമഗരിസ

3. ആ: സരിഗമഗരിമപധാസനിസ
അവ: സനിധാപമഗാരീസ

മൂന്ന് രീതിയിലുള്ള ആരോഹണ അവരോഹണ രീതികൾ ഉണ്ടെങ്കിലും ആലാപനത്തിൽ 'മപധനിസ' എന്ന് പ്രയോഗിക്കാറില്ല. എന്നാൽ 'മപധാ', 'നിസരിമഗരി' എന്നീ രണ്ട് രീതിയിൽ കേൾക്കുന്നുണ്ട്.

ധഗരിപാ, മഗരിഗ മരി സാ, പധസാ, പമധാസസനിധാധാനിധാ എന്നിവയൊക്കെ വിശേഷ രാഗച്ഛായാ സ്വരങ്ങളാണ്.

ആരഭി-രാഗവുമായ് ബന്ധമുള്ള രാഗമാണ് ദേവഗാന്ധാരി. ആരഭിയിൽ അന്യസ്വരമില്ലെന്ന് അറിയാമല്ലോ. ദേവഗാന്ധാരി പാടുന്നവർ ദീർഘഗാന്ധാരം പിടിക്കണം. 'രിഗമ ഗരി' എന്ന സവിശേഷ പ്രയോഗത്തിൽ ഗാന്ധാരം പാടുന്ന രീതി വളരെ പ്രത്യേകതയുള്ളതാണ്.

വിളംബിതകാലവും ഗമ കക്രിയകൾ പ്രയോഗിച്ച് ആലപിക്കേണ്ടുന്ന ദേവഗാന്ധാരി രാഗം ഭക്തി, കരുണ, വീരരസം എന്നീ ഭാവ

ങ്ങളും നമ്മളെ അനുഭവിപ്പിക്കും.

ദേവഗാന്ധാരി രാഗത്തിലുള്ള കൃതികൾ

ത്യാഗരാജസ്വാമിയുടെ 'ക്ഷീരസാഗരശയനാ', 'ശ്രീ രഘുവര കരുണാകര', മുത്തുസ്വാമി ദീക്ഷിതരുടെ 'ആ മീനാംബികായാ പര', പാപനാശം ശിവന്റെ 'ശാരദെ വീണാവാദന' എന്നിവ ദേവ ഗാന്ധാരിയിലുള്ളതാണ്.

ഈ രാഗത്തിലുള്ള മികച്ച കൃതിയും ജനപ്രിയമായതുംമായ 'ക്ഷീ രസാഗരശയന' എന്ന കൃതിക്കു പ്രത്യേക പ്രാധാന്യം ഉണ്ട്.

ദേവഗാന്ധാരി രാഗത്തിൽ ചിട്ടപ്പെട്ടത്തിയ സിനിമാഗാനങ്ങൾ.

1. ചിത്രം: ചിലമ്പൊലി
   ഗാനം: പ്രിയ മാനസ നീ വാ വാ...
2. ചിത്രം: യൗവ്വനം
   ഗാനം: മധുര മീനാക്ഷീ...
3. ചിത്രം: ഭക്തകുചേല
   ഗാനം: നാളെ നാളെ എന്നായിട്ടു
4. ചിത്രം: സ്നേഹം
   ഗാനം: ഹരിചന്ദന മലരിലെ
5. ചിത്രം: സോപാനം
   ഗാനം: ക്ഷീരസാഗര
6. ചിത്രം: നിർമ്മാല്യം
   ഗാനം: ശ്രീ മഹാദേവൻ തന്റെ
7. ചിത്രം: അമ്പലപ്രാവ്
   ഗാനം: പ്രമദ വനത്തിൽ
8. ചിത്രം: ദിവ്യ ദർശനം
   ഗാനം: ത്രിപുരസുന്ദരി

ഇരുപത്തേഴ്
നർത്തകി

ഇരുപത്തെട്ടാമത് മേളകർത്താരാഗമായ ഹരികാംബോജിയുടെ ജ ന്യം.

ആ: സ രി2 ഗ3 പ ധ2 നി2 സ

അവ: സ നി2 ധ2 പ ഗ3 രി2 സ

നർത്തകി രാഗം ഏക കൃതി രാഗത്തിൽപ്പെടുന്നു. രാഗ പ്രതാ പ, ധരാർധരി എന്നീ പേരുകളും നർത്തകി രാഗത്തിനുണ്ട്. ഹരി

കാംബോജിയിലെ മധ്യമ സ്വരം ഒഴിവാക്കിയാൽ നർത്തകി രാഗമാകും. മറ്റൊരു രാഗമായ 'വലചി'യിൽ ചതുഃശ്രുഷഭം(രി2) ചേർത്താൽ നർത്തകി രാഗമാകും. ത്യാഗരാജസ്വാമിയുടെ സംസ്കൃതത്തിൽ ഉള്ള ഒരു കൃതി ബാലമുരളി കൃഷ്ണ വിവർത്തനം ചെയ്തത് ഈ രാഗത്തിലുണ്ട്. ഈ രാഗം ലളിതഗാനങ്ങൾ, ചലച്ചിത്രഗാനങ്ങൾ എന്നിവയ്ക്ക് വളരെ അനുയോജ്യമാണ്. ബാലമുരളികൃഷ്ണ പാടിയിരുന്ന കൃതികളായ 'ഭാവയ ചിത്തേ ഭക്തി', 'സച്ചിദാനന്ദ സ്വാമി', 'ദത്ത ദിഗംബര', 'മാരസ്യ മാര മാം' എന്നിവ നർത്തകി രാഗത്തിലുള്ളവയാണ്.

നർത്തകി രാഗത്തിലുള്ള സിനിമാ ഗാനങ്ങൾ

1. ചിത്രം: ജ്വാല
   ഗാനം: താരകപ്പൂവനമറിഞ്ഞില്ല
2. ചിത്രം: കല്യാണരാത്രിയിൽ
   ഗാനം: അല്ലിയാമ്പൽ പൂവുകളേ
3. ചിത്രം: സിന്ദൂര ചെപ്പ്
   ഗാനം: പൊന്നിൽ കുളിച്ച രാത്രി എന്ന ഗാനത്തിലെ പല്ലവിയിലെ രണ്ടാം പാദം തുടങ്ങുന്നതിലെ 'ഈറൻ നിലാവും തേന്മലർ മിഴിയും' എന്ന വരികളിലെ ഈണത്തിൽ ശുദ്ധ ഗാന്ധാരമാണ് ഉപയോഗിച്ചിട്ടുള്ളത്.
4. ചിത്രം: പൊന്നാപുരം കോട്ട
   ഗാനം: നളചരിതത്തിലെ നായകനോ
   നന്ദനവനത്തിലെ ഗായകനോ എന്ന ഗാനം മുഴുവനും നർത്തകി രാഗാധിഷ്ഠിതമാണ്.

ഇരുപത്തിയെട്ട്
ശുദ്ധധന്യാസി
(ഉദയരവിചന്ദ്രിക)

ഇരുപതാമത് മേളകർത്താരാഗമായ നഠഭൈരവിയുടെ ജന്യമായും, ഇരുപത്തിരണ്ടാമത് മേളകർത്താരാഗമായ ഖരഹരപ്രിയയുടെ ജന്യമായും പറയുന്നുണ്ട്. ഉദയരവിചന്ദ്രിക എന്ന രാഗമാണ് ശുദ്ധധന്യാസി എന്നും എന്നാൽ ഈ രണ്ടു രാഗങ്ങളും രണ്ടുതരത്തിലുള്ളതാണെന്നും ചിലർ അഭിപ്രായപ്പെടുന്നു. സ്വരസ്ഥാനങ്ങൾ ശുദ്ധധന്യാസിയിലും ഉദയരവിചന്ദ്രികയിലും ഒന്നുതന്നെയാണ്. ഉദ

യരവിചന്ദ്രിക രാഗത്തിൽ പഞ്ചമ സ്വരമാണ് ജീവസ്വരമാകുന്നതെങ്കിൽ ശുദ്ധധന്യാസി രാഗത്തിൽ മധ്യമം ആണ് ജീവസ്വരമാകുന്നത്. സന്ധ്യാവന്ദനം ശ്രീനിവാസറാവു എന്ന വാഗ്ഗേയകാരന്റെ അഭിപ്രായത്തിൽ ശുദ്ധധന്യാസി രാഗത്തിൽ കാകളി നിഷാദ പ്രയോഗിക്കാറുണ്ടെന്നും ഉദയരവിചന്ദ്രികയിൽ അതില്ലെന്നും സൂചിപ്പിച്ചിട്ടുണ്ട്. ഇനി മറ്റൊരാൾ ഉദയരവിചന്ദ്രിക രാഗത്തിൽ പ്രതിമധ്യമം പ്രയോഗിക്കാറുണ്ടെന്നും ശുദ്ധധന്യാസിയിൽ അങ്ങനെ സ്വരപ്രയോഗം ഇല്ലെന്നും വാദിക്കുന്നു. അർത്ഥമില്ലാത്ത ഇത്തരം വാദഗതികൾ കാരണം സംഗീതം പഠിക്കുന്നവർക്കും കച്ചേരി നടത്തുവാൻ പ്രാപ്തരായവർക്കും ആത്മവിശ്വാസം നഷ്ടപ്പെട്ട്, ഹൃദ്യമാകും വിധത്തിൽ പാടാൻ കഴിയാത്ത അവസ്ഥയിലേക്കാണ് ദക്ഷിണഭാരത സംഗീതത്തിന്റെ ഗതിയെങ്കിൽ ഭാവിയിൽ ഈ സംഗീതശാഖ ശുഷ്കമാകും.

ഏതൊരു രാഗത്തേയും മനസ്സുകൊണ്ട് പരിപോഷിപ്പിക്കേണ്ട വാഗ്ഗേയകാരന്മാർ വാഗ്വാദങ്ങളുണ്ടാക്കി രണ്ടും വ്യത്യസ്ത രാഗങ്ങളാണെന് വാദിച്ചു കൊണ്ടിരിക്കുന്നു എന്നതിന്നപ്പുറം തർക്കങ്ങൾ സംഗീതത്തിനും സംഗീതജ്ഞർക്കും യാതൊരു ഗുണവും നൽകില്ല എന്ന കാര്യം മറക്കരുത്. ശുദ്ധധന്യാസിക്കും ഉദയരവിചന്ദ്രികയ്ക്കും കേൾവിയിൽ പറയത്തക്ക വ്യത്യാസങ്ങൾ ഒന്നും തന്നെയില്ലെന്ന് അറിയണം.

ശുദ്ധധന്യാസി രാഗം/ഉദയരവിചന്ദ്രിക രാഗം

ആ: സ ഗ2 മ1 പ നി2 സ

അവ: സ നി2 പ മ1 ഗ2 സ

ഷഢ്ജം, സാധരണ ഗാന്ധാരം, ശുദ്ധ മധ്യമം, പഞ്ചമം, കൈശികി നിഷാദം. അഞ്ചു സ്വരങ്ങൾ മാത്രം ഉള്ളതിനാൽ ഔഡവ രാഗ ഗണത്തിൽ പ്പെടുന്നു. ഹനുമതോടി, നഠഭൈരവി, നാടകപ്രിയ എന്നീ രാഗങ്ങളിലുള്ള രി, ധ എന്നീ സ്വരങ്ങൾ മാറ്റിയാൽ ശുദ്ധധന്യാസി രാഗമാകും.

ശുദ്ധധന്യാസി (ഉദയരവിചന്ദ്രിക) രാഗത്തിലുള്ള പ്രസിദ്ധ കൃതികൾ

1) മുത്തയ്യ ഭാഗവതരുടെ 'ഹിമഗിരിതനയെ ഹേമലതേ...'

2) പട്ടണം സുബ്രഹ്മണ്യ അയ്യരുടെ 'വരമിയ്യ വയ്യ ധര നായക...'

3) സ്വാതിതിരുനാളിന്റെ 'സാമോദം ചിന്തയാമി...' (താളം മിശ്ര

ചാപ്പ്)

4) ത്യാഗരാജ സ്വാമിയുടെ 'എന്ത നേർച്ചിനാ എന്ത ജു നാ...'

5) മുത്തുസ്വാമി ദീക്ഷിതരുടെ 'ശ്രീ ഗുരുഗുഹ മൂർത്തേ', 'ശ്രീപാർത്ഥസാരഥിനാ പരിപാലി തോ സ്മൃഹം...'

ശുദ്ധധന്യാസി രാഗത്തിലുള്ള സിനിമാ ഗാനങ്ങൾ

1. ചിത്രം : അന്ന
   ഗാനം : കറുത്തപെണ്ണേ കരിങ്കുഴലീ
2. ചിത്രം : ഗായത്രി
   ഗാനം : തങ്കത്തളികയിൽ പൊങ്കലുമായ് വന്ന
3. ചിത്രം : ഒതേനന്റെ മകൻ
   ഗാനം : ചന്ദ്രനുദിക്കുന്ന ദിക്കിൽ
4. ചിത്രം : കറുത്ത പൗർണ്ണമി
   ഗാനം : പൊൻകിനാവിൻ പുഷ്പരഥത്തിൽ
5. ചിത്രം : ത്രിവേണി
   ഗാനം : സംഗമം സംഗമം ത്രിവേണി സംഗമം.
6. ചിത്രം : സേതുബന്ധനം
   ഗാനം : മുൻകോപക്കാരി മുഖം മറയ്ക്കും

ഇരുപത്തൊമ്പത്

കാനഡ രാഗം

ഇരുപത്തിരണ്ടാമത് മേളകർത്താരാഗമായ ഖരഹരപ്രിയ രാഗത്തിന്റെ ജന്യരാഗം.

ആരോഹണത്തിലും അവരോഹണത്തിലും സ്വരസ്ഥാനങ്ങൾക്കു വിവിധ രീതികളിലുണ്ട്.

1) ആ: സരിഗമപമധാനിസ
അവ: സനിസധാപമപഗാമരിസ

2) ആ: സരിഗമപമധനിസ
അവ: സനിപമഗമരിസ

3) ആ: സരിഗമധനിസ
അവ: സനിപമപധനിധപമഗാമരിസ

4) ആ: സരിഗമധാനിസ
അവ: സനിധപമപഗ മരിസ

ഇപ്പോൾ പ്രചാരത്തിലുള്ള രീതി അഞ്ചാമതായുള്ളതാണ്.

5) ആ: സരിഗമധ നിസ
അവ: സനിപമഗ മരിസ

പണ്ട്, ഈ രാഗത്തിന്റെ സ്വരക്രമങ്ങൾ രണ്ടാമതായി കൊടുത്തിട്ടുള്ള രീതിയിൽ ആയിരുന്നു പാടിയിരുന്നത്. സ്വരക്രമങ്ങളിൽ ഓരോ കാലങ്ങളിലും ഗായകർ പാടി വരുത്തിയ രീതികളിൽ ഇന്ന് ശുദ്ധ ധൈവതവും കാകളി നിഷാദവും ഒക്കെ ചേർത്തു മിശ്രണ സ്വരക്രമാലാപന ശൈലിയിലുള്ളതായിരിക്കുന്നു കാനഡരാഗം. അതിനാൽത്തന്നെ പണ്ഡിതന്മാരും സാധാരണ ജനങ്ങൾക്ക് ഇഷ്ടമാകും വിധം ഇന്നീ രാഗം ആലപിക്കുന്നു. കാനഡ രാഗവും ദർബാരി കാനഡയും രണ്ടു വിധത്തിലുള്ള രാഗങ്ങളാണ്. രാഗാലാപനത്തിൽ വളരെ ശ്രദ്ധ ചെലുത്തേണ്ടുന്ന കാര്യങ്ങൾ ഇവയാണ്. കാനഡ രാഗം ആലപിക്കുമ്പോൾ ശുദ്ധധൈവതം മാത്രമേ ഉപയോഗിക്കുന്നുള്ളുവെങ്കിൽ അത് ഹിന്ദുസ്ഥാനി സംഗീതത്തിലെ 'ദർബാരി കാനഡ' എന്ന രാഗമായി മാറും. ഇവിടെ കാനഡരാഗം, ഷാഡവ- ദ്വിസ്വരവക്ര സമ്പൂർണ്ണ ഇനത്തിലുള്ളതാണ്. രണ്ട് സ്വരങ്ങൾ ക്രമപ്രകാരം വരാത്തതിനാൽ ദ്വിസ്വരഗണമാകുന്നു.

ധസനിപമ 'പ', പ ഗ 'മ' രി എന്നീ സ്വരക്രമം അവരോഹണത്തിൽ പഞ്ചമസ്വരം ഇല്ലാതെ പാടണം. ആരോഹണാവരോഹണങ്ങളിൽ ഗാന്ധാരം വ്യത്യസ്ത രീതിയിലാണ് പാടേണ്ടത്. ആരോഹണത്തിൽ ഗാന്ധാരം അതിന്റെ സ്ഥാനത്ത് ധ്വനിപ്പിക്കാതെ 'രിമരി' എന്ന രീതിയിലും അവരോഹണത്തിൽ. 'സമഗമഗ' എന്നീ രീതിയിലും പാടാവുന്നതാണ്. ഗാന്ധാരം, ധൈവതം, നിഷാദം (ഗ, ധ, നി) എന്നിവ ജീവസ്വരങ്ങളാകുന്നു. ആരോഹണത്തിൽ ധൈവതം ദീർഘിപ്പിച്ചും അവരോഹണത്തിൽ ഗാന്ധാരം ദീർഘിപ്പിച്ചും പാടുമ്പോൾ രാഗച്ഛായ പ്രഫുല്ലമായിടുന്നു.

വിശേഷ പ്രയോഗങ്ങൾക്ക് മപഗ, ഗമധനിപ, സനിപ, ധനിപ എന്നീ സ്വരങ്ങൾ പ്രയോജനപ്പെടുത്തുന്നു. കാനഡ രാഗം എല്ലാ വിഭാഗം ജനങ്ങൾക്കും ഇഷ്ടപ്പെടുത്തുന്ന രീതിയിൽ 'സനിസധപ' എന്ന് പാടുമ്പോൾ ശുദ്ധ ധൈവതവും 'ഗമധനിസ, നിരിസനിധനി, ധ' എന്ന് പാടുമ്പോൾ കാകളി നിഷാദസ്വരത്തിലും പാടുമ്പോൾ മനോരഞ്ജകമാകും.

കാനഡ രാഗത്തിലുള്ള കൃതികൾ

ഊത്തുക്കാട് വെങ്കട സുബ്ബയ്യരുടെ 'അലൈപ്പായുതേ കണ്ണാ...',

ത്യാഗരാജ സ്വാമിയുടെ 'സുഖിയെവ്വരൊ...', മുത്തുസ്വാമി ദീക്ഷിതരുടെ 'ബാലാംബികായപരം..', രാമനാഥപുരം ശ്രീനിവാസ അയ്യങ്കാരുടെ 'തോം തതാര താനിത ധിരനാ' ആദി താളത്തിലുള്ള തില്ലാന, മുത്തയ്യ ഭാഗവതരുടെ 'വരസിദ്ധിവിനായക', സ്വാതിതിരുനാളിന്റെ 'മാമവ സദാ ജനനീ' എന്നിവ പ്രസിദ്ധരചനകളാണ്.

കാനഡ രാഗത്തിലുള്ള സിനിമാഗാനങ്ങൾ

1. ചിത്രം: പാദസരം
   ഗാനം: മോഹവീണതൻ തന്ത്രിയിലൊരു
2. ചിത്രം: അപ്പു
   ഗാനം: കൂത്തമ്പലത്തിൽ വെച്ചോ
3. ചിത്രം: കിന്നരപ്പുഴയോരം
   ഗാനം: രാഗഹേമന്ദസന്ധ്യ

മുപ്പത്
ദർബാരി കാനഡ

ഇരുപതാം മേളകർത്താരാഗമായ നഠഭൈരവിയുടെ ജന്യം. ദക്ഷിണേന്ത്യൻ സംഗീതരാഗമായ കാനഡരാഗത്തെ മിയാ താൻ സെൻ എന്ന സംഗീതജ്ഞൻ രാഗസഞ്ചാരങ്ങളിൽ ചില മാറ്റങ്ങൾക്ക് വിധേയമാക്കി ഹിന്ദുസ്ഥാനി സംഗീതത്തിലേക്ക് സന്നിവേശിപ്പിച്ച രാഗമാണിത്.

ഹിന്ദുസ്ഥാനി സംഗീതത്തിലെ അസാവരി ധാട്ട്, ദർബാരി കാനഡക്ക് സാമ്യമുള്ളതാണ്. ദർബാരി കാനഡ ഒരു ദക്ഷിണേന്ത്യൻ സംഗീതരാഗം തന്നെയാണ്. കാനഡരാഗ സമൂഹത്തിൽ ഏറ്റവും കീർത്തി കേട്ട രാഗമാണ് ദർബാരി കാനഡ.

ആ: സരിഗാമപധാനിസ.

അവ: സാധാനിപമപഗാമരിസാ

ദർബാരി കാനഡ രാഗത്തിലെ കൃതികൾ

നാരായണതീർത്ഥരുടെ 'ഗോവർദ്ധന ഗിരിധര', സ്വാതിതിരുനാളിന്റെ 'ദേവനു കേപതി ഇന്ദ്ര', ഭദ്രാചലരാംദാസിന്റെ 'രാമ നാമ' എന്നിവ പ്രസിദ്ധമാണ്.

ദർബാരി കാനഡ രാഗത്തിലുള്ള സിനിമാഗാനങ്ങൾ

1. ചിത്രം: ഭക്ത കുചേല

ഗാനം: ഈശ്വര ചിന്തയിതൊന്നേ മനുജനു
2. ചിത്രം: ഇരുട്ടിന്റെ ആത്മാവ്
ഗാനം: ഇരുകണ്ണീർ തുള്ളികൾ
3. ചിത്രം: വിത്തുകൾ
ഗാനം: മരണദേവനൊരു വരം കൊടുത്താൽ
4. ചിത്രം: പുഷ്പാഞ്ജലി
ഗാനം: ദുഃഖമേ നിനക്ക് പുലർകാലവന്ദനം
5. ചിത്രം: മോഹിനിയാട്ടം
ഗാനം: രാധികാ കൃഷ്ണാ രാധിക കൃഷ്ണ
6. ചിത്രം: അയൽക്കാരി
ഗാനം: ഇലഞ്ഞി പൂമണം ഒഴുകി വരുന്നു
7. ചിത്രം: അഭിമാനം
ഗാനം: പൊട്ടിക്കരഞ്ഞു കൊണ്ടോമനേ
8. ചിത്രം: സമസ്യ
ഗാനം: കിളി ചിലച്ചു കിലുകിലെ
9. ചിത്രം: ഇത്തിരി പൂവേ ചുവന്ന പൂവേ
ഗാനം: ഓമനത്തിങ്കൾക്കിടാവോ
10. ചിത്രം: നദി
ഗാനം: ആയിരം പാദസരങ്ങൾ കിലുങ്ങി
11. ചിത്രം: സല്ലാപം
ഗാനം: പൊന്നിൽ കുളിച്ചു നിന്നു ചന്ദ്രിക
12. ചിത്രം: സമൂഹം
ഗാനം: തൂമഞ്ഞിൻ നെഞ്ചിലൊതുങ്ങി
13. ചിത്രം: മഴയെത്തും മുൻപേ
ഗാനം: കൂത്തമ്പലത്തിൽ വെച്ചോ
14. ചിത്രം: മഴയെത്തും മുമ്പേ
ഗാനം: ആത്മാവിൻ പുസ്തകത്താൾ
15. ചിത്രം: കാട്ട് കുരങ്ങ്
ഗാനം: നാദബ്രഹ്മത്തിൽ സാഗരം നീന്തിവരും എന്ന പാട്ടിലെ 'യാചകനിവനൊരു' എന്ന ഭാഗം.

മുപ്പത്തിയൊന്ന്

പൂർവകല്യാണി (പൂർവികല്യാണി)

അമ്പത്തിമൂന്നാമത് മേളകർത്താരാഗമായ ഗമനശ്രമയുടെ ജന്യം.
മുത്തുസ്വാമി ദീക്ഷിതരുടെ രാഗസമ്പ്രദായ പ്രകാരമുള്ള 'ഗമക

ക്രിയ' രാഗത്തിൽ നിന്നും പൂർവകല്യാണി ഭിന്നമല്ലെന്ന് ഒരു കൂട്ടർ വാദിക്കുമ്പോൾ മറ്റൊരു കൂട്ടരുടെ അഭിപ്രായത്തിൽ 'ഗമക ക്രിയ' രാഗവും അമ്പത്തിമൂന്നാമത് മേളത്തിന്റെ ജന്യമാണെങ്കിലും പൂർവകല്യാണിയിൽ നിന്നും വ്യത്യസ്തമാണ്. ഈ രാഗത്തിന് രണ്ടുപക്ഷക്കാരുണ്ടെങ്കിലും ഗമകക്രിയ രാഗമുദ്രയുള്ളതും സുപ്രസിദ്ധവുമായ 'മീനാക്ഷിമേ മുദംദേഹി' എന്ന കൃതി പൂർവി കല്യാണി രാഗത്തിലാണ് ഇന്ന് സകലരും ആലപിച്ചു വരുന്നത്. ഈ രാഗത്തിന്റെ ആരോഹണ സ്വരങ്ങൾ പലവിധത്തിൽ പറയുന്നുണ്ട്.

ആ: സരിഗമ പധപസ
അവ: സനിധപ മഗരിസ

ഷഡ്ജം, ശുദ്ധ ഋഷഭം, അന്തരഗാന്ധാരം, പ്രതി മധ്യമം, പഞ്ചമം, ചതു: ശ്രുതി ധൈവതം, കാകളി നിഷാദം.

ജീവസ്വരങ്ങൾ: രി, മ, ധ, നി.

സ്വരസഞ്ചാരം/പ്രയോഗം
ഗമധസ - പധനിധപമ - ഗമധമനിധസ -
ധസരിഗ - സനിസരിഗരി - ഗമധപമഗരിഗ -
മപധപസധരിസ - സരിഗമപമഗരിസ -
പമധപസനിധപ - ഗമപധപസ... ഇങ്ങനെയാണ്.

1) ആ: സരിഗമപധനിസ പധപസ
അവ: സനിധ പ മഗരിസ

2) ആ: സരിഗമപധനി പധപസ
അവ: സനിധപ മഗരിസ

പൂർവകല്യാണി (ഭൂരി കല്യാണി) എന്നാക്കെ പറയുന്ന ഈ രാഗം ഗമക ക്രിയരാഗം തന്നെയാണ്. മുത്തുസ്വാമി ദീക്ഷിതരാണ് പൂർവകല്യാണി എന്ന പേരു നൽകിയത്. പൂർവി കല്യാണിയുടെ സ്വരങ്ങൾക്കു മ്യൂസിക് തെറാപ്പിയിൽ വലിയ പ്രാധാന്യം ഉണ്ട്. ഉത്കണ്ഠയും മനോവിഷമവും ഉദര സംബന്ധമായ വേദന കൊണ്ടു വിഷമിക്കുന്നവർക്കും ഈ രാഗം കേൾക്കുമ്പോൾ ആശ്വാസം ലഭിക്കുന്നു.

പൂർവികല്യാണി രാഗത്തിൽ ഉള്ള കൃതികൾ

മുത്തുസ്വാമി ദീക്ഷിതരുടെ 'മീനാക്ഷി മേ മുദം ദേഹി...', ത്യാഗ രാജ സ്വാമിയുടെ 'പരലോക സാധനമേ മനസാ...', ശ്യാമശാസ്ത്രിയുടെ 'നിന്നുവിനക മരിതികെ വന്നൊരു...', സോണ്ടി വെങ്കിടസു

ബ്ബയ്യയുടെ 'നിന്നു കോരി' എന്ന അടതാളവർണം.

ഭദ്രാചലം രാമദാസന്റെ 'ഓ രാമ നീ നാമ', രാമനാഥപുരം ശ്രീനിവാസ അയ്യങ്കാരുടെ 'പരമ പാവന രാമാ', സ്വാതിതിരുനാളിന്റെ 'ദേവ ദേവ ജഗദീശ്വര' എന്നിവ പ്രധാന കൃതികളാണ്.

പൂർവികല്യാണി രാഗത്തിൽ സംഗീതം നൽകിയിട്ടുള സിനിമാഗാനങ്ങൾ.

1. ചിത്രം: ഗായത്രി
   ഗാനം: പത്മതീർത്ഥമേ ഉണരൂ
2. ചിത്രം: ദേവി കന്യാകുമാരി
   ഗാനം: ദേവി കന്യാകുമാരി പ്രസീദ പ്രത്യക്ഷ

മുപ്പത്തിരണ്ട്
ബിഹാക്

ഇരുപത്തൊമ്പതാമത് മേളകർത്താരാഗമായ ശങ്കരാഭരണത്തിന്റെ ജന്യം. ആരോഹണാവരോഹണങ്ങൾ രണ്ടുവിധം ഉണ്ട്.

1) ആ: സഗ മപനി ധനിസ

അവ: സനിധപ മഗാരിസ

2) ആ: സരിഗമസഗമപനിസ

അവ: സനിപധ നിധപമഗാരിസ

ഹിന്ദുസ്ഥാനി രാഗങ്ങളായ ബിഹാഗഡ, ബിഹാഗ് എന്നീ രാഗങ്ങളുടെയും സമ്മിശ്രണ ജന്യമാണ് ബിഹാക് രാഗം. ഹിന്ദുസ്ഥാനി സംഗീതത്തിൽ നിന്നും കർണ്ണാടക സംഗീതം സ്വീകരിച്ച രാഗങ്ങളിൽ പ്രധാന രാഗമാണ് ബിഹാക്. സംഗീതതൃമൂർത്തികളുടെ കൃതികളൊന്നും തന്നെ ഈ രാഗത്തിലുള്ളതായി അറിയില്ല. എന്നാൽ, സംഗീത തൃമൂർത്തികളുടെ സമകാലീനനായിരുന്ന സ്വാതി തിരുനാൾ, ബിഹാക് രാഗത്തിൽ ഒട്ടേറെ കൃതികൾ രചിച്ചിട്ടുള്ളത് സംഗീതഗ്രന്ഥങ്ങളിൽ കാണുന്നുണ്ട്. അതിനു കാരണം ഹിന്ദി ഭാഷയിലും ഹിന്ദുസ്ഥാനി സംഗീതത്തിലുമുള്ള സ്വാതി തിരുനാളിനുണ്ടായിരുന്ന പരിജ്ഞാനമാകാം.

ഷഡ്ജം, ചതു: ശ്രുതി ഋഷഭം, അന്തര ഗാന്ധാരം, ശുദ്ധ മധ്യമം, പഞ്ചമം, ചതു: ശ്രുതി ധൈവതം, കാകളി നിഷാദം എന്നിങ്ങനെയാണ് സ്വരസ്ഥാനങ്ങൾ.

ചില ഘട്ടങ്ങളിൽ പ്രതിമധ്യമവും കൈശികി നിഷാദവും പ്രയോഗത്തിൽ വരുന്നതായി കാണുന്നുണ്ട്. ഈ രാഗത്തിന്റെ വിവി

ധ സഞ്ചാരങ്ങളിൽ പ്രതി മധ്യമം കൂടുതൽ ഉപയോഗിക്കാറുണ്ട്. മധ്യമ സ്വരത്തിന്റെ ചില പ്രയോഗങ്ങളിൽ പമപ, ഗമപ ഇവകളിൽ പ്രതി മധ്യമമാണ് വരുന്നത്. 'പമമഗ' എന്ന് പ്രയോഗത്തിൽ ആദ്യത്തെ 'മ' എന്നത് പ്രതി മധ്യമ സ്വരവും രണ്ടാമത്തേ 'മ' ശുദ്ധ മധ്യമവും ആണ്.

ഇനി നിഷാദ സ്വരത്തിന്റെ പ്രയോഗങ്ങളിൽ പധനിധപ, പനിധപ, ധനിപ - എന്നിവയുടെ പ്രയോഗങ്ങളിൽ ഉള്ള 'നി' - എന്ന സ്വരം കൈശികി നിഷാദമാണ്. എന്നാൽ 'സനി നിധപ' എന്നതിൽ ആദ്യ നിഷാദസ്വരം കൈശികി നിഷാദവും രണ്ടാമത്തേ നിഷാദം കാകളി നിഷാദമായും പ്രയോഗിച്ചു വരുന്നുണ്ട്. 'ധനിധപമ' എന്ന പ്രയോഗത്തിൽ കൈശികി നിഷാദവും പ്രതിമധ്യമവും ഒത്തുവരാറുണ്ട്. രാഗച്ഛായാ സ്വരങ്ങൾ അന്തര ഗാന്ധാരം കൈശികി നിഷാദം എന്നിവയാകുന്നു. ശൃംഗാരം, അത്ഭുതം എന്നീ രസങ്ങൾ ഈ രാഗത്തെ മനോഹരമാക്കുന്നു.

ബിഹാക് രാഗത്തിലുള്ള കൃതികൾ

സ്വാതി തിരുനാളിന്റെ 'സ്മര ജനക ശുഭ ചരിത' (മിശ്രചാപ്പ്), 'ജയ ജഗദീശ നന്ദ കിശോര', 'ഇളമറിമാൻ നയനേ' എന്ന പദം.

ഗോപാലകൃഷ്ണ ഭാരതിയുടെ 'ആടും ചിദംബരമോ... ', പുരന്ദരദാസന്റെ 'നാനേക ബഡവാനു... ' എന്നീ കൃതികളും തിരുവൊട്ടിയൂർ ത്യാഗയ്യയുടെ (വീണാ കുപ്പയ്യർ) 'വനജാക്ഷ' ആദിതാള വർണവും, തിരുപ്പതി നാരായണ സ്വാമിയുടെ 'വാഗലാഡി ബോധന ലകു', രാമനാഥപുരം ശ്രീനിവാനസ അയ്യങ്കാരുടെ 'തിരുപമാന സാമിനിനാ' എന്ന ജാവളി, മുത്തയ്യ ഭാഗവതരുടെ 'തിത്തന താരെ തിരനാ' തില്ലാന, വീണ ശേഷണ്ണയുടെ 'നാതിറ തിറതോം നാതിറ' എന്ന ആദിതാളത്തിലുള്ള തില്ലാന എന്നിവയും വളരെ പ്രസിദ്ധങ്ങളായവയാണ്.

ബിഹാക് രാഗത്തിലുള്ള സിനിമാഗാനങ്ങൾ

1. ചിത്രം: അടിമകൾ
   ഗാനം: ലളിത ലവംഗലതാ
2. ചിത്രം: തിരുവോണം
   ഗാനം: ആ ത്രിസന്ധ്യതൻ
3. ചിത്രം: അനുപല്ലവി
   ഗാനം: ഒരേ രാഗ പല്ലവി നമ്മൾ

4. ചിത്രം: കുമാര സംഭവം
ഗാനം: മായാനടന വിഹാരിണി
5. ചിത്രം: ഒരു കഥ ഒരു നുണക്കഥ
ഗാനം: അറിയാതെ അറിയാതെ,
വാർതിങ്കളറിയാതെ...

ബിഹാക് പൂർണ്ണമായും ഹിന്ദുസ്ഥാനി ശൈലിയിൽ ഉപയോഗിച്ചുള്ള രണ്ട് ചലച്ചിത്ര ഗാനങ്ങൾ കൂടി പരിചയപ്പെടുത്തുന്നു.

6. ചിത്രം: പരീക്ഷ
ഗാനം: എൻ പ്രാണനായകനെ
7. ചിത്രം : തുലാവർഷം
ഗാനം: കേളീ നളിനം വിടരുമോ

മുപ്പത്തിമൂന്ന്

ശഹാന (സഹാന/ഷഹാന) രാഗം

ഇരുപത്തെട്ടാമത് മേളകർത്താരാഗമായ ഹരികാംബോംജിയുടെ ജന്യം. രണ്ടു തരത്തിലുള്ള അവരോഹണക്രമങ്ങൾ പറയുന്നുണ്ട്.

1) ആ: സരിഗമപമധാനിസ
അവ: സനീധപമഗാമരിഗരിസ
2) ആ: സരിഗമപമധാനിസ
അവ: സനിധപ മഗാരിസ

സപ്തസ്വരങ്ങളും ഉള്ള ഒരു രാഗമാണെങ്കിലും ആരോഹണാവരോഹണങ്ങളിൽ സ്വരങ്ങൾ

ക്രമം പാലിക്കാത്തതിനാൽ വക്രരാഗഗണത്തിലാണ് ശഹാന ഉൾപ്പെടുന്നത്.

സ രി2 ഗ3 മ1 പ ധ2 നി2 സ
സ നി2 ധ2 പ മ1 ഗ3 രി2 സ

ഷഡ്ജം, ചതുഃശ്രുതി ഋഷഭം, അന്തര ഗാന്ധാരം, ശുദ്ധമധ്യമം, പഞ്ചമം, ചതുഃശ്രുതി, ധൈവതം, കൈശികി നിഷാദം.

ജീവസ്വരങ്ങൾ രി, ഗ, ധ, നി എന്നിവയാണ്. വിശേഷ സഞ്ചാരങ്ങൾ ഗമധ, നിസധ, മഗരിസ എന്നിവയാണ്. മറ്റൊരു സഞ്ചാരം ഉള്ളതു പക്ഷേ, 'രിഗമപധനിസ' എന്ന് അപൂർവ്വമായേ പ്രയോഗിക്കാറുള്ളു. 'രിഗരിസ' എന്ന ആലാപനത്തിൽ ഗാന്ധാരം, അന്തര ഗാന്ധാരത്തിൽ നിന്നും അല്പം കുറഞ്ഞിരിയ്ക്കും.

അതായത് ജനകരാഗത്തിലെ ഗാന്ധാര ശ്രുതിയിൽ നിന്നും അല്പം കുറഞ്ഞിരിയ്ക്കും. ഇതേ കാരണത്താൽ മുത്തുസ്വാമി

ദീക്ഷിതരുടെ സമ്പ്രദായത്തിലുള്ള ശഹാന രാഗം, ഖരഹര പ്രിയ യുടെ ജന്യം എന്നും കരുതിയിരുന്നു.

ഈ രാഗം ചൗക്ക കാലത്തിൽ പാടുമ്പോൾ കൂടുതൽ ശോഭി ക്കും. വിരുത്തം, കവിത, ശ്ലോകങ്ങൾ എന്നിവയ്ക്കും അനുയോജ്യ മായ രാഗം.

ശഹാന കരുണാരസപ്രദായകമായ രാഗമാണ്.

ശഹാനരാഗത്തിലുള്ള കൃതികൾ

വീണ കുപ്പയ്യരുടെ 'കരുണിംമ്പ' എന്ന വർണം, ത്യാഗരാജ സ്വാ മിയുടെ 'ഗിരി പൈ നെല കൊന്ന', 'വന്ദനമു രഘുനന്ദന', 'ശ്രീരാ മ ശ്രീരാമ സീതാ മനോഹര.. ', മുത്തുസ്വാമി ദീക്ഷിതരുടെ 'ശ്രീ ക മലാംബികായാം ഭക്തിം', പട്ടണം സുബ്രഹ്മണ്യ അയ്യരുടെ 'രാമാ ഇക നന്നു ബ്രോവറാദാ', 'എവരി ബോധന..'. ക്ഷേത്രജ്ഞന്റെ 'മേര ഗാദു റമ്മനവെ...', സ്വാതി തിരുനാളിന്റെ 'ജയ ജയ പ്രഭോ രാ മ...' എന്നീ കൃതികളും കർണശപഥം കഥയിലെ 'എന്നുടെ പൊ ന്നോമനേ...' എന്ന കഥകളിപ്പദവും വളരെ പ്രസിദ്ധമാണ്.

ശഹാന രാഗത്തിലുള്ള സിനിമാഗാനങ്ങൾ

1. ചിത്രം: കാവ്യമേള.
   ഗാനം: സ്വപ്നങ്ങൾ സ്വപ്നങ്ങളേ നിങ്ങൾ
   സ്വർഗകുമാരികളല്ലോ.. നിശ്ചലം ശൂന്യമീ ലോകം, എന്ന പല്ലവിയിലെ വരികൾ മാത്രം ഈ രാഗത്തിലാണ്.
2. ചിത്രം: കളിയാട്ടം
   ഗാനം: എന്നോടെന്തിനീ പിണക്കം

എന്നീ ഗാനങ്ങളും ആകാശവാണി ലളിതസംഗീത പാഠത്തിലൂ ടെ കേരളമനസ്സിൽ പ്രതിഷ്ഠ നേടിയ 'ജയദേവ കവിയുടെ ഗീതി കൾ കേട്ടെന്റെ രാധേ ഉറക്കമായോ രാജീവനയനന്റെ വാർത്തകൾ കേട്ടെന്റെ രാധേ ഉറക്കമായോ' എന്ന എം.ജി. രാധാകൃഷ്ണൻ സം ഗീതം നൽകിയ ലളിതഗാനവും പ്രസിദ്ധമാണ്.

മുപ്പത്തിനാല്

ഖമാസ് (കമാസ് / ഘമാസ് / കമാശ്)

ഇരുപത്തെട്ടാമത് മേളകർത്താരാഗമായ ഹരികാംബോജിയുടെ ജ ന്യം.

ആ: സമഗമപധനിസ

അവ: സനിധപമഗരിസ

ആരോഹണത്തിൽ ഋഷഭ സ്വരം ഇല്ല. വക്ര-ഷാഡവ സമ്പൂർണ്ണമായ രാഗവും കാകളി നിഷാദം പ്രയോഗിക്കുന്ന ഈ കാലഘട്ടത്തിൽ ഭാഷാംഗരാഗമെന്നും പറയണം.

ഷഡ്ജം, ചതുഃശ്രുതി ഋഷഭം, അന്തര ഗാന്ധാരം, ശുദ്ധ മധ്യമം, പഞ്ചമം, ചതുഃശ്രുതി ധൈവതം, കൈശികി നിഷാദം.

മ, ധ, നി ഇവ ജീവസ്വരങ്ങളാണ്. പണ്ട് കാകളി നിഷാദം ഈ രാഗത്തിൽ ഉപയോഗിച്ചിരുന്നില്ലെന്ന് ഗുരുക്കന്മാർ പറഞ്ഞു കേട്ടിട്ടുണ്ട്. ഇപ്പോൾ രണ്ട് നിഷാദ സ്വരങ്ങളും ഗായകർ ഉപയോഗിക്കുന്നതു സാർവത്രികമായിരിക്കുന്നു. ലളിതഗാനങ്ങൾ, ചലചിത്ര ഗാനങ്ങൾ, ബാലെ ഗാനങ്ങൾ തുടങ്ങിയവയിലെല്ലാം കാകളി നിഷാദം ഉൾപ്പെടുത്തിയാണ് പാടുന്നത്. കാകളി നിഷാദം കമാസിൽ ഉപയോഗിച്ച് തുടങ്ങിയത് 'ബ്രോ ചേവ രെവരുരാ' എന്ന പ്രസിദ്ധമായ ഗാനത്തിന്റെ പ്രചാരത്തോടു കൂടിയാണ്.

കാകളി നിഷാദ സ്പർശംകൊണ്ട് രാഗത്തിന് വളരെ അധികം രാഗസൗകുമാര്യവും വശ്യതയും ലഭിച്ചിരിക്കുന്നു. മൈസൂർ വാസുദേവാച്യാര്യരാണ് സ്വകൃതിയായ 'ബ്രോ ചേവ രെ വരുരാ' എന്നതിൽ കാകളി നിഷാദം ചേർത്തു ചിട്ടപ്പെടുത്തി കമാസ് ജനകീയമാക്കിയത്. ഈ രാഗത്തിൽ - സഗാമ, മഗസ, പധമ, മനിധനി എന്നിവ വിശേഷ പ്രയോഗങ്ങളാണ്. മന്ദ്രസ്ഥായി നിഷാദത്തിനു താഴോട്ട് (കീഴെ) സ്വരസഞ്ചാരമില്ല. ശൃംഗാരരസം ധ്വനിപ്പിക്കുന്നതാണ് ഈ രാഗം.

കമാസ് രാഗത്തിലുള്ള കൃതികൾ

മുത്തുസ്വാമി ദീക്ഷിതരുടെ 'സാരസ ദള നയനാ..', ത്യാഗരാജ സ്വാമിയുടെ 'സുജന ജീവന രാമാ', സ്വാതി തിരുനാളിന്റെ 'സാവാമാ രുഷാ' എന്ന വർണം, പട്ടണം സുബ്രഹ്മണ്യ അയ്യരുടെ 'അപുഡു മനസു നിലത്സു നടേ' എന്ന ജാവളി. പട്ടാഭിരാമയ്യയുടെ 'അപദൂരുകു ലോനൈ' (ജാവളി), മൈസൂർ വാസുദേവാച്യാരരുടെ 'ബ്രോചേവ രെവരുരാ' എന്നിവ വളരെ പ്രസിദ്ധമായവയാണ്.

കമാസ് രാഗത്തിലുള്ള സിനിമാഗാനങ്ങൾ

1. ചിത്രം: അശ്വമേധം
   ഗാനം: ഉദയഗിരി ചുവന്നു
2. ചിത്രം: സർവ്വേക്കല്ല്

ഗാനം: മന്ദാകിനി ഗാന മന്ദാകിനി

3. ചിത്രം: കുമാര സംഭവം

ഗാനം: മായാനടന വിഹാരിണി

മുപ്പത്തഞ്ച്
കാംഭോജി രാഗം

ധഗാംബോധി, കാംബോജി, കാമോദരി, കാമോദി - എന്നീ പേരുകളും പറയുന്നുണ്ട്. ഇരുപത്തെട്ടാമത് മേളകർത്താരാഗമായ ഹരികാംബോജിയുടെ ജന്യം.

ആ: സരിഗമപധസ

അവ: സനിധപമഗരിസ

ഷാഡവ സമ്പൂർണ്ണമായ രാഗം.

ആരോഹണത്തിൽ നിഷാദം വർജ്യം.

ഷഡ്ജം, ചതു: ശ്രുതി ഋഷഭം, അന്തര ഗാന്ധാരം, ശുദ്ധ മധ്യമം, പഞ്ചമം, ചതു: ശ്രുതി ധൈവതം, കൈശികി നിഷാദം. അന്യസ്വരമായി കാകളി നിഷാദവും ഈ രാഗത്തിൽ ചേർക്കാറുണ്ട്.

കാകളി നിഷാദം സാനിപധസ, സനിപ എന്ന പ്രയോഗത്തിലാണ് ഉപയോഗിക്കുന്നത്.

പ്രധാനപ്പെട്ട മേളരാഗങ്ങളായ ഖരഹരപ്രിയ, തോഡി, കല്യാണി, ശങ്കരാഭരണം എന്നീ രാഗങ്ങൾക്കൊപ്പം വിശേഷപ്രാധാന്യം കാംഭോജിരാഗത്തിനു ലഭിച്ചിട്ടുണ്ട്. സംഗീതസദസിനു മുന്നിൽ വിശദമായ ആലാപനത്തിന് അനുയോജ്യ രാഗമാണിത്. ക്ഷേത്രങ്ങളിലും കതിർമണ്ഡപങ്ങളിലും മംഗളകർമങ്ങൾക്ക് അകമ്പടിയായി നാഗസ്വര വിദ്വാന്മാർ ദീർഘനേരം ഈ രാഗത്തിലെ കീർത്തനങ്ങൾ വായിക്കാറുണ്ട്.

ഈ രാഗത്തിലെ ധൈവത സ്വരം ആധാര ഷഡ്ജമാക്കി സ്വരഭേദം ചെയ്താൽ എട്ടാമത്തെ മേളകർത്താരാഗമായ ഹനുമതോഡിയുടെ ജന്യമായ 'ദേശ്യ തോഡി' എന്ന രാഗം ലഭിക്കും. കാംഭോജി തൃസ്ഥായിയിൽ (മൂന്നു സ്ഥായികളിലും) സഞ്ചാരമുള്ള രാഗമാണ്.

രാഗച്ഛായാ സ്വരങ്ങൾ: മ, ധ, നി ഇവയാകുന്നു.

മഗസ, സനിപ, പാധപമഗ, മഗപധസ എന്നിവ വിശേഷ സഞ്ചാരങ്ങളാണ്. ആലാപനത്തിൽ ഗമക പ്രയോഗങ്ങളില്ലാതെ 'മഗസ' എന്നു പാടിയാൽ നാട്ടക്കുറിഞ്ഞി രാഗമെന്ന സംശയത്തിന് ഇടവ

രും. അതുകൊണ്ട് മഗസ എന്നത് ഗമകങ്ങളോടെയും 'മഗഗരിഗരി സ' എന്ന രീതിയിലും സ്വരങ്ങൾ പാടണം. ഗമകങ്ങൾ കൂടുതൽ പ്രയോഗിക്കുന്നതിനാൽ 'ഗാംഭോജി' എന്ന പേര് വിളിക്കണമെന്നും അഭിപ്രായങ്ങളുണ്ട്.

ഏഴാം നൂറ്റാണ്ടിന് മുമ്പേ ഈ രാഗം ഉണ്ടായിരുന്നതായി 'സംഗീത മകരന്ദം' എന്ന ഗ്രന്ഥത്തിൽ കാണാം. പതിനാറാം നൂറ്റാണ്ടു വരെ ഒരു മേളകർത്താ രാഗത്തിന്റെ തനിമയോടെ നിലനിന്നിരുന്ന കാംഭോജിയിൽ പിന്നീടു വന്ന സംഗീതജ്ഞർ അന്യസ്വരങ്ങൾ കൂടുതലായി പ്രയോഗിച്ചതു കാരണം പ്രശസ്തനായിരുന്ന വാഗ്ഗേയകാരൻ വെങ്കിടമഖിയാണ് ജന്യരാഗത്തിലേയ്ക്ക് ഉൾപ്പെടുത്തിയത്. പ്രാചീനതമിഴകത്തിൽ തെക്കാശി പൺ, (തെങ്കാശി പൺ) എന്ന പേരിലാണ് കാംഭോജി അറിയപ്പെട്ടിരുന്നതെന്ന് സംഗീത ഗ്രന്ഥങ്ങളിൽ കാണുന്നുണ്ട്.

മറ്റൊന്ന് തമിഴിലെ ചില സംഗീത പുസ്തകങ്ങളിൽ കാമോദരി എന്നും പറയുന്നുണ്ട്. ക്ഷേത്രങ്ങളിൽ നടത്താറുള്ള കുഴൽപറ്റ് എന്ന പരിപാടിയ്ക്ക് കുറുംകുഴൽ ഊതുന്ന വാദ്യക്കാർക്ക് കഴിവു തെളിയിക്കാൻ കാംഭോജി രാഗത്തിന് പകരം മറ്റൊന്നുമില്ല. സർവ സംഗീതപണ്ഡിതന്മാരും സ്വീകരിച്ചുള്ളതും വിവിധ രചനകളിൽ ഉപയോഗിച്ചതുമാണ് ഈ രാഗം.

ശ്ലോകങ്ങൾ, വിരുത്തം എന്നിവയ്ക്കും ഈ രാഗം ഉപയോഗിക്കാം.

കാംഭോജി രാഗത്തിലുള്ള കൃതികൾ

ദീക്ഷിതരുടെ 'ശ്രീ സുബ്രഹ്മണ്യായ നമസ്തേ...', ത്യാഗരാജ സ്വാമിയുടെ 'മാ ജാനകി', 'എവരി മാട...', ശ്യാമശാസ്ത്രിയുടെ 'ദേവീ നിൻ പാദ...', ക്ഷേത്രജ്ഞന്റെ 'വദരക പോവേ വാഡേല വച്ചീനി... ', 'യാലനേ വാനി പൈ..', ഇരയിമ്മൻ തമ്പിയുടെ 'പ്രാണനാഥനെനിക്കു നൽകിയ... ' 'അമല കമലദള...', പല്ലവി ഗോപാല അയ്യരുടെ 'ഇന്ത ചലമു' അടതാള വർണ്ണം.

സ്വാതിതിരുനാളിന്റെ 'സരസിജനാഭ' അടതാള വർണ്ണം 'ശരദിന്ദു സമമാകും...', ശ്രീ പത്മനാഭ സ്വാമി ക്ഷേത്രോത്സവ പ്രബന്ധ ഗാനം.

പട്ടാഭിരാമയ്യയുടെ 'പതിവരു കുതു'എന്ന ജാവളിയും പ്രസിദ്ധങ്ങളായവയാണ്.

കാംഭോജി രാഗം കഥകളിപ്പദങ്ങളിൽ

കഥ:- സന്താനഗോപാലം

ഏഴാമത്തെ പദം: കോമള സരോജ മുഖി

എന്റെ വാക്കുകൾ നീ കേൾക്കൂ...

കഥ: കീചക വധം

പദം : ഹരിണാക്ഷി ജനമൗലിമണേ.

കാംഭോജി രാഗത്തിലുള്ള സിനിമാഗാനങ്ങൾ.

1. ചിത്രം: വിലക്കു വാങ്ങിയ വീണ
   ഗാനം: കാട്ടിലെപ്പാഴ്മുളം തണ്ടിൽ നിന്നും
   പാട്ടിന്റെ പാലാഴി തീർത്തവളേ..
   ആനന്ദകാരിണി അമൃതഭാഷിണി
   ഗാന വിമോഹിനി വന്നാലും
   (ഗാനത്തിലെ പല്ലവി മാത്രം)
2. ചിത്രം: സ്വാമി അയ്യപ്പൻ
   ഗാനം: പാലാഴി കടഞ്ഞെടുത്തോരഴകാണ്
3. ചിത്രം: ഏണിപ്പടികൾ
   ഗാനം: പ്രാണനാഥനെനിക്കു നൽകിയ
4. ചിത്രം: ദേവീ കന്യാകുമാരി
   ഗാനം: ശക്തിമയം ശിവശക്തിമയം
5. ചിത്രം: അരക്കള്ളൻ മുക്കാൽ കള്ളൻ
   ഗാനം: കനക സിംഹാസനത്തിൽ
6. ചിത്രം: പരിണയം
   ഗാനം: സാമജസഞ്ചാരിണി
7. ചിത്രം: തൂവൽകൊട്ടാരം
   ഗാനം: പാർവ്വതി മനോഹരി
8. ചിത്രം: പെരുവണ്ണാപുരത്തെ വിശേഷങ്ങൾ
   ഗാനം: കതിരോലപ്പന്തലൊരുക്കി
9. ചിത്രം: നന്ദനം
   ഗാനം: കാർമുകിൽ വർണ്ണന്റെ ചുണ്ടിൽ

മുപ്പത്താറ്
സരസ്വതി

അറുപത്തിനാലാമത് മേള കർത്താരാഗമായ വാചസ്പതിരാഗത്തിന്റെ ജന്യം.

ആ: സരിമപധസ

അവ: സനിധപമരിസ

ഷഡ്ജം, ചതു: ശ്രുതി ഋഷഭം, അന്തരഗാന്ധാരം, പ്രതി മധ്യമം, പഞ്ചമം, ചതു: ശ്രുതിധൈവതം, കൈശികി നിഷാദം.

ആരോഹണത്തിൽ ഗാന്ധാരം നിഷാദം എന്നീ സ്വരങ്ങൾ ഉപയോഗിക്കുന്നില്ല.

അവരോഹണത്തിൽ ഗാന്ധാരം മാത്രം വർജിക്കുന്നു.

'രി' എന്ന സ്വരം ഗമകം കൊടുത്ത് ആലപിക്കരുത്.

ഔഡവ ഷാഡവ ഗണത്തിൽപ്പെടുന്നു.

സരസ്വതി രാഗത്തിലുള്ള കൃതികൾ

ത്യാഗരാജ സ്വാമിയുടെ 'അനുരാഗമുലേനി...', കുഞ്ഞിക്കുട്ടൻ തമ്പുരാന്റെ 'ജഗദംബേ സരസ്വതി', പാപനാശം ശിവൻ രചിച്ച 'സരസ്വതീ....', ജി.എൻ. ബാലസുബ്രഹ്മണ്യന്റെ 'സരസ്വതി നമോസ്തുതേ...', പട്ടണം സുബ്രഹ്മണ്യ അയ്യരുടെ 'ശ്രീകര രഘു...', സ്വാതി തിരുനാളിന്റെ 'സാദരമവ' എന്നീ കൃതികൾ പ്രസിദ്ധങ്ങളാണ്.

സരസ്വതി രാഗത്തിലുള്ള സിനിമാഗാനങ്ങൾ

1. ചിത്രം: ശംഖുപുഷ്പം
   ഗാനം: ആയിരം അജന്താശിൽപ്പങ്ങളിൽ
2. ചിത്രം: ജീവിക്കാൻ മറന്നു പോയ സ്ത്രീ
   ഗാനം: ബ്രഹ്മനന്ദിനി സരസ്വതി നാദ
3. ചിത്രം: മനുഷ്യൻ
   ഗാനം: ആദി ഉഷസ്സിൽ
4. ചിത്രം: പൂജക്കെടുക്കാത്ത പൂക്കൾ
   ഗാനം: രജനീ കടമ്പം പൂക്കും
5. ചിത്രം: അനാവരണം
   ഗാനം: സരസ്വതീയാമം കഴിഞ്ഞു. ഉഷസിൻ
   സഹസ്രദളങ്ങൾ വിടർന്നു.

മുപ്പത്തേഴ്
ശിവരഞ്ജിനി രാഗം

ഉത്തരേന്ത്യൻ രാഗമായ കാഫിധാട്ട് എന്നതിന്റെ ജന്യം. ഇരുപത്തിരണ്ടാമത് മേളകർത്താരാഗമായ ഖരഹരപ്രിയയുടെ ജന്യവും ആണ്.

ആ: സ രി2 ഗ2 പ ധ2 സ

അവ: സ ധ2 പ ഗ2 രി2 സ

ദക്ഷിണേന്ത്യൻ സംഗീതം ആവാഹിച്ചെടുത്തതാണ് ഈ രാഗമെന്ന് പറയാം. കർണാടിക് രാഗമായ 'ശിവപ്രിയ' രാഗവുമായും സാമ്യമുണ്ട്.

'രി, ഗ' എന്നീ സ്വരങ്ങൾ ഗമകങ്ങൾ പ്രയോഗിക്കാതെ പാടണം. ധൈവതം ജീവസ്വരം. ഈ രാഗത്തിൽ 'മ, നി' എന്നീ സ്വരങ്ങൾ വർജ്ജ്യങ്ങളാണ്. ശിവരഞ്ജിനി രാഗാലാപനത്തിനിടയിൽ അന്തര ഗാന്ധാരം, ശുദ്ധ ധൈവതം എന്നീ സ്വരങ്ങൾ ചേർത്തു പ്രയോഗിച്ചാൽ 'മിശ്രശിവരഞ്ജിനി' എന്ന രാഗമായിത്തീരും. മറ്റൊന്ന് ശിവരഞ്ജിനിയിലെ സാധാരണ ഗാന്ധാരത്തിന് പകരം അന്തര ഗാന്ധാരം ചേർത്ത് പാടിയാൽ മോഹനരാഗമാകും.

സംഗീത ചികിത്സാരംഗത്ത് ഈ രാഗത്തിനു വളരെ പ്രാധാന്യം ഉണ്ട്. പാർക്കിൻസൺ, ഓട്ടിസം, അൾഷിമേഴ്സ്, തലച്ചോറിലെ നാഡികൾക്കുണ്ടാകുന്ന ന്യൂനതയാൽ സംഭവിയ്ക്കുന്ന ഓർമ്മക്കുറവ്, മനോഭയം, അമിതമായ ആശങ്ക കൊണ്ടുണ്ടാക്കുന്ന ദുഃഖം, മരണഭയം എന്നിവക്ക് ശിവരഞ്ജിനി രാഗം ഓടക്കുഴൽ, സിത്താർ, വയലിൻ, സന്തൂർ, ഇലക്ട്രോണിക് കീബോർഡിലെ വൈബ്രോഫോൺ ടോൺ എന്നിവയിലൂടെ മൃദുവായി ഹെഡ്ഫോണിലൂടെ കേൾപ്പിച്ചാൽ രോഗികൾക്ക് ആശ്വാസം ലഭിയ്ക്കുന്നതായുള്ള പഠനങ്ങൾ പുറത്തുവന്നിട്ടുണ്ട്.

2014 മുതൽ ഏകദേശം 4 വർഷക്കാലം ഓട്ടിസമുള്ള കുട്ടികളെ പഠിപ്പിക്കുന്ന ഒരു സ്ഥാപനത്തിൽ സംഗീതചികിത്സ നൽകിയിരുന്നു. അതു കുട്ടികൾക്ക് വളരെ ഗുണകരമായിരുന്നു. ചികിത്സാപദ്ധതിയിൽ രാഗങ്ങൾ, രോഗാവസ്ഥയ്ക്കനുസരിച്ച് ഏതേത് സംഗീതോപകരണത്തിൽ നിന്നും ഏത് ആവൃത്തിയിൽ എത്ര സമയം എന്നു നിശ്ചയിച്ചു വേണം ഹെഡ്ഫോണിലൂടെ കേൾപ്പിക്കേണ്ടത്. വളരെയധികം പ്രായോഗികപരിജ്ഞാനം കൊണ്ടും രോഗികളുമായുള്ള നിരന്തരസമ്പർക്കം കൊണ്ടും മാത്രമേ അതു സാദ്ധ്യമാകൂ.

ശിവരഞ്ജിനി രാഗത്തിൽ കർണാടക സംഗീതകൃതികൾ വളരെ കുറവാണ്. സ്വാതിതിരുനാളിന്റെ 'ജഗദ് ജനനീ', പാപനാശം ശിവന്റെ 'തരുണീ ദയ' എന്നിവ ശിവരഞ്ജിനി രാഗത്തിലുള്ളവ കൃതികളാണ്. ശിവരഞ്ജിനി രാഗം ശ്രദ്ധേയമാക്കിയതിൽ ഭാരത സർക്കാറിനു വലിയൊരു പങ്കുണ്ട്. ആകാശവാണിയിൽ പരിപാടികൾ സംപ്രേക്ഷണം ചെയ്യുന്നതിന് മുൻപു കേൾപ്പിച്ചിരുന്ന വാദ്യ

സംഗീതം ശിവരഞ്ജിനി രാഗത്തിൽ ചിട്ടപ്പെടുത്തിയിട്ടുള്ളതാണ്.

ശിവരഞ്ജിനി രാഗത്തിലുള്ള സിനിമാഗാനങ്ങൾ

1. ചിത്രം: ഉണ്ണിയാർച്ച
   ഗാനം: അന്നു നിന്നെ കണ്ടതിൽ പിന്നെ
2. ചിത്രം: ഡോക്ടർ
   ഗാനം: കിനാവിന്റെ കുഴിമാടത്തിൽ
3. ചിത്രം: കേണലും കളക്ടറും
   ഗാനം: നക്ഷത്രചൂഡാമണികൾ
3. ചിത്രം: ശരശയ്യ
   ഗാനം: നീലാംബരമേ താരാപഥമേ
4. ചിത്രം: തെരുവുഗീതം
   ഗാനം: ഹൃദയം ഒരു ദേവാലയം
5. ചിത്രം: അഗ്നിപുത്രി
   ഗാനം: കണ്ണ് തുറക്കാത്ത ദൈവങ്ങളേ
6. ചിത്രം: ഇന്നലെ ഇന്ന്
   ഗാനം: പ്രണയ സരോവര തീരം
7. ചിത്രം: ലങ്കാദഹനം
   ഗാനം: ഈശ്വരനൊരിക്കൽ വിരുന്നിനു
8. ചിത്രം: നിണമണിഞ്ഞ കാല്പാടുകൾ
   ഗാനം: അനുരാഗ നാടകത്തിൽ
9. ചിത്രം: സൂസി
   ഗാനം: നിത്യ കാമുകി ഞാൻ നിന്മടിയിലെ
10. ചിത്രം: സർവ്വേക്കല്ല്
    ഗാനം: വിപഞ്ചികേ വിട പറയും
11. ചിത്രം: പുനർജന്മം
    ഗാനം: പ്രേമ ഭിക്ഷുകി ഭിക്ഷുകി ഭക്ഷുകി
12. ചിത്രം: ചുക്ക്
    ഗാനം: കാദംബരിപുഷ്പ സരസ്സിൽ

(തുളസീ തീർത്ഥം എന്ന ഭക്തിഗാന കാസറ്റിലെ 'അഷ്ടമി രോഹിണി നാളിലെൻ എന്ന ഗാനവും ഞാൻ സംഗീതം നൽകി മാലിനി രവിവർമ്മ പാടിയ 'അമ്മേ ജഗദംബികേ' എന്ന യൂട്യൂബ് ഗാനവും ഈ രാഗത്തിൽ ഉള്ളവയാണ്.)

https://youtu.be/Fl6nsSQn4Jw

വിരഹം, ശോകം, കരുണം എന്നീ ഭാവങ്ങൾ വിശേഷത്തോടെ

അനുഭവിപ്പിച്ച ധാരാളം ഹിന്ദി സിനിമാഗാനങ്ങളും ഉണ്ട്.

ഹിന്ദി ചലച്ചിത്ര ഗാനങ്ങൾ

1. ചിത്രം: മെഹബൂബ
   ഗാനം: മേരേ നൈന... സാവൻ ഭഡോൻ
2. ചിത്രം: മേരാ നാം ജോക്കർ
   ഗാനം: ജാനേ കഹാൻ ഗയേ വോഹ് ധിൻ

മിശ്ര ശിവരഞ്ജിനി രാഗത്തിലുള്ള ഗാനങ്ങൾ

1. ചിത്രം: ചിത്രമേള
   ഗാനം: ആകാശദീപമേ, ആർദ്ര നക്ഷത്രമേ
2. ചിത്രം: ചിരിയോ ചിരി
   ഗാനം: ഏഴു സ്വരങ്ങളും തഴുകി വരുന്നൊരു
3. ചിത്രം: ഏക് ദു ഉജേ കേലിയേ (ഹിന്ദി)
   ഗാനം: തേരേ മേരേ ബീച്ച് മേ

മുപ്പത്തെട്ട്
ചാരുകേശി

ഇരുപത്താറാമത് മേളകർത്താരാഗം. പൂർവ്വാംഗം (ആദ്യ പകുതി ഭാഗം) ശങ്കരാഭരണത്തിന്റേയും ഉത്തരാംഗം (രണ്ടാം പകുതി) തോഡി രാഗത്തിന്റേയും ചേർന്നുള്ള ഒരു വിശേഷ രാഗരസം നൽകുന്ന രാഗമാണ്. മുത്തുസ്വാമി ദീക്ഷിതരുടെ സമ്പ്രദായത്തിൽ അസമ്പൂർണ്ണ മേളത്തിലുള്ള 'തരംഗിണി' രാഗജന്യത്തിലാണ് ഉൾപ്പെടുത്തിയിട്ടുള്ളത്.

ആ: സ രി2 ഗ3 മ1 പ ധ1 നി2 സ

അവ: സ നി2 ധ1 പ മ1 ഗ3 രി2 സ

ഷഡ്ജം, ചതുഃശ്രുതി ഋഷഭം, അന്തര ഗാന്ധാരം, ശുദ്ധമധ്യമം, പഞ്ചമം, ശുദ്ധ ധൈവതം, കൈശികി നിഷാദം.

ജീവസ്വരങ്ങൾ ഗ, നി എന്നിവയാകുന്നു.

ചാരുകേശി രാഗത്തിലെ മധ്യമം ആധാരഷഡ്ജമാക്കി ശ്രുതിഭേദം ചെയ്താൽ, ഗൗരീമനോഹരിയും നിഷാദം ആധാരഷഡ്ജമാക്കി പാടിയാൽ വാചസ്പതി രാഗവും ലഭിക്കും.

പധനിധപമഗരി, സരിഗമഗരിനിസധ,

പധപനിധ, രിഗമഗ രിസധ, പധ സരിഗ

മഗഗ രിരി, സരിഗമഗരിസരിഗരിസ, ഗരിരിസരിനിസ എന്നിവ വിശേഷപ്രയോഗങ്ങളാണ്.

ചാരുകേശി രാഗത്തിലുള്ള കൃതികൾ

ത്യാഗരാജ സ്വാമിയുടെ 'ആഡ മോഡി ഗലദാ രാമയ്യ..', മുത്തുസ്വാമി ദീക്ഷിതരുടെ 'പാലയമാം...', സ്വാതി തിരുനാളിന്റെ 'കൃപയാ പാലയാ ശൗരേ', ലാൽ ഗുഡി ജി. ജയരാമന്റെ 'ഇന്നം എൻ' എന്ന വർണം എന്നിവ പ്രസിദ്ധങ്ങളാണ്.

സ്ത്രീപുരുഷസ്നേഹത്തിലെ ആത്മപ്രണയഗന്ധത്തിന്റെ മുഗ്ദ്ധസൗരഭ്യം അനുഭവിപ്പിക്കുന്ന രാഗമാണ് ചാരുകേശി. ശൃംഗാരം, ശോകം, ഭക്തി, ശാന്തം എന്നിവയെല്ലാം പ്രസരിപ്പിക്കാൻ ഈ രാഗത്തിന് കഴിയും. കഠിനഹൃദയരെ ശാന്തരും ലോലഹൃദയരുമാക്കാൻ ചാരുകേശി രാഗത്തിനു കഴിവുണ്ട്. ശരീരം, ആത്മാവ്, മനസ്സ്, അന്തരീക്ഷം, ആകാശം ഇവകൾക്കു കൂടി ഊർജ്ജദായക തരംഗനാദമാണ് ചാരുകേശി നൽകുന്നത്.

ചാരുകേശി രാഗത്തിലുള്ള സിനിമാഗാനങ്ങൾ

1. ചിത്രം: മിടുമിടുക്കി
   ഗാനം: അകലെയകലെ നീലാകാശം
2. ചിത്രം: തുലാഭാരം
   ഗാനം: കാറ്റടിച്ചു കൊടുങ്കാറ്റടിച്ചു
3. ചിത്രം: പിക്നിക്
   ഗാനം: ചന്ദ്രക്കല മാനത്ത്

മുപ്പത്തൊമ്പത്

യമുനാകല്യാണി രാഗം

അറുപത്തഞ്ചാമത് മേളകർത്താരാഗമായ മേചകല്യാണിയുടെ ജന്യരാഗം.

ഇതിൽ വിവിധത്തിലുള്ള ആരോഹണാവരോഹണ രീതികൾ ഉണ്ട്.

1) സമ്പൂർണ്ണ- സമ്പൂർണ്ണ സമ്പ്രദായം
ആ: സരിഗപ മഗപനിധസ
അവ : സനിധപ മഗരിസ

2) ഷാഡവ സമ്പൂർണ്ണം
ആ: സരിമപ ധ നിധസ
അവ: സനിധപ മഗരിസ

3) ഷാഡവ - ഷാഡവം
ആ: സരിഗപ മപധസ

അവ: സധപ മ പ ഗരിസ

4) ആ: സരിഗപമഗ പധനീധസ

അവ : സനിധപ മ ഗമരിസ

അവരോഹണത്തിൽ ശുദ്ധമധ്യമ സ്വരം മിതമായിട്ടേ ഉപയോഗിക്കാവൂ. ഉദാഹരണം: 'ഗമരിസ' എന്നതിലെ ഗാന്ധാരത്തിനും ഋഷഭത്തിനും ഇടയിലുള്ള മധ്യമസ്വരം.

ജീവസ്വരങ്ങൾ: രി, ഗ, മ, ധ, നി ഇവയാണ്.

സ്വര പ്രയോഗങ്ങൾ: നിധനിരി, നിരിനിഗ, ധനിരിഗ - പമരിഗരി, ഗമരി, സരിസ എന്നിവ രഞ്ജക പ്രയോഗങ്ങളാണ്. ശാന്തം, ശൃംഗാരം, വിപ്രലംഭ ശൃംഗാരം, വീരം, ഭക്തി, പ്രണയം എന്നീ വികാരങ്ങൾ പ്രസരിപ്പിക്കുന്നതിന് അനുയോജ്യരാഗം. ഇവിടെ നാലാമത്തെ പ്രയോഗത്തിൽ ഉള്ളതു സ്വീകരിച്ചതിൽ, ഷഡ്ജം, ചതുഃശ്രുതി ഋഷഭം, അന്തര ഗാന്ധാരം, പഞ്ചമം, പ്രതി മധ്യമം, ചതുഃശ്രുതി ധൈവതം, കാകളി നിഷാദം എന്നിവയാകുന്നു.

യമുനാകല്യാണി രാഗത്തിലുള്ള കൃതികൾ

മുത്തുസ്വാമി ദീക്ഷിതരുടെ 'ജംപു പതേ മാം പാഹി', 'നന്ദഗോപാല മുകുന്ദ ഗോകുല നന്ദന'. ത്യാഗരാജ സ്വാമിയുടെ 'നാരായണ ഹരി നാരായണ ഹരി' എന്ന ദിവ്യനാമ കീർത്തനം. വ്യാസരായരുടെ 'കൃഷ്ണാ നീ ബേഗനെ ബാറൊ' മിശ്രചാപ്പ് താളം.

കെ.സി.കേശവപിള്ളയുടെ 'ജയ ജഗദീശ രാമ', 'ശൃംഗാര യോനി സമാന' എന്നീ കൃതികൾ വളരെ പ്രസിദ്ധങ്ങളാണ്.

യമുനാകല്യാണി രാഗത്തിലുള്ള സിനിമാഗാനങ്ങൾ

1. ചിത്രം: തച്ചോളി ഒതേനൻ
   ഗാനം: കന്നിനിലാവത്ത് കസ്തൂരി പൂശുന്ന
2. ചിത്രം: കുപ്പിവള
   ഗാനം: കൺമണി നീയെൻ കരംപിടിച്ചാൽ
3. ചിത്രം: കായംകുളം കൊച്ചുണ്ണി
   ഗാനം: കുങ്കുമപൂവുകൾ പൂത്തു
4. ചിത്രം: അനാർക്കലി
   ഗാനം: നദികളിൽ സുന്ദരി യമുനാ
5. ചിത്രം: അന്വേഷിച്ചു കണ്ടെത്തിയില്ല..
   ഗാനം: ഇന്നലെ മയങ്ങുമ്പോൾ ഒരു മണിക്കിനാവിന്റെ
7. ചിത്രം: ദ്വീപ്

ഗാനം: കടലേ..... നീലക്കടലേ ..
(എം. എസ്. ബാബുരാജിന്റെ ഹൃദയസംഗീതം)

8. ചിത്രം: ധ്വനി
ഗാനം: ജാനകീ ജാനേ രാമാ...
(ഇന്ത്യൻ സംഗീതത്തിലെ മഹാ സംഗീതജ്ഞൻ നൗഷാദ് ഈണം നൽകിയ ഗാനം.

നാൽപത്
സിന്ധുഭൈരവി

എട്ടാമത് മേളകർത്താരാഗമായ ഹനുമതോടി രാഗത്തിന്റെ ജന്യമെന്നും ദേശ്യതോടിയിൽ നിന്നും പരിണമിച്ചതാണെന്നും ഇരുപതാമത് മേളകർത്താരാഗമായ നഠഭൈരവിയുടെ ജന്യമാണെന്നും അഭിപ്രായങ്ങളുണ്ട്. പഴയ കാലത്തു സിന്ധുഭൈരവിരാഗം പത്താമത് മേളകർത്താരാഗമായ നാടകപ്രിയയുടെ ജന്യമായ മധ്യ രാഗ ശൈലിയിലാണ് പാടിയിരുന്നത്.

പഴയ ശൈലീസ്വരരൂപം
ആ: മപധനിസരിഗമ
അവ: ഗരി സ നിധപ മഗ മ

മധ്യമ സ്വരത്തിൽ തുടങ്ങുന്ന പഴയ രീതി ഇന്ന് നിലവിൽ ഇല്ല. (എന്റെയും ജ്യേഷ്ഠത്തിമാരുടേയും പ്രഥമ സംഗീത ഗുരുവായിരുന്ന പൊറ്റേക്കാട്ട് ഉണ്ണികൃഷ്ണമേനോൻ ഭാഗവതർ പഴയ രീതിയിലുള്ള ഒരു ഭജൻ പഠിപ്പിച്ചിരുന്നു.) ഹനുമതോടിയുടെ ജന്യമാണെങ്കിലും ഇന്ന് ഗായകരെല്ലാം അവരവരുടെ യുക്തിക്കും ഇച്ഛക്കും അനുസൃതമായി അന്യസ്വരങ്ങൾ. ചേർത്താണ് സിന്ധുഭൈരവി പാടിവരുന്നത്. ഹിന്ദുസ്ഥാനിയും കർണാടക സംഗീതവും നാടൻ ഗാനരീതികളും സമന്വയിച്ചുള്ള മിശ്രസ്വരാവസ്ഥയിലുള്ളതാണ് ഇന്ന് ഗായകർ ഉപയോഗിക്കുന്ന സിന്ധുഭൈരവി രാഗം.

ഹിന്ദുസ്ഥാനി സംഗീതത്തിൽ ഈ രാഗം അസാവേരി ധാട്ട് എന്നതിന്റ ജന്യരാഗത്തിൽപ്പെടുത്തിയിരിക്കുന്നു.

കർണാടക സംഗീതത്തിൽ സിന്ധുഭൈരവി ഭാഷാംഗരാഗ ഗണത്തിലാണുള്ളത്. 12 സ്വരസ്ഥാനങ്ങളും പ്രയോജനപ്പെടുത്തുന്ന ഒരു രാഗമാണിത്.

ഇപ്പോൾ പ്രയോഗത്തിലുള്ള സ്വരസ്ഥാനങ്ങൾ
ആ : സ രി2 ഗ2 മ1 ഗ2 പ ധ1 നി2 സ

അവ: നി2 ധ1 പ മ1 ഗ2 രി1 സ നി2 സ

കരുണ, ഭക്തി, സമർപ്പണം, സ്നേഹം എന്നീ ഭാവങ്ങൾ ഏതൊരു വ്യക്തിയിലേക്കും പകരുവാൻ ഈ രാഗാലാപനം സാദ്ധ്യമാക്കും.

സിന്ധുഭൈരവി രാഗത്തിലുള്ള കൃതികൾ

സ്വാതിതിരുനാളിന്റെ 'ഭജ ഭജ മാനസ....വിശ്വേശ്വര... ', ലാൽഗുഡി ജയരാമന്റേയും പട്ടണം സുബ്രഹ്മണ്യ അയ്യരുടേയും തില്ലാന, തഞ്ചാവൂർ ശങ്കരഅയ്യരുടെ 'കരുണൈ ദൈവമേ' (മധുരയിലുള്ള ശ്രീനിവാസൻ എന്ന വ്യക്തി രചിച്ചതെന്നും പറയപ്പെടുന്നു.)

ബാലമുരളീകൃഷ്ണ രചിച്ച ആദിതാളത്തിലുള്ള 'ഭജരെ ഗുരു ദൈവം' എന്നീ കൃതികളും സിന്ധുഭൈരവിയിൽ ഉള്ളതാണ്.

സിന്ധുഭൈരവി രാഗത്തിലുള്ള സിനിമാഗാനങ്ങൾ

1. ചിത്രം : നീലി സാലി
   ഗാനം : നീയല്ലാതാരുണ്ടെന്നുടെ
2. ചിത്രം : വെളുത്ത കത്രീന
   ഗാനം : പൂജാ പുഷ്പമേ പൂഴിയിൽ വീണ
3. ചിത്രം : പരീക്ഷ
   ഗാനം : പ്രാണസഖി ഞാൻ വെറുമൊരു
4. ചിത്രം : പാടുന്ന പുഴ
   ഗാനം : സിന്ധു ഭൈരവി രാഗരസം-
   സുന്ദര ഗന്ധർവ്വ ഗാനരസം
   ഇന്ദ്രസദസ്സിലെ ഉർവ്വശി പാടും
   ഇന്ദ്ര മനോ മധുര മന്ത്ര രസം.

എന്ന് തുടങ്ങുന്ന ഗാനത്തിന്റെ പല്ലവി സിന്ധുഭൈരവിയിലാണ് ദക്ഷിണാമൂർത്തി സംഗീതം നൽകിയിട്ടുള്ളത്.

5. ചിത്രം : രാജമല്ലി
   ഗാനം : കുന്നിൻമേല നീയെനിക്കു
6. ചിത്രം : മിടുമിടുക്കി
   ഗാനം : കനക പ്രതീക്ഷ തൻ
7. ചിത്രം : ദേവദാസി
   ഗാനം : ഒരു നാൾ വിശന്നേറെ
8. ചിത്രം : ഉദയം
   ഗാനം : എൻ മന്ദഹാസം ചന്ദ്രികയായെങ്കിൽ

9. ചിത്രം : വേനലിൽ ഒരു മഴ
ഗാനം : എന്റെ കൊട്ടാരത്തിന് മതിലുകൾ
10. ചിത്രം : പത്മ രാഗം
ഗാനം : ഉറങ്ങാൻ കിടന്നാൽ ഓമനേ
11. ചിത്രം : കരുണ
ഗാനം : ഉത്തര മധുരാ വീഥികളേ
12. ചിത്രം : ആൽമരം
ഗാനം : നൂതന ഗാനത്തിൻ യമുനാ
13. ചിത്രം : റസ്റ്റ് ഹൗസ്
ഗാനം : പാടാത്ത വീണയും പാടും
14. ചിത്രം : കടത്തനാട്ട് മാക്കം
ഗാനം : ഇളവന്നൂർ മഠത്തിലെ ഇണക്കുയിലേ
15. ചിത്രം : ഒരു വടക്കൻ വീരഗാഥ
ഗാനം : ഇന്ദുലേഖ കൺ തുറന്നു
16. ചിത്രം : പട്ടാഭിഷേകം
ഗാനം : താരകേശ്വരി നീ
17. ചിത്രം : അടിമകൾ
ഗാനം : നാരായണം ഭജേ നാരായണം
18. ചിത്രം : അതിഥി
ഗാനം : സീമന്തിനീ നിൻ ചൊടികളിൽ
19. ചിത്രം : ദിവ്യ ദർശനം
ഗാനം : സ്വർണ്ണഗോപുര നർത്തകി ശില്പം
20. ചിത്രം : ധ്വനി
ഗാനം : രതിസുഖസാരമായി
21. ചിത്രം : ആകാശദൂത്
ഗാനം : രാപ്പാടി കേഴുന്നുവോ
22. ചിത്രം : ആറാം തമ്പുരാൻ
ഗാനം : ഹരിമുരളീരവം

നാടകം: അശ്വമേധം
ഗാനം : തലയ്ക്കു മീതേ ശൂന്യാകാശം
ആൽബം : തിരുമാന്ധാംകുന്ന് ഭഗവതി
ഗാനം : ചാന്താടി തെളിഞ്ഞ
സംഗീതം : വിജയൻ കോട്ടയ്ക്കൽ
https://youtu.be/CA8VbkLaurg

സിന്ധു ഭൈരവി രാഗത്തിലുള്ള തമിഴ് സിനിമാഗാനങ്ങൾ

1. ചിത്രം: സംഗമം
   ഗാനം: മാർഗഴി തിങ്കളല്ലവ
2. ചിത്രം: കണ്ടുകൊണ്ടേൻ കണ്ടുകൊണ്ടേൻ
   ഗാനം: എങ്കേ ഏനതു കവിതൈ
3. ചിത്രം: ക്യാപ്റ്റൻ പ്രഭാകരൻ
   ഗാനം: ആട്ടമാ തേരോട്ടമാ
4. ചിത്രം: പുന്ന കൈ മന്നൻ
   ഗാനം: എന്ന ശത്തം ഇന്ത നേരം
5. ചിത്രം: മിസ്റ്റർ ഭരത്
   ഗാനം: എന്നമ്മാ കണ്ണ് സൗഖ്യമാ

നാൽപ്പത്തൊന്ന്

മാണ്ഡ് രാഗം

ഹിന്ദുസ്ഥാനി സംഗീതത്തിലെ ബിലാവൽ ധാട്ട് എന്നതിൽ ഉൾപ്പെടുന്ന രാഗമാണ്. കർണ്ണാടക സംഗീതത്തിലെ ഇരുപത്തൊമ്പതാമത് മേളമായ ശങ്കരാഭരണജന്യമായും ഉൾപ്പെടുന്നു. ഔഡവ സമ്പൂർണ്ണമായ രാഗമാണ്.

ആ: സ ഗ3 മ1ധ2 നി3 സ

അവ: സ നി3 ധ2 പ മ1 ഗ3 രി2 സ

പഞ്ചമസ്വരം കൂടുതൽ ഈ രാഗത്തിൽ ചേർത്തു പാടാറില്ല. ഉത്തരേന്ത്യൻ സംഗീതത്തിൽ നിന്നും സ്വീകരിച്ചതുതന്നെയാണ് മാണ്ഡ് രാഗം. രാജസ്ഥാനിലെ നാടോടി ഗാനങ്ങളിൽ ഈ രാഗനിവേശം കൂടുതൽ കേൾക്കാം. പ്രേമഭാവം ഉണർത്തുന്ന ലളിതഗാനങ്ങൾ എന്നിവയ്ക്കായ് ഈ രാഗം ഉപയോഗിക്കുന്നു. കൂടുതൽ കൃതികൾ ഉള്ളതായി അറിവില്ല.

മാണ്ഡ് രാഗത്തിലുള്ള കൃതികൾ

ത്യാഗരാജ സ്വാമിയുടെ 'മനസു വിഷയ നടവിലട കൊ', പെരിയസ്വാമിടൂരന്റെ 'മുരളീധരാ ഗോപാല... ' എന്നിവയാണ്.

മാണ്ഡ് രാഗത്തിലുള്ള സിനിമാഗാനങ്ങൾ

ഈ രാഗത്തിന്റെ പൂർണ്ണമായ ജീവസ്വരസഞ്ചാരവും രാഗസത്തയും ഒരുമിച്ച ഒരൊറ്റ ഗാനമേ മലയാള സിനിമയിൽ ഉണ്ടായിട്ടുള്ളു. ഈ രാഗം പഠിക്കാനും സാധകം ചെയ്യാനും ഏറ്റവും അനു

യോജ്യമായ കൃതിയാണ് അതെന്നും പറയാം.1973 -ൽ പുറത്തു വന്ന 'ലേഡിസ്ഹോസ്റ്റൽ' എന്ന ചിത്രത്തിനു വേണ്ടി ശ്രീകുമാരൻ തമ്പിയുടെ രചനക്ക്, എം.എസ്. ബാബുരാജിന്റെ സംഗീത ചിട്ടയിൽ യേശുദാസ് പാടിയ ഗാനം,

'ജീവിതേശ്വരിക്കേകുവാനൊരു പ്രേമ

ലേഖനമെഴുതി ഞാൻ...' ഈ ഗാനത്തിന്റെ പല്ലവി അവസാനം 'ദേവീ..നാമറിയാതെ' എന്നത് മാണ്ഡ് രാഗം മുഴുവനും ആവാഹിച്ചാണ്. ഈ ഒരു ഗാനത്തെക്കുറിച്ച് പ്രകീർത്തിച്ച് എഴുതിയതുകൊണ്ട് താഴെ കൊടുക്കുന്ന മറ്റുഗാനങ്ങളുടെ സംഗീതസംവിധായകരുടെ കഴിവിനെ കുറച്ചതായി വായനക്കാർ വിചാരിക്കരുതെന്ന് അഭ്യർത്ഥിക്കുന്നു.

മറ്റു ചലച്ചിത്ര ഗാനങ്ങൾ

1. ചിത്രം: ശ്രീഗുരുവായൂരപ്പൻ
   ഗാനം: ഇന്ദീവരദള നയനാ കൃഷ്ണാ
2. ചിത്രം: പാലാട്ട് കോമൻ
   ഗാനം: മനസ്സിനകത്തൊരു പെണ്ണ്
3. ചിത്രം: അടിമകൾ
   ഗാനം: ഇന്ദുമുഖി.... ഇന്ദുമുഖി
4. ചിത്രം: സിന്ധു
   ഗാനം: തേടി തേടി ഞാനലഞ്ഞു
5. ചിത്രം: അയൽക്കാരി
   ഗാനം: വസന്തം നിന്നോട് പിണങ്ങി
6. ചിത്രം: വർത്തമാന കാലം
   ഗാനം: വസന്തത്തിൻ മണി ചെപ്പ്
7. ചിത്രം: പരിണയം
   ഗാനം: അഞ്ചു ശരങ്ങളും പോരാതെ

ഡ്യുയറ്റ് എന്ന തമിഴ്സിനിമയിലെ 'അഞ്ജലി അഞ്ജലി പുഷ്പാഞ്ജലി..' എന്ന ഗാനം മാണ്ഡ് രാഗത്തിലുള്ളതാണ്. 1993-ൽ തരംഗിണി കാസറ്റ് പുറത്തിറക്കിയ മയിൽപ്പീലി എന്ന ഭക്തിഗാനങ്ങളിലെ 'ചെമ്പൈക്ക് നാദം നിലച്ചപ്പോൾ' എന്ന ഗാനവും മാണ്ഡ് രാഗത്തിലുള്ളതാണ്.

നാൽപ്പത്തിരണ്ട്
നാട്ടക്കുറുഞ്ഞി (നാട്ടക്കുറിഞ്ചി)

മംഗളരാഗങ്ങളിൽ വിശേഷപ്പെട്ട രാഗമാണിത്. മഹോത്സവങ്ങളിൽ, വിവാഹമണ്ഡപങ്ങളിൽ ചടങ്ങിന് മുന്നോടിയായി നാഗസ്വര വിദ്വാന്മാർ പരിപാലിച്ച് അവതരിപ്പിക്കുന്ന വിശുദ്ധരാഗമാണിത്. കച്ചേരിയുടെ ആദ്യ ഭാഗങ്ങളിൽ പാടുന്ന രാഗവുമാണ്.

ഇരുപത്തെട്ടാമത് മേളമായ ഹരികാംബോജിയുടെ ജന്യരാഗമാണ് നാട്ടക്കുറുഞ്ഞി.

നാലു വിധമുള്ള ആരോഹണാവരോഹണസമ്പ്രദായം നിലവിലുണ്ട്.

1 ആ: സരിഗമ ധനി പധനിസ
അവ: സനിധമഗസ
2 ആ: സരിഗമധനിസ
അവ: സനിധമഗസ
3 ആ: സരിഗമനിധനി പധനിസ
അവ: സനിധമഗരിസ
4 ആ: സരിഗമനിധനി പധനി സാ
അവ: സനിധമ ഗമപ ഗരിസ

ഇപ്പോൾ പ്രയോജനപ്പെടുത്തി വരുന്നതും പഠിപ്പിക്കുന്നതും നാലാമതായിട്ടുള്ള രീതിയിലാണ്.

ഷഡ്ജം, ചതുഃശ്രുതി ഋഷഭം, അന്തരഗന്ധാരം, ശുദ്ധ മധ്യമം, പഞ്ചമം, ചതുഃശ്രുതി ധൈവതം, കൈശികി നിഷാദം. 'ഗ, മ, ധ' ഇവ ജീവസ്വരങ്ങൾ. രഞ്ജകപ്രയോഗ സ്വരങ്ങളാണ്. 'പധപമ', 'ഗമസ' എന്നിവയാകുന്നു. ഗമരിസ, പധനിസ എന്നിവ വിശേഷങ്ങളായ പ്രയോഗങ്ങളാണ്.

നാട്ടക്കുറുഞ്ഞി രാഗത്തിലുള്ള കൃതികൾ

ത്യാഗരാജസ്വാമിയുടെ 'മനസു വിഷയ...നടവിലട...', മുത്തുസ്വാമി ദീക്ഷിതരുടെ 'ബുധമാശ്രയാമി' നവഗ്രഹ കൃതി.

ശ്യാമശാസ്ത്രിയുടെ 'മായമ്മാ നന്നു ബ്രോ വമ്മ', തിരുപ്പതി നാരായണസ്വാമി നായിഡുവിന്റെ 'പരാ കേല സരസ്വതീ' പട്ടണം സുബ്രഹ്മണ്യ അയ്യരുടെ 'സ്വാമി നിന്നെ...' എന്ന അടതാള വർണ്ണം.

സ്വാതിതിരുനാളിന്റെ നവരാത്രി കൃതിയായ 'പാഹി ജനനി' (ചാപ്പ് താളം), 'ജഗദീശ സദാ മാമവ' എന്നിവയും പ്രസിദ്ധങ്ങളാ

ണ്. കഥകളിപ്പദങ്ങളും ഈ രാഗത്തിലുണ്ട്.

നാട്ടക്കുറിഞ്ഞി രാഗത്തിലുള്ള ചലച്ചിത്രഗാനങ്ങൾ

1. ചിത്രം: ശ്രീ ഗുരുവായൂരപ്പൻ
   ഗാനം: ആദിയിൽ മത്സ്യമായ്
2. ചിത്രം: അനന്ത ഭദ്രം
   ഗാനം: തിരനുരയും ചുരുൾ മുടിയിൽ.
3. ചിത്രം: കാലാപാനി
   ഗാനം: മാരി കൂടിനുള്ളിൽ

തുളസീ തീർത്ഥം ഭക്തിഗാന ആൽബം

ഗാനം: ഗജാനനം ഭൂതഗണാദി സേവിതം

നാൽപത്തിമൂന്ന്
ഖരഹരപ്രിയ രാഗം.

കർണ്ണാടകസംഗീതത്തിലെ വിശേഷപ്പെട്ട രാഗമായ ഖരഹരപ്രിയക്ക് നൂറ്റാണ്ടുകളുടെ പഴക്കം ഉണ്ട്. ഹരപ്രിയ എന്നായിരുന്നു പ്രാചീനത്തിലുള്ള പേരെന്നും 22 എന്ന മേളകർത്ത സംഖ്യ ലഭിക്കാൻ വേണ്ടിയാണ് 'ഹ'- എന്ന വ്യഞ്ജനാക്ഷരത്തിന് പകരം ഖ-കാരക്ഷരം ഹരപ്രിയയോട് ചേർത്ത് ഖരഹരപ്രിയ എന്ന പേരു നൽകിയതെന്നും പറയപ്പെടുന്നു.

(കടപയാദി ഗണിത സൂത്രം. അഥവാ അക്ഷരങ്ങളെ കൊണ്ട് സംഖ്യകളെ സൂചിപ്പിക്കുന്ന രീതിയാണ്.) ഉത്തരേന്ത്യൻ സംഗീതത്തിലെ കാപി രാഗം, ഖരഹരപ്രിയ രാഗത്തോട് സാമ്യമുള്ളതാണ്. മേളകർത്ത രാഗങ്ങൾ 72 എണ്ണമുള്ളതിൽ ഖരഹരപ്രിയയെ 22-മത്തെ മേള രാഗമായി അംഗീകരിച്ചത് എ.ഡി 1750 കാലത്തിലായിരിക്കാൻ സാദ്ധ്യതയുണ്ടെന്ന് സംഗീതജ്ഞനും സംഗീത സംവിധായകനുമായിരുന്ന പരവൂർ ജി.ദേവരാജൻ മാസ്റ്ററുടെ 'സംഗീതശാസ്ത്രനവസുധ' എന്ന ഗ്രന്ഥത്തിൽ പറയുന്നുണ്ട്. ഭക്തി, കരുണ, അഗാധ പ്രണയം, എന്നിവ പ്രതിഫലിപ്പിക്കുന്ന രാഗമാണിത്. മുത്തുസ്വാമി ദീക്ഷിതരും ശ്യാമശാസ്ത്രിയും ഈ രാഗത്തിൽ കൃതികൾ രചിച്ചതായി ഒരു സംഗീത പുസ്തകങ്ങളിലും കാണുന്നില്ല.

സാമഗാന സംഗീതവുമായ് കൂടുതൽ ചേർന്നുനിൽക്കുന്ന ഖരഹരപ്രിയക്ക് പ്രചാരമേകിയത് ത്യാഗരാജ സ്വാമിയാണ്. ത്യാഗരാജ കൃതികളിൽ പ്രാചാരമേറിയതും ഏവരും ആസ്വദിക്കുന്നതും

'പക്കാല നില ബഡി' എന്ന കൃതിയാണ്.

ഖരഹരപ്രിയരാഗം ആരോഹണാവരോഹണം ക്രമസമ്പൂർണ്ണം.

ആ: സ രി2 ഗ1 മ1 പ ധ2 നി1 സ

അവ: സ നി1 ധ2 പ മ1 ഗ1 രി2 സ

ഷഡ്ജം, ചതു: ശ്രുതി ഋഷഭം, സാധരണ ഗാന്ധാരം, ശുദ്ധ മധ്യമം, പഞ്ചമം, ചതുഃശ്രുതി, ധൈവതം, കൈശികി നിഷാദം.

ജീവസ്വരങ്ങൾ രി, ഗ, ധ, നി എന്നിവയാണ്. പധനിധമ, രിമഗരി സ എന്നിവ ആലാപന വിശേഷ പ്രയോഗങ്ങളാകുന്നു.

ഖരഹരപ്രിയരാഗത്തിലുള്ള കൃതികൾ

ത്യാഗരാജ സ്വാമിയുടെ 'രാമാ നീയെഡ...', 'രാമ നീ സമാനമെ വറു... ', 'ചക്കനി രാജ...', 'പക്കാല നില ബഡി'.

പട്ടണം സുബ്രഹ്മണ്യ അയ്യരുടെ 'സങ്കല്പമെട്ടി തോ മാനസ',

തിരുവൊട്ടിയൂർ ത്യാഗയ്യരുടെ 'ത്യാഗരാജാ...'

സ്വാതിതിരുനാളിന്റെ 'സതതം താവക പദസേവനം'

മൈസൂർ വാസുദേവ ആചാര്യരുടെ 'ഗാനസുധാരസ' എന്നിവ ഈ രാഗത്തിലുള്ള പ്രസിദ്ധ കൃതികളാണ്.

ഖരഹരപ്രിയ രാഗത്തിലെ കഥകളി പദങ്ങൾ

ഈശ്വരന്മാരെന്തു വിചാര ലേശം

കത്തുന്ന വന ശാഖി- (മുറിയടന്തതാളം), പാഞ്ചാലരാജതന യെ-(ചെമ്പട താളം), ആരെടാ നടന്നീടുന്നു - (ചെമ്പട താളം) പാണ്ഡവന്റെ രൂപം (അടന്ത താളം) എന്നിവ രസകരമായ പദങ്ങ ളാണ്.

ഖരഹരപ്രിയ രാഗത്തിൽ ചിട്ടപ്പെടുത്തിയ ചലചിത്ര ഗാനങ്ങൾ

ഉദയ സൂര്യന്റെ ഊർജ്ജ പ്രഭാമയം പോലെ ഖരഹര പ്രിയയു ടെ സ്വരസഞ്ചാര പ്രൗഢഗരിമയും ഭാവവും രാഗരസവും ചേർന്നു ള്ള ഒരു ഗാനം ഉണ്ട്. 1972-ൽ പുറത്തിറങ്ങിയ 'ദേവി' എന്ന ചിത്ര ത്തിനു വേണ്ടി വയലാർ രാമവർമ്മ എഴുതി ദേവരാജൻ മാസ്റ്റർ സംഗീതം നൽകി യേശുദാസ് പാടിയ ഗാനം.

'സാമ്യമകന്നോരുദ്യാനമേ...
കല്പകോദ്യാനമേ നിന്റെ-
കഥകളിമുദ്രയാം കമലദളത്തിലെൻ
ദേവിയുണ്ടോ ദേവി!' ഗാനസാഹിത്യവും സംഗീതവും പരസ്

പര പൂരകമായ ഗാനമാണിത്. സരസ്വതിദേവിയുടെ സ്തനദ്വയങ്ങൾ ചുരത്തിയ കാവ്യസംഗീത പഞ്ചാമൃതം ഭുജിച്ച പ്രതിഭാധനരുടെ ഗാനം. ഖരഹരപ്രിയ രാഗത്തിലുള്ള കീർത്തനങ്ങൾ പോലും ദേവരാജ സംഗീത നിർത്സരിയിൽ ഒന്നുമല്ലെന്ന് നമ്മെ ബോധ്യപ്പെടുത്തും. ഖരഹരപ്രിയ രാഗം ഹൃദയത്തോടു ചേർത്ത് അവതരിപ്പിക്കാൻ മേൽപറഞ്ഞ ഗാനം മാത്രം പഠിച്ചാൽ മതിയാകും.

നമ്മുടെ മധുരസ്മരണകൾക്ക് അശോകപൂർണ്ണിമയുടെ നനുത്ത കുളിരും പിച്ചകപ്പൂവിന്റെ മാസ്മരസുഗന്ധവും നൽകി ഭാവനാഗഗനത്തിൽ വിഹരിക്കുവാൻ തക്കവിധം ഖരഹരപ്രിയയെ ഏതൊരു മനസ്സിലേയ്ക്കും നിവേശിപ്പിച്ച സംഗീത ആചാര്യനായിയിരുന്നു വി. ദക്ഷിണാമൂർത്തി സ്വാമി. ഖരഹര പ്രിയയെ വളരെ ലളിതമാക്കി ആസ്വദകരുടെ പ്രിയരാഗമാക്കിയതിന് ഒരു സിനിമ ഗാനം ഉദാഹരണമാക്കിയാൽ മതിയാകും.1969-ൽ പുറത്തിറങ്ങിയ 'ഡെയ്ഞ്ചർ ബിസ്ക്കറ്റ്' എന്ന ചിത്രത്തിനു വേണ്ടി ശ്രീകുമാരൻ തമ്പിയും ദക്ഷിണാമൂർത്തിയും ചേർന്നൊരുക്കിയ ഗാനം.

'ഉത്തരാ സ്വയംവരം കഥകളി കാണുവാൻ
ഉത്രാട രാത്രിയിൽ പോയിരുന്നു...'

കഥകളിയെക്കുറിച്ച് അറിയാത്തവർ പോലും പ്രസ്തുത ഗാനം കേട്ടാൽ ജിജ്ഞാസയോടെ ഉത്തരാസ്വയംവരം മാത്രമല്ല കഥകളിപ്പദങ്ങളുടെ രാഗനിർത്സരിയാൽ ഇത്തിരി കളിഭ്രാന്തുണ്ടെന്നു പറയും.

മലയാളചലചിത്ര ഗാനങ്ങൾ പരിശോധിച്ചാൽ ഖരഹരപ്രിയയിൽ മറ്റു സംഗീത സംവിധായകരും ഈ രാഗത്തിൽ ഗാനങ്ങൾ ചിട്ടപ്പെടുത്തിയിട്ടുണ്ട്. എങ്കിലും ദക്ഷിണാമൂർത്തിസ്വാമിയുടെ സംഗീതത്തിൽ ഉള്ള ഗാനങ്ങളാണ് അധികവും ഉള്ളത്.

ഈ രാഗത്തിലുള ചലച്ചിത്രഗാനങ്ങൾ

1. ചിത്രം: ദേവി
   ഗാനം: സാമ്യമകന്നോരുദ്യാനമേ
2. ചിത്രം: ഡെയിഞ്ചർ ബിസ്ക്കറ്റ്
   ഗാനം: ഉത്തരാസ്വയംവരം കഥകളി
3. ചിത്രം: വാഴ്‌വേ മായം
   ഗാനം: കല്യാണ സൗഗന്ധിക പൂങ്കാവന
4. ചിത്രം: ഭദ്രദീപം
   ഗാനം: കാളിന്ദി തടത്തിലെ രാധാ

5 ചിത്രം: ഉർവശി ഭാരതി

ഗാനം: കാർകൂന്തൽ കെട്ടിലെന്തിനു വാസന

6. ചിത്രം: അന്വേഷണം
ഗാനം: ചന്ദ്രരശ്മി തൻ ചന്ദന നദിയിൽ

7. ചിത്രം: ബ്രഹ്മചാരി
ഗാനം: ചിത്രശിലാപാളികൾ കൊണ്ടൊരു

8. ചിത്രം: യവനിക
ഗാനം: ചെമ്പകപുഷ്പ സുവാസിത യാമം

9. ചിത്രം: ജാതകം
ഗാനം: പുളിയിലക്കരയോലും പുടവ ചുറ്റി

10. ചിത്രം: ശ്യാമ
ഗാനം: പൂങ്കാറ്റേ പോയ് ചൊല്ലാമോ

11. ചിത്രം: ചട്ടക്കാരി (പഴയ സിനിമ)
ഗാനം: മന്ദ സമീരനിൽ ഒഴുകിയൊഴുകി

12. ചിത്രം: പ്രേതങ്ങളുടെ താഴ്വര
ഗാനം: മലയാള ഭാഷതൻ മാദക ഭംഗി നിൻ

13. ചിത്രം : സൂര്യവംശം
ഗാനം: മല്ലീസായകാ നീയെൻ മനസ്സൊരു

14. ചിത്രം: ലോട്ടറി ടിക്കറ്റ്
ഗാനം: മനോഹരി നിൻ മനോരഥത്തിൽ

15. ചിത്രം: പ്രസാദം
ഗാനം: പുലയനാർ മണിയമ്മ പൂമുല്ലക്കാവിൽ

16. ചിത്രം: കടുവയെ പിടിച്ച കിടുവ
ഗാനം: ചിരിയോ ചിരി ചിരിയോ ചിരി

17. ചിത്രം: മറുനാട്ടിൽ ഒരു മലയാളി
ഗാനം: അശോക പൂർണ്ണിമ വിടരും വാനിൽ

18. ചിത്രം: പാവം പാവം രാജകുമാരൻ
ഗാനം: കണ്ണാടിക്കൈയ്യിൽ

19. ചിത്രം: മായാമയൂരം
ഗാനം: ആമ്പല്ലൂർ അമ്പലത്തിൽ ആറാട്ട്

(എന്റെ വല്ല്യ ഓപ്പോളുടെ ഭർതൃബന്ധുവായ പി. രഘുകുമാർ സംഗീതം നൽകിയ ഗാനം)

20. ചിത്രം: നാടൻ പെണ്ണ്
ഗാനം: ഹിമവാഹിനി ഹൃദയഹാരിണി

21. ചിത്രം: മായ
ഗാനം: സന്ധ്യയ്ക്കെന്തിനു സിന്ദൂരം

22. ചിത്രം: ഒരു പെണ്ണിന്റെ കഥ
    ഗാനം: ശ്രാവണചന്ദ്രിക പൂ ചൂടിച്ചു.
23. ചിത്രം: നൃത്തശാല
    ഗാനം: ദേവവാഹിനി തീരഭൂമിയിൽ

മയിൽപ്പീലി എന്ന ഭക്തിഗാന കാസറ്റിലെ യമുനയിൽ ഖരഹര പ്രിയയായിരുന്നെങ്കിൽ എന്ന ഗാനം. പി.കെ. ഗോപിയും ഞാനും ചേർന്നൊരുക്കിയ വിഷു ഗാനം-

'മേടമാസം മേദിനിയുടെ പൂക്കാലം.
ഇളയുടെ തളിതകയിൽ പ്രകൃതീശ്വരിയുടെ
കണിമലർ പോലൊരു കൊന്നപ്പൂ...'
ഗാനത്തിന്റെ യൂട്യൂബ് ലിങ്ക്
https://youtu.be/oJxITOYfAVw

നാൽപത്തിനാല്
വലജി (വലചി)

ഇരുപത്തെട്ടാമത് മേള കർത്താരാഗമായ ഹരികാംബോജിയുടെ ജന്യരാഗമെന്നും പതിനാറാമത് മേള കർത്ത രാഗമായ ചക്രവാക രാഗത്തിന്റെ ജന്യമെന്നും പറയപ്പെടുന്നുണ്ട്. ഉത്തരേന്ത്യൻസംഗീതത്തിൽ ഈ രാഗം ഖമാജ്ഥാട്ടിന്റെ കലാവതി എന്ന പേരിൽ അറിയപ്പെടുന്നു. പാശ്ചാത്യസംഗീതത്തിലെ പെന്റടോണിക് സ്കെയിലിൽ ഉൾപ്പെടുന്നതാണ് ഈ രാഗം. അഞ്ചു സ്വരങ്ങളുടെ രാഗ വിസ്മയമാണ് വലചി. സമരാഗ ഗണത്തിലെ വലജിയിൽ ഋഷഭം, മധ്യമം എന്നി സ്വരങ്ങൾ വർജ്യമാണ്. മലയമാരുത രാഗത്തിന്റെ ഋഷഭ സ്വരം (രി) മാറ്റിയാൽ വലജി രാഗമാകും.

ആ: സ ഗ3 പ ധ2 നി2 സ
അവ: സ നി2 ധ2 പ ഗ3 സ
ഗപധാനി, സഗപധ, പഗാസ എന്നിവ പ്രയോഗ സ്വരങ്ങളാണ്.

വലജി രാഗത്തിലുള്ള കൃതികൾ
മുത്തുസ്വാമി ദീക്ഷിതരുടെ 'പഞ്ചമുഖ പരിപാലി തോ'
ലാൽ ഗുഡി ജയരാമന്റെ ആദിതാള വർണ്ണം
നാരായണതീർത്ഥന്റെ 'സകല ലോകാധാര'
മുത്തയ്യ ഭാഗവതരുടെ 'ജാലംധര സുപീഠസ്ഥേ' എന്ന രൂപക

താള കൃതി ജി.എൻ. ബാലസുബ്രഹ്മണ്യം രചിച്ച 'സന്തതമൂ നിന്നെ' എന്നിവ പ്രസിദ്ധങ്ങളാണ്.

വലചി രാഗത്തിലുള്ള സിനിമ ഗാനങ്ങൾ

1. ചിത്രം: കാവ്യമേള
   ഗാനം: ദേവി ശ്രീദേവി തേടി വരുന്നു ഞാൻ
2. ചിത്രം: ഏഴു രാത്രികൾ
   ഗാനം: കാട്ടാറുമാസം നാടാറുമാസം
3. ചിത്രം: കാർത്തിക
   ഗാനം: ഇക്കരെയാണെന്റെ താമസം
   അക്കരെയാണെന്റെ മാനസം
4. ചിത്രം: ഡെയിഞ്ചർ ബിസ്ക്കറ്റ്
   ഗാനം: കണ്ണിൽ കണ്ണിൽ നോക്കിയിരുന്നാൽ
5. ചിത്രം: മുത്തശ്ശി
   ഗാനം: പ്രേമകൗമുദി മലർമഴ ചൊരിഞ്ഞു.
6. ചിത്രം: വിഷുക്കണി
   ഗാനം: പൂവിളി പൂവിളി പൊന്നോണമായി
6. ചിത്രം: തേന്മാവിൻ കൊമ്പത്ത്
   ഗാനം: മാനം തെളിഞ്ഞേ നിന്നാൽ
7. ചിത്രം: ആരോമലുണ്ണി
   ഗാനം: ഉദയഗിരിക്കോട്ടയിലെ ചന്ദ്രലേഖേ

നാൽപത്തഞ്ച്

സിംഹേന്ദ്രമധ്യമം (സുമദ്യുതി)

അമ്പത്തേഴാമതു മേളകർത്താരാഗ ജന്യം. പ്രതിമധ്യമ രാഗമാണിത്. കൂടാതെ ഒരു സമ്പൂർണ്ണ രാഗവും കൂടിയാണ്. സംഗീതവേദികളിൽ ദീർഘനേരം പാടുവാൻ ഈ രാഗം വളരെ അനുയോജ്യമാണ്.

ആ: സ രി ഗ മ പ ധ നി സ

അവ: സ നി ധ പ മ ഗ രി സ

ഷഡ്ജം, ചതു: ശ്രുതി ഋഷഭം, സാ: ഗാന്ധാരം, പ്രതിമധ്യമം, പഞ്ചമം, ശുദ്ധ ധൈവതം, കാകളി നിഷാദം. 'രി, ഗ, മ, നി' എന്നിവയാണ് രാഗച്ഛായാ സ്വരങ്ങൾ.

'നിനിധ, പമ- ഗാരിനി, പധനിസരിഗമ പധനീ പധനി സാ' എന്നിവ പ്രത്യേക പ്രയോഗസ്വരങ്ങളാണ്.

ജീവസ്വരങ്ങൾ: നിനിധപമഗരി, ഗരിസനിധപമ, ധനിരി പ ധ നീ സാ, രിഗഗരി- നിധ.

രാഗം, താനം, പല്ലവി, കല്പനാസ്വരങ്ങൾ, വരിശകൾ, ജണ്ഡവരിശകൾ ധാട്ടുവരിശകൾ ഇവയ്ക്കെല്ലാം അനുയോജ്യമായരാഗം. ശാസ്ത്രീയസംഗീതത്തിന്റെ പ്രൗഢിയും ഗാംഭീര്യവും ഒന്നിച്ചു പ്രസരിപ്പിയ്ക്കുന്ന രാഗം.

സിംഹേന്ദ്രമധ്യമത്തിലുള്ള കൃതികൾ

മുത്തുസ്വാമിദീക്ഷതരുടെ 'കാമാക്ഷീ കാമകോടി പീഠവാസിനി', 'പാമര ജനപാലിനി', 'നീലാചലനാഥം ഭജേ' ത്യാഗരാജ മുദ്രവെച്ച് കെ.വി. ശ്രീനിവാസ അയ്യങ്കാർ രചിച്ച 'നീദു ചരണ മുലെ', 'നത ജന പരിപാലക', വീണാ കുപ്പയ്യരുടെ 'നന്നു ബ്രോചു', പാപനാശം ശിവന്റെ 'ഇഹപര ന്റ്റു ഇരു ഉലകിലും', മൈസൂർ വാസുദേവാചാര്യരുടെ 'നിന്നെ നമ്മിതിനയ്യ' സ്വാതിതിരുനാളിന്റെ 'രാമ രാമ ഗുണസീമ' എന്നിവയെല്ലാം പ്രസിദ്ധങ്ങളാണ്.

സിംഹേന്ദ്രമധ്യമത്തിലുള്ള സിനിമാഗാനങ്ങൾ

1. ചിത്രം: കാലചക്രം
   ഗാനം: കാലമൊരജ്ഞാത കാമുകൻ
2. ചിത്രം: ഉൾക്കടൽ
   ഗാനം: എന്റെ കടിഞ്ഞൂൽ പ്രണയ കഥയിലെ
3. ചിത്രം: അമ്പട ഞാനേ
   ഗാനം: വാചാലമാകും മൗനം

നാൽപത്താറ്

പഹാഡി

ഇരുപത്തൊമ്പത് മേളകർത്താരാഗമായ ധീരശങ്കരാഭരണത്തിന്റെ ജന്യരാഗം. ഹിന്ദുസ്ഥാനി സംഗീതത്തിൽ കാശ്മീരി ഗ്രാമീണഗാനങ്ങളുടെ സ്പർശമുണ്ട്. ഈ രാഗത്തിൽ അധികവും നാടോടിപ്പാട്ടുകളും ഹിന്ദി ഗാനങ്ങളുമാണുള്ളത്. ഇക്കാലത്ത് ഗസലുകളും ഈ രാഗത്തിലുണ്ട്. വിശുദ്ധമായ പ്രേമത്തിന്റേയും സമാധാനത്തിന്റേയും വിരഹത്തിന്റേയും ശാന്തിയുടെയും ഭാവതലങ്ങൾ പകരുന്നതിന് ഈ രാഗത്തിനു കഴിവുണ്ട്.

ദക്ഷിണേന്ത്യൻ സംഗീതജ്ഞർ ഈ രാഗത്തെ 'ഗമക' പ്രയോഗത്താൽ മനോഹരമാക്കാറുണ്ട്. പുല്ലാംകുഴൽ വിദഗ്ധൻ ഹരിപ്ര

സാദ് ചൗരസ്യ പഹാഡി രാഗത്തിന്റെ ജീവാംശം മുഴുവനും ആവാഹിച്ച് ബാൻസുരിയിലൂടെ നൽകിയത് ഗ്രാമ സംഗീതവിശുദ്ധിയുടെ 'ധൂണു'കളാണ്.

ആരോ: സ രി2 ഗ3 പ ധ2 പ ധ2

അവ: നി3 ധ2 പഗ3 മ1 ഗ3 രി2 സനി3 ധ2 പധ2 സ

പഹാഡി രാഗത്തിൽ കർണ്ണാടകസംഗീതകൃതികൾ ഉള്ളതായി അറിവില്ല. എന്നാൽ വിവിധ ഭാഷകളിൽ ഈ രാഗത്തിൽ ഗാനങ്ങൾ പുറത്തിറങ്ങിയിട്ടുണ്ട്.

പഹാഡി രാഗത്തിൽ ചിട്ടപ്പെടുത്തിയ പ്രസിദ്ധ ചലച്ചിത്രങ്ങളിലെ ഗാനങ്ങൾ

1. ചിത്രം: പട്ടുതൂവാല
   ഗാനം: ആകാശ പൊയ്കയിലുണ്ടൊരു
2. ചിത്രം: കദീജ
   ഗാനം: സുറുമയെഴുതിയ മിഴികളേ
3. ചിത്രം: ഭാർഗ്ഗവിനിലയം
   ഗാനം: വാസന്തപഞ്ചമി നാളിൽ
4. ചിത്രം: മുറപെണ്ണ്
   ഗാനം: കരയുന്നോ പുഴ ചിരിക്കുന്നോ
5. ചിത്രം: കൊടുങ്ങല്ലൂരമ്മ
   ഗാനം: മഞ്ജുഭാഷിണി മണിയറ വീണയിൽ
6. ചിത്രം: തറവാട്ടമ്മ
   ഗാനം: ഒരു കൊച്ചു സ്വപ്നത്തിൻ
7. ചിത്രം: പാലാട്ട് കുഞ്ഞിക്കണ്ണൻ
   ഗാനം: പാലാഴിക്കടവിൽ നീരാട്ടിനിറങ്ങിയ
8. ചിത്രം: ലങ്കാദഹനം
   ഗാനം: തിരുവാഭരണം ചാർത്തിയുറങ്ങും
9. ചിത്രം: ഒരു പെണ്ണിന്റെ കഥ
   ഗാനം: പൂന്തേനരുവി പൊന്മുടിപ്പുഴയുടെ
10. ചിത്രം: ചട്ടക്കാരി (പഴയ സിനിമ)
    ഗാനം: യുവാക്കളേ യുവതികളേ
11. ചിത്രം: വടക്കു നോക്കിയന്ത്രം
    ഗാനം: മായാമയൂരം
12. ചിത്രം: കാട്ട് പോത്ത്
    ഗാനം: പൂവല്ല പൂന്തളിരല്ല

13. ചിത്രം: നമുക്ക് പാർക്കാൻ മുന്തിരിത്തോപ്പുകൾ
ഗാനം: പവിഴം പോൽ പവിഴാധരം പോൽ
14. ചിത്രം: സല്ലാപം
ഗാനം: ചന്ദനച്ചോലയിൽ മുങ്ങി
15. ചിത്രം: മനസ്സിനക്കരെ
ഗാനം: മെല്ലെയൊന്നു പാടി നിന്നെ
16. ചിത്രം: ആരാധന
ഗാനം: ഗോര കാഗസ് ധാ മൻ മേരാ
17. ചിത്രം: കഭീ കഭീ
ഗാനം: കഭീ കഭീ മേരെ ദിൽ മേൻ
18. ചിത്രം: താജ്മഹൽ
ഗാനം: ജോ വാദാ കിയാ ഹോ അപ് നാ
19. ചിത്രം: മഹ്ബൂബാ
ഗാനം: മേരേ നൈനാ സാവൻ ഭാദോൻ
20. ചിത്രം: കോഹിനൂർ
ഗാനം: കോൽപ്യാരാ കീ ദേഖേ ജാദൂഗരീ
21. ചിത്രം: വക്ത്
ഗാനം: കോൻ ആയാ കി നിഗാഹോമേൻ
22. ചിത്രം: ദോസ്തി
ഗാനം: ജാനേ വാലോം സരാ മുഡ് കേ ദേഖോ

നാൽപത്തേഴ്
ശുഭ പന്തുവരാളി

നാൽപ്പത്തഞ്ചാം മേളകർത്താ രാഗമായ ശുഭ പന്തുവരാളി രാഗത്തിന്റെ സ്വരസ്ഥാനങ്ങൾ

ആ: സ രി1 ഗ2 മ2 പ ധ1 നി3 സ

അവ: സ നി3 ധ1 പ മ2 ഗ2 മ2 രി1 സ

ഷഡ്ജം, ശുദ്ധ ഋഷഭം, സാധാരണ ഗാന്ധാരം, പ്രതി മധ്യമം, പഞ്ചമം, ശുദ്ധ ധൈവതം, കാകളി നിഷാദം. ശിവ പന്തുവരാളി എന്ന പേരിലും ഈ രാഗം അറിയപ്പെടുന്നുണ്ട്.

ഉത്തരേന്ത്യൻ സംഗീതത്തിൽ ഈ രാഗത്തിനു തുല്യം 'തോഡി ധാട്ട്' എന്നൊരു രാഗമുണ്ട്.

ഈ രാഗത്തിലെ പ്രതിമധ്യമ സ്വരത്തിനു പകരം ശുദ്ധ മധ്യമം ചേർത്താൽ 'ധേനുക' എന്ന രാഗമാകും. തിരിച്ചും പറയാം 'ധേനു

ക' രാഗത്തിൽ ശുദ്ധ മധ്യമത്തിന് പകരം പ്രതി മധ്യമം ചേത്താൽ ശുഭ പന്തുവരാളി രാഗമാകും. ശുഭ പന്തുവരാളിയുടെ ശുദ്ധ ധൈവത സ്വരത്തെ ആധാര ഷഡ്ജമാക്കി ശ്രുതി ദേദം ചെയ്യുകയാണെങ്കിൽ മുപ്പത്താറാമത് മേളകർത്താ രാഗമായ 'ചലനാട്ട' എന്ന രാഗം ജന്യമാകും. ശുഭപന്തുവരാളി രാഗം ആലപിക്കുന്നതും വയലിൻ, ഓടക്കുഴൽ ഇവയിലൂടെ വായിക്കുന്നതും കേൾക്കുന്ന മാത്രയിൽ യാതൊരു കാരണവു ഇല്ലാതെ തന്നെ മനസ്സിൽ ദുഃഖം കടന്നുവരും. ഈ രാഗം ചൊരിയുന്നത് ശോകരസമാണ്.

മഹാന്മാരുടെ മരണാനന്തരം ദുഃഖാചരണ ഭാഗമായി റേഡിയോയും, ദൂരദർശനും ഈ രാഗത്തിലുള്ള വൃന്ദവാദ്യ സംഗീതം പ്രക്ഷേപണത്തിനായി ഉപയോഗിക്കാറുണ്ട്.

മനുഷ്യമനസ്സിൽ ദുഃഖം അണപൊട്ടി ഒഴുകും വിധം മേഘവിസ്ഫോടനത്തോടെ നമ്മെ കരയിപ്പിക്കുമെങ്കിൽ, ഈ രാഗത്തിന്റെ ശക്തി എന്താണെന്ന് അനുഭവിച്ചേ മനസ്സിലാകൂ. ഏതൊരു ക്രൂര മനസ്സുള്ളവരേയയും കാരുണ്യബോധത്തിലേക്ക് ചിന്തിപ്പിക്കാൻ ശുഭ പന്തുവരാളി രാഗത്തിനു കഴിയും.

ശുഭ പന്തുവരാളി രാഗത്തിലുള്ള കൃതികൾ

ത്യാഗരാജ സ്വാമിയുടെ 'എന്നാളുരകേളന്തുവോ' (ത്രിപുട താളം). മുത്തുസ്വാമി ദീക്ഷിതരുടെ 'പശുപതീശ്വരം പ്രണൗമി', 'സത്യനാരായണം' എന്നിവ പ്രസിദ്ധ കൃതികളാണ്.

ശുഭ പന്തുവരാളി രാഗത്തിലുള്ള സിനിമ ഗാനങ്ങൾ

1. ചിത്രം: കരുണ
   ഗാനം: താഴുവതെന്തേ യമുനാതീരേ
2. ചിത്രം: പൂന്തേനരുവി
   ഗാനം: ഹൃദയത്തിനൊരു വാതിൽ
3. ചിത്രം: ഉൾക്കടൽ
   ഗാനം: കൃഷ്ണതുളസിക്കതിരുകൾ
4. ചിത്രം: ഉത്തരായനം
   ഗാനം: ഹൃദയത്തിൻ രോമാഞ്ചം
5. ചിത്രം: കായലും കയറും
   ഗാനം: രാമായണത്തിലെ ദുഃഖം
6. ചിത്രം: തകര
   ഗാനം: മൗനമേ നിറയും മൗനമേ

7. ചിത്രം: ഇങ്ങനെ ഒരു നിലാപക്ഷി
   ഗാനം: ബ്രൂഹി കൃഷ്ണാ ഘനശ്യാമ
8. ചിത്രം: ഭരതം
   ഗാനം: രാമകഥാ ഗാനലയം

മയിൽപ്പീലി എന്ന ഭക്തഗാന കാസറ്റിലെ
ഗാനം: അണിവാകച്ചാർത്തിൽ ഞാൻ...

നൽപത്തെട്ട്

ദേശ്

ഉത്തരേന്ത്യൻ രാഗമാണ് ദേശ് രാഗം. കർണ്ണാടക സംഗീത രാഗമല്ലെങ്കിലും ഉത്തരേന്ത്യൻ സംഗീതത്തിലെ ഖമാജ് ധാട്ടിനോട് തുല്യമായിട്ട് കർണാടകസംഗീതത്തിലെ ഇരുപത്തെട്ടാമത് മേളകർത്താരാഗമായ ഹരികാംബോജിയുടെ ജന്യത്തിനോട് സാദൃശ്യം ഉള്ളതിനാൽ ദേശീയ രാഗമെന്ന നിലയ്ക്ക് ദക്ഷിണേന്ത്യൻ സംഗീതത്തിലും ഉൾപ്പെടുത്തിയിരിക്കുന്നു. ഔഢവസമ്പൂർണ്ണ രാഗമാണ്.

ആ : സരിമപനീസ

അവ : സനിധപമഗരിസ

ആരോഹണം

ഷഡ്ജം, ചതുഃശ്രുതി ഋഷഭം, ശുദ്ധ മധ്യമം, പഞ്ചമം, കാകളി നിഷാദം.

അവരോഹണം

കൈശികി നിഷാദം, ചതു: ശ്രുതി ധൈവതം, പഞ്ചമം, ശുദ്ധ മധ്യമം, അന്തര ഗാന്ധാരം, ചഃശ്രുതി ഋഷഭം ഷഡ്ജം.

ദക്ഷിണേന്ത്യൻ സംഗീത കച്ചേരികളുടെ ഒടുവിൽ ഭജന, തില്ലാന, സ്തുതികൾ, എന്നിവ സദസ്സിലെ സാധാരണ വിഭാഗത്തിനും തൃപ്തി വരുവാനായി ദേശ് രാഗത്തിൽ ചിട്ടപ്പെടുത്തിയവ ഗായകർ പാടാറുണ്ട്.

ദേശ് രാഗത്തിലുള്ള കൃതികൾ

ലളിതദാസന്റെ 'നന്ദ നന്ദനാ', പാപ നാശം ശിവന്റെ 'രാമനാമം മോദുമി മനമേ', ലാൽ ഗുഡി ജയരാമന്റെ തില്ലാന, അജ്ഞാത കർത്താവിന്റെ 'ഹേ ഗോവിന്ദ ഹേ ഗോപാല' എന്ന ഭജൻ. ബങ്കിം ചന്ദ്ര ചാറ്റർജി ബംഗാളി ഭാഷയിൽ എഴുതിയ ഭാരതത്തിന്റെ ദേശീയ ഗീതം വന്ദേ മാതരം എന്നിവയും സബർമതി മുതൽ ദണ്ഡി

വരെയുള്ള 24 ദിവസം ഉപ്പ് സത്യാഗ്രഹത്തിനു വേണ്ടിയുള്ള ദീർഘയാത്രയിൽ അണിചേർന്ന് പിന്തുടരുന്ന ജനങ്ങൾക്ക് മനോവീര്യവും ഊർജ്ജസ്വലതയും കൈവരുത്തുവാൻ ഗാന്ധിജി ആവേശത്തോടെ പാടിയ ഗാനം.

ലക്ഷ്മണാചാര്യ രചിച്ച് പണ്ഡിറ്റ് വിഷ്ണു, ദിഗാംബർ പലുസ്കർ സംഗീതം നൽകിയ പ്രസിദ്ധമായ രാമഭക്തി, ഈശ്വരനും, രാമനും, അള്ളാഹുവും ഒന്നു തന്നെയെന്ന് ബോധ്യപ്പെടുത്തുന്ന ഗീതം, 'രഘുപതി രാഘവ രാജാറാം പതീത പാവന സീതാറാം' എന്ന ദേശീയ ഭജനാ ഗീതവും പ്രസിദ്ധങ്ങളാണ്.

ദേശ് രാഗത്തിലുള്ള സിനിമ ഗാനങ്ങൾ

1. ചിത്രം: ശകുന്തള
   ഗാനം: ശംഖുപുഷ്പം കണ്ണെഴുതുമ്പോൾ
2. ചിത്രം: പരീക്ഷ
   ഗാനം: ഒരു പുഷ്പം മാത്രമെൻ പൂങ്കുലയിൽ
3. ചിത്രം: പോർട്ടർ കുഞ്ഞാലി
   ഗാനം: ജന്നത്ത് താമര
4. ചിത്രം: കാണാത്ത വേഷങ്ങൾ
   ഗാനം: സ്വർഗ്ഗവാതിൽ തുറന്നു വന്നൊരു
5. ചിത്രം: രണ്ടിടങ്ങഴി
   ഗാനം: തുമ്പപൂ പെയ്യണ പൂനിലാവേ
6. ചിത്രം: ചാമരം
   ഗാനം: നാഥാ നീ വരും കാലൊച്ച കേൾക്കുവാൻ
   കാതോർത്ത് ഞാനിരുന്നു.
7. ചിത്രം: മഞ്ഞിൽ വിരിഞ്ഞ പൂക്കൾ
   ഗാനം: മിഴിയോരം നനഞ്ഞൊഴുകും
8. ചിത്രം: നീലക്കടമ്പ്
   ഗാനം: നീലക്കുറിഞ്ഞികൾ പൂക്കുന്ന

നാൽപത്തൊമ്പത്

മിയാൻ മൽഹാർ – രാഗം (മിയാം കി മൽഹാർ)

ഉത്തരേന്ത്യൻ സംഗീതത്തിലെ വിശേഷപ്പെട്ട ഒരു രാഗമാണ് മൽഹാർ. അക്ബർ ചകവർത്തിയുടെ സദസ്സിലെ പ്രഥമഗായകനായ താൻസെൻ ഒരു ദിവസം മൽഹാർ രാഗം പാടി ഏവരേയും

അമ്പരിപ്പിച്ചു. ഇതിന് ഉപഹാരമായി അക്ബർ ചക്രവർത്തി മിയാൻ താൻസെൻ എന്ന പേരിലെ മിയാൻ എന്ന ഭാഗം മൽഹാർ രാഗത്തോടു ചേർത്ത് 'മിയാൻ മൽഹാർ' എന്ന പേരു നൽകി പ്രസിദ്ധമാക്കി. മിയാൻ താൻസെനു ചക്രവർത്തി ഏറെ പരിഗണനയും സ്നേഹവും നൽകുന്നതിൽ അസൂയാലുക്കളായ മറ്റു സംഗീതജ്ഞർ കുബുദ്ധിയാൽ ഒരു പരിപാടി തയ്യാറാക്കി.

മിയാൻ താൻസെന് 'ദീപക്' എന്ന രാഗം പാടി കൊട്ടാരത്തിൽ ദീപം തെളിയിക്കുന്നതിലും അസാമാന്യ കഴിവുണ്ടെന്ന് രാജാവിനോടു പറഞ്ഞു. സംഗീതപ്രേമിയായ ചക്രവർത്തി 'ദീപക് രാഗം' പാടിക്കേൾക്കണം എന്ന ആഗ്രഹം തൻസെനോടു പറഞ്ഞു. ചക്രവർത്തിയുടെ അഭിലാഷം കേട്ട് താൻസെൻ ഉള്ളാലെ ഭയന്നു.. കാരണം ദീപക് രാഗം പാടിയാൽ അതു മൂലം ഉണ്ടാകുന്ന അഗ്നിയിൽ താൻ മരിച്ചു പോകും എന്നു താൻസെന് അറിയാമായിരുന്നു. എന്നാലോ രാജഹിതം അവഗണിക്കാനും പാടില്ല!

ഒടുവിൽ, കുറച്ച് ദിവസത്തെ സാധകത്തിനും ഇടവേളയ്ക്കും ശേഷം രാഗം പാടാൻ അനുമതി വാങ്ങി. ഈ കാലയളവിൽ താൻസെൻ തന്റെ മകൾ സരസ്വതിയേയും പ്രിയശിഷ്യ, രൂപ് കുമാരിയേയും 'മൽഹാർ' പരിശീലിപ്പിച്ചു. ദീപക് രാഗം ആലപിക്കാനുള്ള സുദിനം വന്നു ചേർന്നു. ദർബാറിൽ സജ്ജീകരിച്ചിട്ടുള്ള വിളക്കുകളെല്ലാം ദീപക് രാഗാലാപന നാദദ്യുതിയിൽ പ്രകാശിക്കുകയും തന്മൂലം ഉണ്ടായ അത്യുഷ്ണത്തിൽ താൻസെൻ പുറത്തേയ്ക്ക് ഓടുകയും ചെയ്തു. അന്തരീക്ഷ ഊഷ്മാവ് കൂടിയതിനാൽ ചക്രവർത്തിയും സഭ വിട്ടകന്നു. ഈ സമയം മകളും ശിഷ്യയും മൽഹാർരാഗം പാടി, കഠിനമഴ പെയ്യിച്ച് അദ്ദേഹത്തെ മരണത്തിൽ നിന്നു രക്ഷിച്ചു എന്നാണു പറയപ്പെടുന്നത്.

മിയാൻ മൽഹാർ രാഗം കാലാവസ്ഥയുമായി ബന്ധപ്പെട്ട അഥവാ ഞാറ്റുവേല രാഗമാണെന്നും പറയാം.

ആരോഹണാവരോഹണസ്വരങ്ങൾ

1)ആ : സമരിപ മപ നിധനി നിസ

അ : സനിപമപഗമരിസ

2)ആ : സമരിപ പാധപമരിസ രിപമപ നിധ നിസ

അ : സനിധപ പഗമരിസ

ഷഡ്ജം, ചതുഃശ്രുതി ഋഷഭം, സാധാരണഗാന്ധാരം, ശുദ്ധമധ്യമം, പഞ്ചമം, ചതുഃശ്രുതി

ധൈവതം, കൈശികി നിഷാദം, കാകളി നിഷാദം (രണ്ട് നിഷാദങ്ങളും ഉണ്ട്)

ധാട്ട്:- കാഫി, ജതി :- സമ്പൂർണ്ണ ഷാഡവം.

വാദി :- ഷഡ്ജം (സ), സമവാദി :- പഞ്ചമം.

മിയാം കി മൽഹാർ രാഗത്തിലുള്ള
വിവിധ ചലചിത്രങ്ങളിലെ ഗാനങ്ങൾ

1. ചിത്രം: ഗുരുവായൂർ കേശവൻ
   ഗാനം: ഇന്നെനിയ്ക്ക് പൊട്ടുകുത്താൻ
2. ചിത്രം: ഞാൻ ഗന്ധർവ്വൻ
   ഗാനം: ദേവീ ആത്മരാഗമേകാൻ
3. ചിത്രം: വൈശാലി
   ഗാനം: ഇന്ദു പുഷ്പം ചൂടി നില്ക്കും രാത്രി!

ഹിന്ദി സിനിമയിലെ പ്രസിദ്ധഗാനം

4. ചിത്രം: ചോട്ടാ ഖയാൻ
   ഗാനം: ബോലേ രേ പപീ ഹര

അമ്പത്

ജൗൺപുരി രാഗം (ജീവൻ പുരി)

ഇരുപതാമത്തെ മേളകർത്താ രാഗമായ നീഭൈരവിയുടെ ജന്യരാഗമാണ്. ഉത്തരേന്ത്യൻ സംഗീതത്തിൽ നിന്നും സ്വീകരിച്ച രാഗമായതിനാൽ സ്വരക്രമങ്ങൾ ഇനിയും വ്യവസ്ഥാപിതമായിട്ടില്ല. ഉത്തരേന്ത്യൻ സംഗീതത്തിലെ ആസാവേരി ധാട്ട് എന്നതിൽ ഉൾപ്പെടുന്ന രാഗമാണ്. ഉത്തർപ്രദേശിലെ സൗരാഷ്ട്ര ഗോത്രത്തിൽ ഉണ്ടായിരുന്ന രാഗം. രാജകീയരാഗം. ഈ രാഗത്തിന്റെ സ്വരനാദവശ്യതയിൽ ഭ്രമിച്ചാണ് കർണാടിക്ക് സംഗീതജ്ഞന്മാർ ജൗൺപുരിയെ സ്വന്തം സംഗീതത്തിലേക്കു സ്വീകരിച്ചത്. ഈ രാഗം 'ശുദ്ധ ദേശി' തന്നെയാണെന്നതിൽ സംശയിക്കേണ്ടതില്ല. ശുദ്ധ ദേശി രാഗത്തിൽ ആരോഹണത്തിൽ ചതുഃശ്രുതി ധൈവതമാണ് ഉള്ളത്. ഇതേ വിധത്തിലാണ് ഹിന്ദുസ്ഥാനിരാഗമായ ജൗൺപുരിയിലും ധൈവതം ഉള്ളത്.

ആ: സ രി മ പ, ധ നി സ

അവ : സനിധപ ധമപ ഗരിസ

വാദി സ്വരം : ധൈവതം (ധ) സംവാദി സ്വരം : ഗാന്ധാരം (ഗ) രിമപധനിപ, പധമപ, ഗരിസ, സ; സരിമപ, ധ; ധനിസാ, സാ നിധാ പാ, ധാപമ ഗാരിസ എന്നിങ്ങനെ വിശേഷ പ്രയോഗങ്ങളാണ്.

ജൗൺപുരി രാഗത്തിലുള്ള കൃതികകൾ

ത്യാഗരാജ സ്വാമിയുടെ 'രഘുനന്ദന രാജമോഹന', എന്തു കൗ ഗലി ന്തുറാ', അരുണാചലം കവിയുടെ 'അവതാരം ശൈതിട്ട വിരെ', സുബ്രഹ്മണ്യ ഭാരതിയുടെ 'പാരുക്കുളൈ നല്ല നാള്', 'ആശൈ മുകം', സ്വാതിരുനാളിന്റെ 'മാധവാ ലോകന', 'ദശരഥ സുത' എന്നിവ പ്രസിദ്ധങ്ങളാണ്.

ജൗൺപുരി രാഗത്തിലുള്ള സിനിമാഗാനങ്ങൾ

1. ചിത്രം: പാദമുദ്ര
   ഗാനം: അമ്പലമില്ലാതെ ആൽത്തറയിൽ
2. ചിത്രം: സർഗ്ഗം
   ഗാനം: സംഗീതമേ അമരസല്ലാപമേ
3. ചിത്രം: നെഞ്ചിൽ ഒരാലയം(തമിഴ്)
   ഗാനം: സൊന്നതു നീ താനാ
4. ചിത്രം: കുമുദം (തമിഴ്)
   ഗാനം: കല്ലിലെ കാലായ് വണ്ണം
5. ചിത്രം: മുല്ലൈ വനം (തമിഴ്)
   ഗാനം: നാൻ പെട്ര സെൽവം
6. ചിത്രം: അശോക് കുമാർ (തമിഴ്)
   ഗാനം: ജ്ഞാനക്കണ്ണ് ഒൻറു
7. ചിത്രം: മീര (തമിഴ്)
   ഗാനം: കാറ്റിനിലെ വരും ഗീതം
8. ചിത്രം: നിനക്ക് തെരിഞ്ഞി താ മനമേ(തമിഴ്)
   ഗാനം: എങ്കേങ്ക നീ സെൻട പോതും
9. ചിത്രം: സ്വദേശ് (ഹിന്ദി)
   ഗാനം: പൽ പൽ ഹായ് ബാരി
10. ചിത്രം: സത്യമേവ ജയതേ (ഹിന്ദി)
    ഗാനം: ധിൽ മേം ഹോ തും ആംഖോം

അമ്പത്തൊന്ന്

നീലാംബരി

ഇരുപത്തൊമ്പതാം മേളകർത്താരാഗമായ ധീരശങ്കരാഭരണത്തിന്റെ ജന്യരാഗം.

1. ആ: സരിഗമപധപനിസ

അ: സനി പമ ഗരി ഗസ

ഷഡ്ജം, ചതുഃശ്രുതി ഋഷഭം, അന്തര ഗാന്ധാരം, ശുദ്ധ മധ്യമം, പഞ്ചമം, ചതുഃശ്രുതി ധൈവതം, കാകളി നിഷാദവും കൈശികി നിഷാദവും ഉപയോഗിക്കുന്നുണ്ട്.

നീലാംബരി ഒരു ഭാഷാംഗ രാഗമാണ്.

ആരോഹണാവരോഹണ സ്വരങ്ങൾ ഇനിയും മൂന്ന് വിധം ഉണ്ടെന്നു ചിലർ അഭിപ്രായപ്പെടുന്നുണ്ട്.

2. ആ: സരിഗമപനിസനിധനിസ
   അവ: സനി പമ ഗരി ഗസ
3. ആ: സരിഗമാ പധ പനിനീ സനിധനി സാ
   അവ : സനി പാ ഗരിഗരി മഗസ
4. ആ: സ രി ഗ മ പ നി സ
   അവ: സനിപധനിപമ ഗരിഗസ

ജീവസ്വരങ്ങൾ - രി, മ, നി എന്നിവയാകുന്നു. മന്ദ്രസ്ഥായി നിഷാദത്തിനു താഴെ സഞ്ചാരം ഇല്ല. മന്ദ്രസ്ഥായിൽ 'പനിധനി ' എന്ന് പാടുമ്പോഴും കൈശികി നിഷാദമാണു വരിക. സനിധനി സ, സനിപമഗസ, പാധനിധാനി സ- എന്നിവ വിശേഷ പ്രയോഗ ങ്ങളാണ്.

വിളംബിതകാലത്തിൽ ഈ രാഗം പാടുന്നത് കേൾക്കാൻ ഇമ്പ മേറെയാണ്. താരാട്ടുപാട്ടുകൾക്ക് ഉചിതമായ രാഗമാണ് ഇത്.

നീലാംബരി രാഗത്തിലുള്ള കൃതികൾ

ത്യാഗരാജ സ്വാമിയുടെ 'നീകേ ദയറാക നേ', 'എന്ന ഗമന സു കുരാനി', 'പ്രഹ്ലാദ ഭക്തി', ദീക്ഷിതരുടെ 'അംബ നീലായതാക്ഷി', ഇരയിമ്മൻ തമ്പിയുടെ 'എന്തു ഞാനിഹ ചെയ്യൂ' 'വരനോ സ്മര നോ' എന്നീ പദങ്ങൾ, 'ഓമനത്തിങ്കൾ കിടാവോ' എന്ന താരാട്ട് പാട്ട്, പൊന്നയ്യാപിള്ളയുടെ 'അംബ നീലാംബരി', ക്ഷേത്രജ്ഞ ന്റെ 'എട്ടു വണ്ടി വാഡെ വാഡു', 'ഓയമ്മാ.. ' പദം (ത്രിപുടതാ ളം), ശ്യാമ ശാസ്ത്രിയുടെ 'ബ്രോവ വമ്മ ബങ്കാരു-ബൊമ്മ മായ മ്മ', കൃഷ്ണസ്വാമി അയ്യരുടെ 'ദേവീ ത്രിപുര സുന്ദരീ...', പല്ലവി ശേഷയ്യരുടെ 'മാനസു നീ പാദ ഭജന', സ്വാതി തിരുനാളിന്റെ 'സാരസ സാര സുന്ദര'(പദവർണ്ണം), 'കാന്തനോടു ചെന്നു മെല്ലെ', 'ആനന്ദവല്ലി', 'കാമിനീ ഹ ഞാനെന്തു' എന്നീ പദങ്ങളും പ്രസിദ്ധ മായവയാണ്.

നീലാംബരി രാഗത്തിലുള്ള സിനിമാഗാനങ്ങൾ

1. ചിത്രം: മിണ്ടാപ്പെണ്ണ്
   ഗാനം: അമ്പാടി പൈതലേ
2. ചിത്രം: അനുഭവങ്ങൾ പാളിച്ചകൾ
   ഗാനം: കല്യാണി കളവാണി ചൊല്ലമ്മിണി
3. ചിത്രം: മുത്തശ്ശി
   ഗാനം: ഹർഷബാഷ്പം തൂകി
4. ചിത്രം : ഒരു മിന്നാമിനുങ്ങിന്റെ നുറുങ്ങുവെട്ടം
   ഗാനം: കണ്മണിയേ
5. ചിത്രം: കിലുക്കം
   ഗാനം: കിലുകിലെ പമ്പരം
6. ചിത്രം: തലയണ മന്ത്രം
   ഗാനം: തൂവൽ വിണ്ണിൻ മാറിൽ

അമ്പത്തിരണ്ട്
യദുകുല കാംഭോജി രാഗം

സാവേരിയുടേയും ഹരികാംബോജിയുടേയും സമന്വയത്തിൽ രൂപപ്പെട്ട രാഗം. എന്നാൽ ഇരുപത്തെട്ടാമത് മേളകർത്ത രാഗമായ ഹരികാംബോജിയുടെ ജന്യരൂപഛായയയാണ് കൂടുതൽ ഉള്ളത്. ഉദാഹരണമായി മാതാപിതാക്കളിൽ ചില കുട്ടികൾക്ക് ഇന്നാളുടെ ഛായയയാണെന്ന് പറയാറില്ലേ. അതുപോലെയുള്ള ഒരു രാഗനാദം.

തമിഴ്നാട്ടിൽ 'എരുക്കല കാംബോജി' എന്നും കേരളത്തിൽ പണ്ടുണ്ടായിരുന്ന സംഗീതജ്ഞർ 'എരിക്കില കാമോദരി' എന്നുമാണു വിളിച്ചിരുന്നത്.

ഔഢവ സമ്പൂർണ്ണവും ഭാഷാംഗരാഗവുമാണ്.

ആ: സ രി മ പ ധ സ

അവ: സനിധ പമഗരിസ

ഷഡ്ജം, ചതുഃശ്രുതി ഋഷഭം, അന്തര ഗാന്ധാരം, ശുദ്ധ മധ്യമം, പഞ്ചമം, ചതുഃശ്രുതി ധൈവതം, കൈശികി നിഷാദം.

ആരോഹണത്തിൽ ഗാന്ധാരവും നിഷാദവും വർജ്യം.

അവരോഹണത്തിൽ എല്ലാ സ്വരങ്ങളും ഉണ്ട്.

സ്വരപ്രയോഗങ്ങളിൽ 'സനിസ', 'സമനിസ പാ' എന്നു പാടുമ്പോൾ കാകളിനിഷാദം ഉപയോഗിയ്ക്കുന്നുണ്ട്.

'സരിഗാ', 'പമഗാ', 'ധനി സ രി സ' 'നിസ നിധ' എന്ന രീതി

യിലുള്ള സ്വരങ്ങളുടെ ഗതികൾ യദുകുലകാംബോജിയുടെ രാഗരസം സർവ്വർക്കും ആസ്വാദ്യമാക്കുന്നു.

യദുകുലകാംബോജിയിലുള്ള കൃതികൾ

ത്യാഗരാജസ്വാമിയുടെ 'ഹെച്ചരിക്കാരാ ശ്രീരാമാ' ത്സംപ താളത്തിലുള്ള ക്ഷേത്രോത്സവ സമ്പ്രദായ ഗാനം. 'ശ്രീരാമ രഘുരാമ ശൃംഗാര രാമയനി' ത്സംപ താളത്തിൽ പാടുന്ന ദിവ്യനാമകീർത്തനം.

ശ്യാമശാസ്ത്രികളുടെ 'കാമാക്ഷി' എന്ന മിശ്രഏക താളത്തിലുള്ള സ്വരജതി, മുത്തുസ്വാമി ദീക്ഷിതരുടെ 'ദിവാകര തനുജംശനൈശ്വരം' ആദിതാളത്തിലുള്ള നവഗ്രഹ കീർത്തനം, ഇരയിമ്മൻ തമ്പിയുടെ 'കണവനോടെന്റെ' എന്ന പദം. താളം-ഖണ്ഡഅട.

സ്വാതിതിരുനാളിന്റെ 'നീലപ്പുരി കുഴലാളെ' ഉത്സവപ്രബന്ധ ഗാനം. താളം- രൂപകം.

'എന്തഹമിഹ സഖി ചെയ്‌വൂ' പദം, അടതാളം.

രാമനാഥപുരം ശ്രീനിവാസ അയ്യങ്കാരുടെ 'ധീംധീംതനനധിരന ധീം തനന തനതിരനാ' എന്ന ഖണ്ഡജാതി ത്രിപുടതാളത്തിലുള്ള പ്രശസ്ത തില്ലാന.

ജി.എൻ. ബാല സുബ്രഹ്മണ്യന്റെ 'പരമ കൃപാ സാഗരീ' എന്നീ കൃതിയും പ്രസിദ്ധമാണ്.

യദുകുലകാംബോജി രാഗത്തിലുള്ള ചലചിത്രഗാനങ്ങൾ

1. ചിത്രം:ദേവാലയം
   ഗാനം: നാഗരാദി എണ്ണയുണ്ട്....

(ദക്ഷിണാമൂർത്തി സംഗീതം നൽകി പാടിയ ഹാസ്യഗാനം.)

2. ചിത്രം: ഓടയിൽ നിന്ന്
   ഗാനം: അമ്പലക്കുളങ്ങരെ കുളിക്കാൻ
   ചെന്നപ്പോൾ അയലത്തെ
3. ചിത്രം: തച്ചോളി ഒതേനൻ
   ഗാനം: കൊട്ടും ഞാൻ കേട്ടില്ല കുഴലും ഞാൻകേട്ടില്ല.
4. ചിത്രം: ഗാനം
   ഗാനം: അളിവേണി എന്തു ചെയ്‌വൂ ഹന്ത...
5. ചിത്രം: ഇനിയെത്ര സന്ധ്യകൾ
   ഗാനം: ഹംസഗാനമാലപിക്കും
   രാഗങ്ങളേ.....മോഹരാഗങ്ങളേ

തോടി രാഗം

രാഗങ്ങളെക്കുറിച്ച് മുമ്പ് എഴുതിയിട്ടുണ്ടെങ്കിലും ചിലതു കൂടി അനുബന്ധമായി സൂചിപ്പിക്കാനുണ്ട്. തോടി രാഗത്തെ മുൻപ് ഹനുമത്തോടി എന്ന് പറഞ്ഞിരുന്നല്ലോ. എട്ടാംമേളകർത്ത രാഗമായ ഈ രാഗത്തിൽ ക്രമസമ്പൂർണ്ണ രീതിയിൽ തന്നെയാണ് ആരോഹണത്തിലും അവരോഹണത്തിലും സ്വരങ്ങൾ നിൽക്കുന്നത്.

ആ: സ രി1 ഗ2 മ1 പ ധ1 നി2 സ

അവ: സ നി2 ധ1 പ മ1 ഗ2 രി 1 സ

എങ്കിലും പഞ്ചമസ്വരം ഇല്ലാതെയും തോടി രാഗത്തിൽ കൃതികളുള്ളതായി കാണുന്നു.

സ്വാതിതിരുനാൾ കൃതിയായ 'പഞ്ചരാഗ സ്വരജതി'യിൽ പഞ്ചമസ്വരം ചേർത്തു കാണുന്നില്ല. ഇങ്ങനെ പഞ്ചമം ('പ' എന്ന സ്വരം) ഇല്ലാത്ത തോടി രാഗത്തെ ശുദ്ധ തോടി എന്നാണു വിളിക്കുന്നത്.

തോടിരാഗത്തിന്റെ ജീവസ്വരങ്ങൾ ഗ, മ, ധ

വികൃതിസ്വരങ്ങൾ ശുദ്ധ ഋഷഭം, സാധാരണ ഗാന്ധാരം, ശുദ്ധ മധ്യമം, പഞ്ചമം, ശുദ്ധ ധൈവതം, കൈശികി നിഷാദം.

വിശേഷ സ്വരങ്ങൾ 'ധനിസധ', 'രിസധ' എന്നീ പ്രയോഗങ്ങളും ആലാപനത്തിൽ വരുത്താവുന്നതു കൊണ്ട് കാലഭേദമില്ലതെ എപ്പോഴും പാടാവുന്ന രാഗമാണിത്.

തോടി രാഗത്തെ ഭാഷാംഗരാഗത്തിലോ ജന്യരാഗത്തിലോ ഉൾക്കൊള്ളിക്കാൻ കഴിയില്ല. എന്നാൽ, ഗാന്ധാരം സ്വരം കൊണ്ട് ഗമക പ്രയോഗം നടത്തുമ്പോൾ ചതുശ്രുതി

ഋഷഭം ഗായകർ അറിയാതെ തന്നെ ധ്വനിപ്പിക്കുന്നതായി കേൾക്കാം. ഭക്തി, വിപ്രലംഭ ശൃംഗാരം, കരുണ, വിരഹം, ഹാസ്യരസം എന്നിവയെല്ലാം ഈ രാഗത്തിലൂടെ പാടി പ്രതിഫലിപ്പിക്കാം.

തോടി രാഗത്തിലുള്ള കൃതികൾ

1) ത്യാഗ രാജ സ്വാമിയുടെ 'കദ്ദനവാരികി', 'കൊലുവ മരഗത', 'ഏമിജേ സിതേ',

2) മുത്തുസ്വാമി ദീക്ഷിതരുടെ 'കമലാംബികേ',

3) ശ്യാമ ശാസ്ത്രിയുടെ 'നിന്നേ നമ്മിനാനു',

4) പല്ലവി ഗോപാല അയ്യരുടെ 'കനകാംഗി' എന്ന വർണം,

5) പട്ടണം സുബ്രഹ്മണ്യ അയ്യരുടെ 'ഏറാനാപൈ' എന്ന വർണം,

6) ഊത്തുക്കാട് വെങ്കിട സുബ്ബ അയ്യരുടെ 'തായേ യശോദ' എന്ന പദം,

7) രാമ നാഥപുരം ശ്രീനിവാസ അയ്യങ്കാരുടെ 'ധീംധീം തരന തിരന' എന്ന തില്ലാന,

8) സ്വാതിതിരുനാൾ മഹാരാജാവിന്റെ പ്രസിദ്ധമായ 'സരസിജ നാഭ മുരാരേ' എന്ന കൃതിയും തോടി രാഗത്തിന് കീർത്തി കേട്ടവയാണ്.

തോടി രാഗത്തിലെ കഥകളി പദം

നളചരിതം. മൂന്നാം ദിവസം

പദം: വിജനേ ബത മഹതേ. താളം: ചെമ്പട.

മോഹിനിയാട്ടം, ഭരതനാട്യം എന്നിവയിലും തോടി രാഗത്തിൽ ചിട്ടപ്പെടുത്തിയ ധാരാളം കൃതികൾ ഉണ്ട്.

തോടി രാഗത്തിലുള്ള ചലച്ചിത്ര ഗാനങ്ങൾ

1. ചിത്രം: ഗാനം
   ഗാനം: ആലാപനം ആലാപനം
2. ചിത്രം: സർഗ്ഗം
   ഗാനം: ഭൂലോക വൈകുണ്ഠ വാസനേ
3. ചിത്രം: മനുഷ്യമൃഗം
   ഗാനം: കസ്തൂരിമാൻമിഴി മലർശരം

തമിഴ് ചലച്ചിത്ര ഗാനങ്ങൾ

1. ചിത്രം: മനഗാര കാവൽ
   ഗാനം: തോടിരാഗം പാടവാ
2. ചിത്രം: മെല്ലെ തിരന്തത് കതവ്
   ഗാനം: വാ.... വെണ്ണിലാ
3. ചിത്രം: പുന്നക്കെ മന്നൻ
   ഗാനം: എന്ന ശത്തം
4. ചിത്രം: മൗന രാഗം.
   ഗാനം: നിലാവേ വാ..വാ...

൦൦

ശരീരത്തിലെ ഏഴ് ചക്രസ്ഥാനവും വർണ്ണവും സ്വരങ്ങളും.

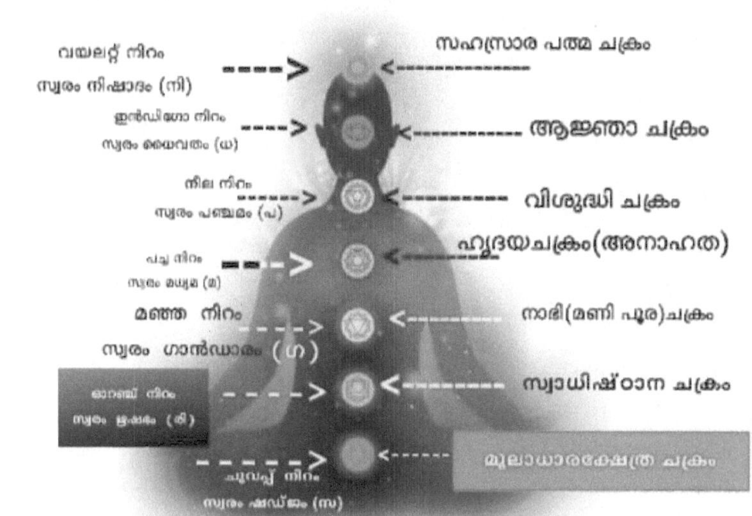

മനുഷ്യ ശരീരത്തിലെ ഏഴ് ചക്ര സ്ഥാനം.

[മൂലാധാരത്തിൽ നിന്നും മുകളിലോട്ട് മൂർദ്ധാവിലെ സഹസ്രാരപത്മം വരെ.]

www.ingramcontent.com/pod-product-compliance
Lightning Source LLC
LaVergne TN
LVHW100832051026
849519LV00006B/2265